பழந்தமிழ் வணிகர்கள்

சர்வதேச வர்த்தகத்தின் முன்னோடிகள்

பழந்தமிழ் வணிகர்கள்

சர்வதேச வர்த்தகத்தின் முன்னோடிகள்

கனகலதா முகுந்த்

தமிழில்: எஸ்.கிருஷ்ணன்

கிழக்கு

பழந்தமிழ் வணிகர்கள்: சர்வதேச வர்த்தகத்தின் முன்னோடிகள்
Pazhanthamizh Vanigargal: *Sarvadesa Varthagaththin Munnodigal*
Kanakalatha Mukund ©

© First published in Tamil by *New Horizon Media Private Limited* in arrangement with *Penguin Books India Private Limited.* Originally Published in English as *Merchants of Tamilakam: Pioneers of International Trade*

First Edition: December 2016
160 Pages
Printed in India.

ISBN: 978-81-8493-658-2
Kizhakku - 949

Kizhakku Pathippagam
177/103, First Floor,
Ambal's Building, Lloyds Road,
Royapettah, Chennai 600 014.
Ph: +91-44-4200-9603

Email : support@nhm.in
Website : www.nhm.in

kizhakkupathippagam
kizhakku_nhm

Kizhakku Pathippagam is an imprint of New Horizon Media Private Limited.

உள்ளே

அணிந்துரை

இந்திய வர்த்தக வரலாறு

தென் இந்தியாவுக்கு எப்போதுமே வட இந்தியாவை விடப் பெரியதொரு சாதகம் இருந்திருக்கிறது. தென் இந்தியாவுக்கு நீண்ட கடற்கரை உண்டு. இதன் மூலம் பெருங்கடல் பயணமும் செழிப்பான துறைமுகங்கள் மூலம் உலகின் பிற பகுதிகளுடன் வணிகமும் சாத்தியமாகியிருக்கிறது. பழந்தமிழ் நாட்டில் நடந்து வந்த வர்த்தகம் பற்றி கனகலதா முகுந்தின் அற்புதமான இந்த ஆய்வு நூல் கடற்கரையின் முக்கியத்துவத்தை நன்கு எடுத்துக்காட்டுகிறது. கூடவே, கடல் வர்த்தகத்தில் ஈடுபடும் நாடுகள் மிகுந்த வெற்றியைப் பெற்றிருக்கும் என்ற கூற்றையும் நன்கு விளக்குகிறது. சங்க காலத்தில் (பொதுயுகம் முதல் மூன்று நூற்றாண்டுகளில்) ஆரம்பித்து 13-ம் நூற்றாண்டுவரை நீடித்த சோழப் பேரரசின் கடைசி காலம் வரையிலான சுமார் ஆயிரத்துக்கு மேற்பட்ட ஆண்டு கால வர்த்தக சரித்திரத்தை இந்த நூல் விவரிக்கிறது.

இந்தியத் துணைக்கண்டத்தின் வர்த்தகத்தை வடிவமைத்த வணிக பொருளாதாரக் கருத்தாக்கங்களைப்பற்றி பெங்குவின் பதிப்பகம் ஒரு தொடர் வரிசையை வெளியிடுகிறது. அதன் ஒரு பகுதியே இந்த நூல்.

சமகால முன்னணி எழுத்தாளர்கள் உயிரோட்டத்துடனும், கூர்மையாகவும், ஆணித்தரமாகவும் இந்தத் தொடரின் மூலம் வணிகப் பொருளாதாரக் கருத்தாக்கங்களை முன்வைக்கிறார்கள். அந்தத் துறைகளில் பரிச்சயம் இல்லாத வாசகர்களுக்கு இது மிகப் பெரிய திறப்பாக அமையும். ஒவ்வொரு சிறிய நூலும், உள்நாட்டுச் சந்தைகளிலும் 5000 மைல் பரப்பளவு கொண்ட கடற்பகுதியைக் கடந்தும் செயல்பட்ட வணிக நிறுவனங்களின் சாகசங்களை விவரிக்கிறது.

ஒவ்வொரு எழுத்தாளரும் கடந்தகால வணிக மற்றும் பொருளாதார நிறுவனங்களைப்பற்றிய உறுதியான கருத்துகளை ஒன்று அல்லது அதற்கு மேற்பட்ட பழங்கால நூல்களை நுணுகி ஆராய்ந்து நமக்குத்

தந்திருக்கின்றனர். இன்றைய காலகட்டத்துக்குத் தேவைப்படும் கருத்துகள் என்று சிலவற்றை மட்டும் பட்டியலிட்டுக் கொடுப்பதோடு முடங்கிவிடவில்லை. வாசகர்களிடையே நீண்ட காலப்புரிதலை வளர்ப்பதுதான் நோக்கம். அதுவே நமது தற்போதைய நிலையைப் புரிந்துகொண்டு அதன்மூலம் வருங்காலத்தைப் பற்றிச் சரியான முறையில் சிந்திக்க உதவும். மொத்தத்தில் இந்தத் தொடர், 'அர்த்த' என்று சொல்லப்படுகிற சம்ஸ்கிருதச் சொல்லினுள் பொதிந்துள்ள நோக்கத்தை, அதாவது, 'செல்வத்தின் அடிப்படையிலான நல்வாழ்க்கை' என்ற பண்டைய இந்திய வாழ்வியல் இலக்கைக் கொண்டாடுகிறது.

இந்தத் தொடரில் உள்ள புத்தகங்களின் எல்லைகள் விரிவானவை. பண்டைக்காலப் பொருளாதாரத்தைப் பற்றி 2000 ஆண்டுகளுக்கு முன்னால் எழுதப்பட்ட அர்த்தசாஸ்திரம் பற்றிப் புகழ் பெற்ற தாமஸ் டிரவுட்மன் எழுதிய நூலில் இருந்து இந்தத் தொடர் ஆரம்பிக்கிறது. 1944-45ம் ஆண்டு இந்தியாவின் முக்கியத் தொழிலதிபர்கள் முன்வைத்த 'பாம்பே பிளான்' என்ற புத்தகத்துடன் நிறைவடைகிறது. பொருளா தாரத்தில் அரசு மற்றும் தனியார் நிறுவனங்களின் பங்குபற்றிய அது மேதா குடைசியாவால் விறுவிறுப்பாக விவரிக்கப்பட்டிருக்கிறது. இந்த இரண்டு எல்லைக்கு இடையில் கிடைப்பது அருமையான விருந்து.

அர்த்தசாஸ்திரத்தைத் தவிர, பண்டைய மற்றும் இடைக்கால ஆண்டுகளின் தொடக்கத்தைச் சேர்ந்த நான்கு நூல்கள் தொகுப்பில் உள்ளன. கிரிகோரி ஷோபென், மூல ஸர்வாஸ்திவாத-வினயா என்ற புத்தகத்தின் அடிப்படையில் அமைந்த 'பிசினெஸ் மாடல் ஆஃப் எர்லி புத்திஸ்ட் மொனஸ்டிசிஸ'த்தை விவரிக்கிறார்; கனகலதா முகுந்த், சிலப்பதிகாரம், மணிமேகலை ஆகிய காவியங்களின் மூலம் பழந்தமிழ் வர்த்தகர்களின் உலகத்துக்கு நம்மை அழைத்துச் சென்று சோழ சாம்ராஜ்யத்தின் முடிவுவரை விவரிக்கிறார்; குஜராத்தியில் எழுதப்பட்ட சமஸ்கிருத லேகபத்ததி மூலம் ஹிமான்ஷு பிரபா ராய், கர்நாடக மாநிலக் கடற்கரையிலிருந்து குஜராத் கரைவரை உள்ள மேற்கு இந்தியாவின் கடல் வணிகத்தைப்பற்றிக் கூறுகிறார். கதாசரித்சாகரா விலிருந்தும் மற்ற நூல்களிலிருந்தும் எடுக்கப்பட்ட சாகசக் கதைகளான எலி வியாபாரி (The Mouse Merchant) உள்ளிட்ட கதைகளை அர்ஷியா சத்தார் விவரிக்கிறார்.

ஸ்காட் லெவி நம்மை நவீனகாலகட்டத்தின் தொடக்கத்துக்கு அழைத்துச் சென்று மத்திய ஆசியாவில் பார வண்டிகளின் மூலம் வணிகம் செய்த மூல்தானி வர்த்தகர்களின் வரலாற்றைத் தருகிறார். இது ஸியா அல்-தின் பரனியின் தாரிக்-இ-ஃபிருஸ் ஷாஹி என்ற நூலையும் ஜோ-படீஸ்ட் தவேர்நீரின் குறிப்புகளையும் அடிப்படையாகக் கொண்டது. புகழ்பெற்ற சஞ்சய் சுப்ரமணியமும் முஸாபர் ஆலமும் முகலாயர்களின் இந்தியாவில் இருந்த சுல்தான்கள், கடை உரிமையாளர்கள், பெரு

வணிகர்கள் ஆகியோரின் உலகத்துக்கு நம்மை அழைத்துச் செல்கின்றனர். முகலாய சாம்ராஜ்யத்தில் இருந்த சமண வணிகரான பனாரஸிதாஸின் 'அர்த்தகதானக்' என்ற நாட்குறிப்புகள் மூலம் அவருடைய அறம்சார்ந்த தனியுலகத்தைப் பற்றி இஷான் சக்ரவர்த்தி ஆராய்கிறார்.

கிழக்கிந்திய கம்பெனி பற்றிய தீர்த்தங்கர் ராயின் அற்புதமான புத்தகம் நவீன உலகுக்குள் நம்மைக் கைபிடித்து அழைத்துச் செல்கிறது. வேறொரு தொகுப்பில் லக்ஷ்மி சுப்ரமணியம் பம்பாயின் மூன்று பெரிய வணிகர்களான தார்வாடி அர்ஜுன்ஜி நாத்ஜி, ஜம்சேட்ஜி ஜீஜீபாய், பிரேம்சந்த் ராய்சாந்த் ஆகியோரின் தீரமிக்க வாழ்க்கையைப்பற்றி விவரிக்கிறார்.

அனுராதா குமார் இந்த விவரங்களுக்குச் சுவைகூட்டும்விதமாக பத்தொன்பதாம் நூற்றாண்டில் இந்தியாவில் ரயில் பாதைகள் அமைக்கப்பட்டவிதத்தை அதில் ஈடுபட்டவர்களின் மூலம் கூறுகிறார். சாயா கோஸ்வாமி இந்தியப் பெருங்கடலினூடே பயணித்து ஸான்ஸிபார், மஸ்கட், மாண்டவி ஆகிய முக்கோண நகரங்களுக்கிடையேயான கச் நிறுவனங்களைப் பற்றிய கதைகளை அளிக்கிறார். டாம் டிம்பெர்க், துணிச்சலான, அபாயங்களுக்கு அஞ்சாத மார்வாரிகளின் உலகத்தைப் பார்வையிடுகிறார். ராமன் மகாதேவன், நாட்டுக்கோட்டைச் செட்டியார்கள் திரைகடலோடித் திரவியம் தேடியதை விவரிக்கிறார்.

இருபதாம் நூற்றாண்டின் ஆரம்பத்தில் சுதந்தரப் போராட்டத்தில் ஈடுபட்ட தலைவர்கள், செல்வத்தைப்பற்றிக் கொண்டிருந்த மாறுபட்ட நோக்கை மகாத்மா காந்தி, விவேகானந்தர், நேரு, அம்பேத்கார் ஆகியோரின் நூல்கள் மூலம் முன்வைத்து, விக்ரம்ஜித் பானர்ஜி நிறைவு செய்கிறார். இதுபோன்ற தகவல் செறிவுள்ள, மாறுபட்ட நூல்களைப் படிக்கும் பேறு, என்னை இந்திய நாகரிகத்தின் வளர்ச்சியில் வர்த்தக, பொருளாதார நிறுவனங்களின் துடிப்பான பங்கு பற்றி ஆச்சரியம் கொள்ளவைத்தது.

'உலக தங்கத்தின் தொட்டி'

பழந்தமிழ் வணிகர்கள் என்ற இந்தப் புத்தகத்தில் நாம், வெளிநாடுகளில் இருந்து இந்தியாவுக்கு தங்கமும் வெள்ளியும் தொடர்ந்து வந்து குவிந்த விதம் பற்றித்தான் அதிகமாகப் பார்க்கப்போகிறோம். ரோமாபுரியினர் 2000 வருடங்களுக்கு முன்பாகவே, இந்தியாவுடனான வர்த்தகத்தினால் அவர்களுடைய தங்கம்-வெள்ளி இருப்பு ஒட்டச் சுரண்டப்படுவதாகப் புகார் தெரிவித்திருக்கின்றனர். தாங்கள் தென் அமெரிக்காவிலிருந்து போரிட்டு வென்ற வெள்ளியையெல்லாம் இந்தியாவிடம் இழந்து நிற்பதாக போர்ச்சுகீசியர்கள் 16 ம் நூற்றாண்டில் எதிர்ப்புத் தெரிவித்திருக் கிறார்கள். 'பிரிட்டிஷ் பொருட்களை வாங்கும்படி இந்தியர்களை

ஊக்குவிப்பதில் கிழக்கிந்திய கம்பெனி கூடுதல் அக்கறை செலுத்த வேண்டியதுதானே' என்று இந்த விஷயத்தையே பிரிட்டிஷ் நாடாளு மன்றமும் எதிரொலித்திருக்கிறது. விஷயம் என்னவென்றால், மேற்கத்திய நுகர்வோர் இந்திய மசாலா பொருட்களிலும் ஆடம்பரப் பொருட்களிலும் காட்டிய அக்கறையை இந்தியர்கள் மேற்கத்தியப் பொருட்களின் மேல் காட்டியிருக்கவில்லை. கணக்கை நேர் செய்ய தங்கமும் வெள்ளியும் மேற்கில் இருந்து இந்தியாவுக்குப் பாயத் தொடங்கின. 19-ம் நூற்றாண்டு வாக்கில்தான் இந்த நீரோட்டத்தின் திசை மாற்றப்பட்டது. இந்த முன்னுரையில் நான் பேச விரும்பும் விஷயங்களில் அதுவும் ஒன்று.

கனகலதா முகுந்த்தின் புத்தகத்தைப் படித்து முடித்த நிலையில் 2011-ல் தற்செயலாக மிகப் பெரிய தங்கச் சுரங்கம் ஒன்றைக் கண்டுபிடித்த தகவலை செய்தித்தாளில் படித்தேன். திருவனந்தபுரம் பத்மனாப ஸ்வாமி திருக்கோவிலில் இருந்த இரண்டு நிலவறைகளில் ஒன்றில் இருக்கும் தங்கத்தின் மதிப்பு மட்டுமே 10,00,000 கோடி இருக்கும் என்று மதிப்பிடப்பட்டிருக்கிறது. இன்னொரு நிலவறை இன்னும் திறந்து பார்க்கப்படவில்லை. புகழ் பெற்ற திருப்பதி அல்லது அதுபோல் செல்வச் செழிப்பில் இருக்கும் எந்தவொரு மத நிறுவனத்தையும்விடப் பல மடங்கு பெரிய தொகை.

வாழ்க்கைச் சூழல் எல்லா பகுதிகளில் ஒரே மாதிரி இருக்க வாய்ப்பில்லைதான். ஆனால், மனித மனம் ஒரே மாதிரியானதுதான். அது செல்வம் சேர்ப்பதை விரும்பக்கூடியது. அந்தச் செய்தி உலகம் முழுவதும் காட்டுத்தீயாகப் பரவியது. உலகமே என்ன ஏதென்று புரியாமல், வாயைப் பிளந்து பார்த்தது. அங்கு அந்தப் பணம் எப்படி, எதற்காகச் சேர்ந்தது? இந்தப் புத்தகம் அதற்கான சில விடைகளைச் சொல்கிறது.

அந்தப் புதையலில் ரோமாபுரியின் அரேயஸ், கிரேக்க திரகமஸ் ஆகிய தங்க நாணயங்கள் இருக்கின்றன. வெனிஸ் மிகப் பெரிய கடல் வணிக சக்தியாக இருந்த 14-15-ம் நூற்றாண்டு காலகட்டத்து வெனிஸிய தங்க நாணயங்களும் அதில் இருக்கின்றன. 16-ம் நூற்றாண்டில் உச்சத்தில் இருந்த போர்ச்சுகீசியரின் நாணயங்கள், டச்சு கிழக்கிந்திய கம்பெனியின் 17-ம் நூற்றாண்டு நாணயங்கள், 18-ம் நூற்றாண்டு கிழக்கிந்திய கம்பெனியின் நாணயங்கள், 19-ம் நூற்றாண்டின் ஆரம்பகட்டத்து நெப்போலியன் கால நாணயங்கள் இப்படி இன்னும் ஏராளமான காலகட்டத்து நாணயங்கள் அங்கு இருக்கின்றன. இந்திய பொருளாதார பாரம்பரியத்தின் வளத்தைக் காட்டும் அதிகாரபூர்வ, நம்பகமான ஆதாரங்கள் இவை. உலகின் நாணயங்கள் எல்லாம் தென்னிந்தியக் கோவிலின் நிலவறையில் வந்து குவிந்தது எப்படி?

இந்தியா தொடக்கத்தில் இருந்தே கடல்சார் பயணத்திலும் வர்த்தகத்திலும் ஈடுபட்டுவந்திருக்கிறது. சுமார் 5000 மைல் நீளமான கடற்கரையைப் பெற்றிருக்கும் அது சாகச கடல் பயணிகளையும் வணிகர்களையும் கொண்டதாக இருந்திருக்கிறது. முன்பே சொன்னதைப் போன்ற வழிகளில் இந்தியாவுக்குள் தங்கமும் வெள்ளியும் வந்து குவிந்திருக்கின்றன. இந்தியக் கடல் வர்த்தகத்தின் ஓர் அங்கமாகவே அது இருந்திருக்கிறது.

ரோமானிய செனட்டர்கள் அவர்களுடைய மனைவிகள் அளவுக்கு அதிகமாக இந்திய மசலா பொருட்கள், ஆடம்பரப் பொருட்கள் மீது மோகம் கொண்டுவிட்டதால் ரோமானிய சாம்ராஜ்ஜியம் தங்கம், வெள்ளி ஆகியவற்றை இழந்து நிற்பதாக வருத்தம் தெரிவித்திருக் கிறார்கள். பிளினி (மூத்தவர்) பொது யுகம் 77-ல் இந்தியாவை, அரிய உலோகங்களின் (தங்கம் வெள்ளியின்) தொட்டி என்று செவ்வியல் கால ரோமாபுரியைப் பற்றிய தனது கலைக்களஞ்சிய நூலான 'நேச்சுரலிஸ் ஹிஸ்டோரியா'வில் குறிப்பிட்டிருக்கிறார். அதில் அவர், அலெக்ஸாண்டிரியாவில் இருந்து புறப்பட்டு இந்தியப் பெருங்கடல் வழியாக தென் இந்தியாவில் கொச்சிக்கு அருகில் இருக்கும் முசிறிக்கு வந்து சேர்ந்த பயணம் பற்றி எழுதியிருக்கிறார்.

ரோமாபுரி தான் உற்பத்தி செய்தவற்றைவிட அதிக அளவில் துய்த்தது. எனவே, பிளினி சொல்லியிருக்கும்படி தங்கம், வெள்ளி பொன்றவை ரோமிலிருந்து வெளியேறி தென் இந்தியாவுக்கு குறிப்பாக தக்காணப் பீடபூமியின் கிழக்கு மற்றும் மேற்குக் கடலோரங்களுக்கு வந்து குவிந்தது. நீரோ மன்னனுடைய மறைவைத் தொடர்ந்து ரோமாபுரி மன்னர் வெஸ்பாசியன் ஒரு ரகசிய சட்டம் இயற்றினார். அதன்படி ரோமாபுரி உயர் வர்க்கத்தினரின் ஆடம்பர மோகத்தைக் கட்டுப் படுத்தும் நோக்கில் இந்தியாவில் இருந்து வரும் ஆடம்பரப் பொருட்களின் இறக்குமதிக்குத் தடைவிதிக்கப்பட்டன. அதன் பிறகு இந்தியாவுடனான ரோமாபுரியின் வர்த்தகம் விலை மதிப்பு குறைந்த மசலாபொருட்கள், துணிவகைகள் ஆகியவை சார்ந்ததாக மாறியது. எனினும் ரோமில் இருந்து ஏற்றுமதி செய்யப்படும் பொருட்களைவிட இறக்குமதி செய்யப்படும் பொருட்களே அதிகமாக இருந்ததால் இந்தியச் சந்தைகளில் ரோமானிய நணயங்கள் சகஜமாகப் புரளத் தொடங்கின.

ரோமாபுரியுடனான வணிகம் முன் எப்போதும் இல்லாத அளவுக்கு இந்தியாவில் அதிகரித்ததால் நாணயங்களின் தேவை உருவானது. ரோமானிய நாணயங்களுக்கு மரியாதை இருந்ததால் உள் நாட்டிலும் அதுபோல் உருவாக்கப்பட்டன. பஞ்சாபையும் வட மேற்குப் பகுதி களையும் ஆட்சி செய்த கனிஷ்கர் ரோமானிய நாணயங்களை உருக்கி

அதில் தன் உருவத்தைப் பொறித்து நாணயங்கள் வெளியிட்டார். ரோமில் இருந்து தங்கம் வெளியேறிச் செல்வதைத் தடுக்கும் நோக்கில் செப்டிமியுஸ் செவெரஸ் (பொதுயுகம் 193-211) ரோமாபுரி நாணயங்களில் இருந்த தங்கத்தின் அளவைக் குறைத்தார். இதனால் தான் அவருக்குப் பிந்தைய காலகட்டத்து ரோமாபுரி நாணயங்கள் இந்தியாவில் குறைவாகவே கிடைத்துள்ளன. ஆனால், ரோமில் இருந்து தங்கம் வெள்ளி வரவு குறைந்ததும் கிழக்குப் பக்கம் இருக்கும் பைஸாண்டைன் சாம்ராஜ்ஜியத்தில் இருந்து வரத்தொடங்கின.

ஐரோப்பியர்கள் 1498-ல் இந்தியாவுக்கு வரத் தொடங்கியபோது அமெரிக்கக் குடியேற்றப் பகுதிகளில் இருந்து கிடைத்த தங்கம், வெள்ளியை இந்தியாவுக்குக் கொண்டுவந்தனர். வாஸ்கோ-ட-காமா தன் பயணத்தை முடித்து ஊர் திரும்பிய பிறகு போர்ச்சுகல் மன்னரான மானுவலிடம், தான் மிகப் பிரமாண்டமான நகரங்கள், பிரமாண்டமான கட்டடங்கள், ஆறுகள், பெருந்திரளான மக்கள் கூட்டம் ஆகியவற்றைப் பார்த்துவிட்டு வந்ததாக இந்தியா பற்றிக் குறிப்பிட்டிருக்கிறார். மேலும் அவர் கூறுகையில் இந்தியர்களுக்கு மேற்கத்தியத் துணிவகைகள், பொருட்கள் மீது விருப்பம் எதுவும் இல்லை என்பதையும் சொல்லி யிருக்கிறார். மொகலாய அரசர் ஔரங்கசீப்பின் ஃபிரெஞ்சு மருத்துவரான ஃப்ரான்காய்ஸ் பெர்னியர் 17-ம் நூற்றாண்டில் இப்படியான தங்கம், வெள்ளி இந்தியாவுக்கு வந்து குவிவதுபற்றித் தனது நாட் குறிப்பில் எழுதிவைத்திருக்கிறார் : தங்கமும் வெள்ளியும் உலகில் எங்கெல்லாமோ சுற்றி அலைந்து முடித்த பிறகு இறுதியாக இந்துஸ்தானை வந்து சேர்கின்றன என்பது அனைவருக்கும் நன்கு தெரியத்தான் செய்கிறது'.

அப்படியாக, தங்கம் வெள்ளி தொடர்பான இந்திய தேவைகள் பெருகி கொண்டே சென்றன. அதற்கு இணையாக காலிகோ, மஸ்லின், சிந்த்ஸ் (பூவேலைப்பாடு மிகுந்த துணிகள்), பந்தனா போன்ற துணிவகைகள் மேற்குலகுக்கு பெருமளவில் ஏற்றுமதியாகி அந்தப் பெயர்கள் ஐரோப்பிய அகராதிகளிலும் இடம் பிடித்துவிட்டன. பெர்னியரின் சக நாட்டவரான பேரன் தெ மாந்தெஸ்க்யூ 1748-ல் இருந்த நிலைமையை கல்வெட்டுப் போல் சொல்லிவிட்டார்: இந்தியாவுடன் வர்த்தகத் தொடர்பு கொண்ட எல்லா நாடுகளுமே தங்கம் வெள்ளியைக் கொண்டு சென்று குவித்துவிட்டு ஏராளமான பிற பொருட்களை எடுத்துச் சென்றுள்ளன. எனவே, அவர்களுக்கு நம் தங்கமும் வெள்ளியும் மட்டுமே தேவை.

இந்த நிலைமை 19-ம் நூற்றாண்டுவரை தொடர்ந்தது. அதன் பிறகு சட்டென்று நிலைமை தலைகீழாக மாறியது. கிழக்கிந்திய கம்பெனி இந்தியாவைக் கைப்பற்றியது ஒரு காரணம்தான் என்றாலும் பிரிட்டனில் ஆரம்பித்த தொழில் புரட்சியே மிக முக்கியமான காரணம். அந்தப் புரட்சியின் மூலம் உருவான எந்திரங்களால் துணிகள் உற்பத்தி

யானதைத் தொடர்ந்து இந்திய கைத்தறித் தொழில் நசிவடையத் தொடங்கியது. ஒருவழியாக, மேற்கில் இருந்து இந்தியா விரும்பி ஏற்றுக்கொள்ளும்படியான ஒரு பொருள் வந்து சேர்ந்தது : மலிவான, நீண்ட காலம் உழைக்கும் பருத்தித்துணிகள் லங்காஷையர் ஆலைகளில் இருந்து வந்து குவிந்தன. எந்திரங்களால் உருவாக்கப்பட்ட துணிகள் வரத்தொடங்கியதும் உலகம் முழுவதுமே கைத்தறித் துணிகள் வழக்கொழியத் தொடங்கின. உலகிலேயே கைத்தறித் தொழிலில் உச்சத்தில் இருந்தது இந்தியாதான் என்பதால் இந்திய கைத்தறி நெசவாளர்கள் பெரிதும் பாதிக்கப்பட்டனர். இந்தியாவில் நெசவுத் தொழிற்சாலைகள் தொடங்கப்பட்டு உள்ளூர் தேவைகள் பூர்த்தியாகத் தொடங்குவதுவரை இந்தியாவில் இருந்து செல்வம் பிரிட்டனுக்குக் கொண்டு செல்லப்பட்டது. 1936 வாக்கில் இந்திய நெசவுத் தேவையின் 62% இந்திய தொழிற்சாலைகளில் இருந்தே கிடைக்க ஆரம்பித்தது.

திருவனந்தபுரம் பத்மனாப ஸ்வாமி கோவில் நிதிக்குவைக்குத் திரும்புவோம். தென் இந்தியாவின் வளமான துறைமுகங்கள் மூலமாக உலக நாடுகள் பலவற்றின் தங்க நாணயங்கள் இந்தியாவுக்கு வந்து குவிந்தன. இந்த தங்க நாணயங்கள் கோவிலில் எப்படி சென்று சேர்ந்தன என்பதை நான்காவது அத்தியாயம் விவரிக்கிறது. பொது யுகம் ஆறாம் நூற்றாண்டில் இந்து சமயம் மறுமலர்ச்சி பெற்றதைத் தொடர்ந்து கோவில்கள் மத, பொருளாதார, சமூக வாழ்க்கையின் ஆதார மையமாகின. பல நூற்றாண்டுகள் பவுத்த, சமண மதங்கள் செல்வாக்குடன் இருந்தன. எனினும் பக்தி இயக்கத்தின் பின்னாலிருந்த வலிமை இந்து மதத்தை மறுமலர்ச்சி அடையச் செய்தது. அரசர்கள், வணிகர்கள், நிலப்பிரபுக்கள் எல்லாரும் கோவில்களுக்கு தங்கம், வெள்ளி, நவரத்தினங்கள் முதலியவற்றை தானமாக அள்ளி அள்ளிக் கொடுத்ததை கனகலதா முகுந்த இந்தப் புத்தகத்தில் விவரிக்கிறார். அதை அவர்கள் புண்ணியம் சம்பாதிக்கும் நோக்கில் மட்டுமல்ல; மக்கள் மத்தியில் செல்வாக்கை வளர்த்துக்கொள்ளும் நோக்கிலும் செய்திருக்கிறார்கள். மத்திய கால கிராம பொதுகூட்டங்களான 'சபைகள்' கோவில் வளாகத்தில் வைத்து நடந்தன. கோவில் மூலவரே அனைத்து சொத்துகளின் சட்டபூர்வ அதிபதியாக இருந்தார்.

பத்மனாப ஸ்வாமி கோவில் நிதிக்குவை பற்றி இந்த முன்னுரையின் இறுதிப் பகுதியில் சொல்கிறேன். இப்போது இரண்டாவது விஷயம் பற்றிப் பேசுகிறேன்.

அரசு, வர்த்தகர், சமூகம்

பொருளாதார வர்த்தக வெற்றி கிடைக்கவேண்டுமென்றால் அரசியல் சூழல் சாதகமாக, எளிதில் கணிக்க முடிவதாக இருக்கவேண்டும். நிலையான அரசு இருந்தால்தான் தனியார்கள் நம்பிக்கையுடன் முதலீடு

செய்வார்கள். முதலீட்டின் அளவு அதிகரித்து அது வளர்ச்சியை ஊக்குவித்து பொருளாதாரத்தை மேம்படுத்தும். பழந்தமிழக மன்னர்கள், சாம்ராஜ்ஜியங்கள் பற்றி நூலாசிரியர் விவரித்திருப்பவை இதை உறுதிப்படுத்துகின்றன. இந்தியாவின் சிறு சிறு ராஜ்ஜியங்கள் தமக்குள் சண்டையிட்டும் கலகங்களில் ஈடுபட்டும் இருந்துவந்தன என்ற பிழையான பொதுப்புத்திப் பார்வையை கனகலதா முகுந்தின் ஆய்வு திருத்தியமைக்கவும் செய்கிறது.

அரசுகள் இன்று ஊடகங்களில் பெரிதும் விமர்சிக்கவேபடுகின்றன. ஆனால், கனகலதா முகுந்தும் அர்த்த சாஸ்திரம் பற்றிய தன் நூலில் டாம் ட்ரூமன்னும் அரசு பற்றி நடுநிலையான அணுகுமுறையைக் கையாண்டிருக்கிறார்கள். மன்னர் மற்றும் சாம்ராஜ்ஜியத்தின் சராசரி ஆட்சி காலம் மிகவும் நீண்டது என்பதால் நாட்டில் அமைதியும் நிலைத்தன்மையும் நீடித்திருந்திருக்கிறது என்றுதான் அர்த்தமாகிறது.

அந்தக் காலத்தில் ஆட்சி நிர்வாகம் என்பது சாம்ராஜ்ஜிய அதிபதியாலும் சங்கம் எனப்படும் கிராமப்புற மக்கள் சபை மூலமும் நடந்து வந்திருக்கிறது. ஒரு சாம்ராஜ்ஜியம் நீடித்து இருக்க இந்த சபைகள் உதவியாக இருந்திருக்கின்றன என்று அர்த்தசாஸ்திரம் தெரிவிக்கிறது. ஆனால், அரசாங்கத்துக்கு பொருளாதார ஆதாயங்கள் கிடைத்ததன் மூலமும் நீடித்து இருந்திருக்கிறது. வரி விதிப்பின் மூலமும் வர்த்தக அமைப்புகளின் மூலமும் முதலீட்டைக் குவிக்கும் சக்தியை அரசு படைத்திருந்தது. அதுவே அரசுக்கு இருந்த சாதகமான அம்சம்.

அரிஸ்டாட்டில் காலகட்டத்து சர்வாதிகாரிகளைப்போல் கீழைத்தேய இந்திய சர்வாதிகாரிகள் அவர்களுடைய ஆளுகைக்கு உட்பட்ட பகுதிகளில் இருந்த நிலம் முழுவதற்கும் அவர்களே சொந்தக்காரர் களாக இருந்திருக்கவில்லை. அவர்கள் அந்த நிலத்தின் வருமானத்தில் ஒரு சிறு பகுதியை மட்டுமே பெற்றுக்கொண்டிருக்கிறார்கள். பெரிதும் அது ஆறில் ஒரு பங்காக மட்டுமே இருந்திருக்கிறது. உண்மையில் அந்த நிலத்தின் உரிமையாளராக இருக்கவேண்டும் என்று அன்றைய மன்னர்கள் விரும்பியிருக்கவில்லை. அவர்களின் எதிர்பார்ப்பெல்லாம் உற்பத்தில் ஒரு பங்கு கிடைக்கவேண்டும் என்பது மட்டுமே. இதன் பின்னால் இருக்கும் நோக்கம் என்னவென்றால், அப்போதுதான் அதன் உரிமையாளர்கள் ஆர்வத்துடன் விளைச்சலைப் பெருக்குவார்கள். அதனால் அரசுக்குக் கிடைக்கும் பங்கு அதிகரிக்கும்.

கல்வெட்டுகளில் இருந்து கிடைக்கும் விவரம் வேறாக இருக்கிற தென்றாலும் இந்தியாவின் வரலாறு ஆச்சரியப்படும்வகையில் நிலையாகவும் சாம்ராஜ்ஜியங்கள் பல நூற்றாண்டுகள் நீடித்தும் இருந்திருக்கின்றன. பொதுயுகம் 550 வாக்கில் குப்தப் பேரரசு

முடிவடைந்ததிலிருந்து பொதுயுகம் 1200 தில்லியில் துருக்கி சுல்தானேட் முடிவுக்கு வரும்வரையிலான காலகட்டத்தில் ஒரு மன்னரின் சராசரி ஆட்சிக்காலம் என்பது ஒரு தலைமுறையின் கால கட்டமான 25 ஆண்டுகளே. பெரும்பாலான சாம்ராஜ்ஜியங்கள் 100 ஆண்டுகள் நீடித்திருக்கின்றன. தக்காண பீட பூமியில் அமைந்திருந்த கீழைச் சாளுக்கிய சாம்ராஜ்ஜியம் சுமார் 400 ஆண்டுகள் நீடித்திருக்கிறது. வங்காளத்தைச் சேர்ந்த பலா வம்சத்தினர், தென் இந்தியாவைச் சேர்ந்த சோழர்கள் ஆகியோரின் ஆட்சி சுமார் 300க்கும் மேற்பட்ட ஆண்டுகள் நீடித்திருக்கின்றன. பிராந்திய சிறு சக்திகள் அதிக முக்கியத்துவம் இல்லாத எல்லையோர பிராந்தியங்களைக் கைப்பற்றப் போட்டி யிட்டிருக்கின்றன. ஆனால், சாம்ராஜ்ஜியங்கள் நிலையாக உறுதியாக இருந்திருக்கின்றன. அவற்றின் பொருளாதாரக் கொள்கைகளும் அந்த சாம்ராஜ்ஜியங்களுக்கு நிதி உதவி வழங்கிய அமைப்புகளும் வெற்றிகர மாக இருந்திருக்கின்றன.

ஆறாம் நூற்றாண்டுக்குப் பிறகு இரண்டு மாபெரும் சாம்ராஜ்ஜியங்கள் தமிழகத்தில் தோன்றியுள்ளன. வட தமிழகத்தில் காஞ்சிபுரத்தைத் தலைமையிடமாகக் கொண்டு ஆட்சி செய்த பல்லவர்கள்; தெற்கில் மதுரையைத் தலைமையிடமாகக் கொண்டு ஆட்சி செய்த பாண்டியர்கள். 9-ம் நூற்றாண்டின் மத்திம காலம்வரையில் மிதமான வலிமையுடன் இருந்த சோழர்கள் மெள்ள பலம் பெற்று சர்வ வல்லமையுடன் 13-ம் நூற்றாண்டு இறுதிவரை ஆட்சி செய்தனர். பல்லவர் காலத்தில் நிலவிய அமைதியின் காரணமாக மாமல்லபுரத் துறைமுகம் செல்வச் செழிப்பில் கொழிக்கத் தொடங்கியது. ‘அந்தத் துறைமுகம் ஏராளமான கண்ணைக் கவரும் பொருட்கள், யானைகள், நவரத்தினக் கற்களால் நிரம்பி வழிந்தது’. சோழர் காலத்தில் நாகப்பட்டனத் துறைமுகம் மாமல்ல புரத்தை மிஞ்சியது. இரண்டுமே கோரமண்டல் கடலோரத்தில் அமைந் திருக்கின்றன. சோழ மண்டலம் என்பதன் ஆங்கிலத் திரிபுதான் கோரமண்டல். அந்த இரு துறைமுக நகரங்களும் தமிழகத்தின் பொருளாதார வளர்ச்சியின் அடையாளச் சின்னங்கள்.

தமிழக சாம்ராஜியங்கள் வெற்றிகரமாகத் திகழ்ந்ததற்கு அவற்றின் கிராமப்புர நிர்வாக அமைப்புகளே முக்கிய காரணம். சோழ, பல்லவ ஆட்சிகளுக்கு முன்பிருந்தே அவை இருந்துவந்திருக்கின்றன. இந்த இரு சாம்ராஜ்ஜிய மன்னர்களும் அந்தப் பழங்கால அமைப்பைப் புத்திசாலித்தனமாக அப்படியே நீடிக்கவிட்டனர். கிராமங்களில் ஊர் மற்றும் சபை இருந்தன. அதற்கு அடுத்த நிர்வாக அலகு நாடு. மாவட்டம் என்பது கோட்டம் என்று அழைக்கப்பட்டது. சிறு நகர நிர்வாக அலகாக ‘நகரம்’ என்ற அமைப்பு இருந்தது. இவை வர்த்தகர் களுக்கு இடையே இருந்த சண்டைகள் உட்படப் பல விஷயங்களை

ஒழுங்குபடுத்தின. இந்தச் செயல்கள் எல்லாம் ஜனநாயகமுறைப்படித் தேர்ந்தெடுக்கப்பட்ட சபை மூலம் முன்னெடுக்கப்பட்டன. இந்த சபைகளே அரசர்களுக்கு அங்கீகாரம் அளவுக்குச் செல்வாக்கு பெற்றவையாக இருந்தன. நீண்ட தொலைவுகளுக்கு பயணம் செய்து வர்த்தகம் செய்யும் வணிகர்களுக்குப் பாதுகாப்பு கொடுக்க பல்லவ, சோழ சாம்ராஜ்ஜியங்களுக்கு போதிய வலு இருந்திருக்கவில்லை. வணிகர்களே ஐநூற்றுவர் என்ற படை மூலம் தங்களுக்கான படையையும் பாதுகாப்பையும் உறுதி செய்து கொண்டிருக்கும் விதத்தை நூலாசிரியர் அழகாக இந்தப் புத்தகத்தில் விவரிக்கிறார்.

இந்தியாவைப் பொறுத்தவரையில் சோழ, பல்லவ சாம்ராஜ்ஜியங்கள் பொருட்படுத்தத் தகுந்த சக்திகள்தான் என்றாலும் இந்தியப் பெருங்கடல் பகுதியில் அவர்களைவிட மிகுந்த வலிமையுடன் சீனப் பேரரசு திகழ்ந்தது. தென் கிழக்கு ஆசிய ஆட்சியாளர்கள் சீனாவின் இந்த மேலாதிக்கத்தை ஏற்றுக்கொண்டு உரிய மரியாதை செலுத்தி வந்துள்ளனர். இரண்டாம் நரசிம்ம பல்லவர் பொது யுகம் 720-ல் சீனாவுக்கு தன் தூதரை அனுப்பியிருக்கிறார். ராஜராஜ சோழர் பொதுயுகம் பொ.யு. 1015லும் ராஜேந்திர சோழர் பொ.யு. 1003லும் குலோத்துங்க சோழர் பொ.யு. 1077லும் சீன அரசபைக்குத் தமது தூதர்களை அனுப்பியிருக்கிறார்கள்.

சீனாவுடனான ஒப்பீடு மிகவும் பயனுள்ளதாக இருக்கும். ஏனென்றால் அது இந்திய அரசு பற்றி நமக்குச் சில உண்மைகளை அறியத் தருகிறது. மிக முக்கியமான தகவல் என்னவென்றால், சீனாவைப் போல் நாட்டின் சமூக அடிப்படை அலகுகளைக் கட்டுப்படுத்தி அவற்றை மாற்றி அமைக்கும் அளவுக்கு அரச அதிகாரம் ஒரே இடத்தில் வெகுவாகக் குவிய இந்தியா ஒருபோதும் அனுமதித்திருக்கவில்லை. சீனாவில் (ரஷ்யாவிலும்) உருவானதைப்போல் ஒட்டுமொத்த மக்களையும் சொத்துகளில் இருந்தும் தனி நபர் உரிமைகளிலும் இருந்து விலக்கி வைத்த சர்வாதிகார அரசுகள் தெற்கு ஆசியாவில் உருவாகியிருக்கவே இல்லை. எனவே இந்தியாவின் வரலாறென்பது ஒன்றுக்கொன்று மோதிய அரசுகளைக் கொண்டதாகவும் சீனாவின் வரலாறென்பது வலிமையான ஒற்றை சாம்ராஜ்ஜியத்தைக் கொண்டதாகவும் இருந்ததில் வியப்பில்லை.

இந்தியாவில் மைய அரசு என்பது எப்போதுமே வலிமை குறைந்ததாகவே இருந்திருக்கிறது. அடிப்படை சமூக நிறுவனங்களே வலிமையாக இருந்திருக்கின்றன. ஃப்ராக்சிஸ் ஃபுகுயமா சீனாவுடன் ஒப்பிட்டு எழுதியிருக்கும் சமீபத்திய புத்தகமான 'த ஆர்ஜின்ஸ் ஆஃப் பொலிடிக்கல் ஆர்டர்' இந்த வித்தியாசத்தை மிக அழகாக விளக்குகிறது. இந்தியாவில் மைய அரசென்பது வெகு தொலைவில் அல்லது அன்றாட வாழ்க்கையில் எந்தப் பெரிய தாக்கத்தையும்

ஏற்பாடுத்தாததாகவே இருந்திருக்கிறது. இந்தியாவை ஒற்றை தேசமாக ஒருங்கிணைத்து வைத்திருப்பது அதன் அடிப்படை சமூக அலகுகளே. கிராமம், சாதி, குடும்பம் என இந்த சமூக அலகுகளை ஜவாஹர்லால் நேரு தனது 'டிஸ்கவரி ஆஃப் இந்தியா' நூலில் மூன்று வகையாக அடையாளம் கண்டுசொல்லியிருக்கிறார். லட்சக்கணக்கான, சுய அதிகாரமும் தன்னிறைவும் பெற்ற கிராமங்களின் தொகுப்பாகவும் மேல் கீழ் என வரிசைப்படுத்தப்பட்ட இரண்டாயிரத்துக்கும் மேற்பட்ட சாதிகள், கிளை சாதிகளின் தொகுப்பாகவும் கூட்டுக் குடும்ப வாழ்க்கை முறையைக் கொண்டதாகவும் இருந்திருக்கிறது.

படிநிலை அமைப்பு மட்டுமல்ல இந்திய சமூக அமைப்பின் இன்னொரு முக்கியமான அம்சம் தனி நபரைவிட சமூகக் குழுவே மிகவும் முக்கியமானது என்ற எண்ணமே இந்திய சமூகத்தின் பிரதான அம்சமாக இருந்திருக்கிறது என்று நேரு குறிப்பிடுகிறார். இந்தியாவில் தனி நபர்களின் சுதந்தரமானது அரசால் கட்டுப்படுத்தப்பட்டதைவிட உறவுகள், சாதிய விதிகள், மத சடங்கு சம்பிரதாயங்களாலேயே அதிகவும் கட்டுப்படுத்தப்பட்டிருக்கின்றன. சமூக அலகுகளின் ஆதிக்கம் சர்வாதிகாரிகளின் ஆதிக்கத்தை எதிர்கொள்ளுமளவுக்கு வலிமையாக இருந்தது. வலிமையான சமூக அலகுகள் மைய அரசின் அதிகாரத்தைக் கட்டுப்படுத்திவந்திருக்கின்றன.

அடிப்படை சமூக நிறுவனங்கள் சீனாவில் எப்போதுமே பலவீன மாகவே இருந்திருக்கின்றன. அவற்றால் வலிமையான அரசை எதிர்த்து எதுவுமே செய்ய முடிந்ததில்லை. இந்த வித்தியாசம் இன்று வெளிப் படையாகத் தெரிவதுபோலவே பொ.யு.மு. மூன்றாம் நூற்றாண்டு வாக்கில் அதாவது க்யின் ஷி ஹுயாங்தியும் அசோகரும் தமது சாம்ராஜ்ஜியங்களை தத்தமது நாடுகளில் உருவாக்கிய கால கட்டத்திலும் வெளிப்படையாகத் தெரிந்தது. சீனாவில் சமூக அநீதிகளுக்கு எதிரான போராட்டங்கள் அதன் மைய அரசை எதிர்த்து நடந்தன. இந்தியாவில் அப்படி நடக்கவில்லை. இங்கு அவை பிராமணர்களால் தலைமை தாங்கப்பட்ட சமூக அமைப்பை எதிர்த்து பவுத்தம், சமணம், பக்தி இயக்கம் போன்ற மத இயக்கமாகத்தான் வெளிப்பட்டன.

வட இந்தியாவில் பொ.யு.மு. முதல் மில்லினியத்தின் நடுப்பகுதி வாக்கில் இந்திய அரச அமைப்பு பழங்குடி சமுதாயத்தில் இருந்து பரிணமித்தது. ஆரம்பத்திலிருந்தே, பழங்குடி அரசரின் அதிகாரம் சபாக்கள் அல்லது சமிதிகள் போன்ற அவருடைய குலக் குழுக்களால் கட்டுப்படுத்தப்பட்டிருந்தன. நிலங்கள் அரசருக்குச் சொந்தமாக இருந்திருக்கவில்லை. மகாபாரதத்தில் சொல்லப்பட்டிருப்பதுபோல் குரு வம்சம், பாஞ்சால வம்சம் என பல வம்சங்களுக்குச் சொந்தமாக

இருந்தது. இன்றிருப்பது போல் நில உரிமையும் வரி விதிக்கும் அதிகாரமும் அன்றைய மன்னரிடம் இருந்திருக்கவில்லை. குலங்களே அந்த அதிகாரத்தைப் பெற்றிருந்தன. பொ.யு.மு. ஆறாம் நூற்றாண்டு வாக்கிலேயே மகதப் பேரரசு போன்றவை உருவாகிவிட்ட நிலையிலும் அரசரின் அதிகாரமானது தர்ம விதிகள் மூலமாகவும் நியாய சாஸ்திரங்களுக்கு விளக்கங்கள் சொன்ன பிராமணர்களின் மூலமாகவும் கட்டுப்படுத்தப்பட்டுத்தான் இருந்திருக்கின்றன. சீனாவில் அரசரே தனக்கான சட்ட திட்டங்களை உருவாக்கிக்கொண்டதுபோல் இந்தியாவில் நடக்கவில்லை. இங்கு தர்ம சாஸ்திரங்களே எல்லாவற்றுக்கும் மேலானவை. அரசன் என்பவர் அந்த தர்ம சாஸ்திரங்களைக் காப்பாற்றி அதன்படி அரசாளும் நபர் மட்டுமே. தர்ம சாஸ்திரங்களை மீறி நடக்கும் மன்னர் 'பைத்தியம் பிடித்த நாய்' என்று மஹாபாரதம் சொல்கிறது. அவரை எதிர்த்து மக்கள் கலகம் செய்யலாம் என்றும் அது சொல்கிறது.

சீனாவிலும் கிட்டத்தட்ட இதே காலகட்டத்தில்தான் பழங்குடி அமைப்பில் இருந்து அரச அமைப்பு உருவானது. ஆனால், இரண்டின் பரிணாம வளர்ச்சியும் வேறாக இருந்தன. சீனாவில் நடந்ததுபோல் வசந்த கால, இலையுதிர்காலப் போர்கள் அல்லது சாம்ராஜ்ஜியச் சண்டைக் காலம் போன்ற தொடர் வன்முறைகள் இந்தியாவில் இருந்திருக்கவில்லை. இதற்கான காரணம் என்னவென்று தெளிவாகத் தெரியவில்லை. இந்தியாவின் கங்கைச் சமவெளிப் பகுதியில் மக்கள் தொகை சீன மக்கள் தொகையைவிட வெகு குறைவாக இருந்ததால் சண்டை குறைவாக இருந்திருக்கும் என்று ஃபகுயாமா யூகிக்கிறார். மக்களுக்கு ஏதேனும் அதிருப்திகள் இருந்தால் அவர்கள் சர்வாதிகார மன்னருக்குக் கட்டுப்பட்டு இருக்க விரும்பாமல் வேறு இடங்களுக்குச் சென்றுவிட்டார்கள். ஆனால், சீனாவில் நேர்மாறாக வலுவான அரசுகள் உருவாகின. காலாட்படையுடன் வரும் ஆக்கிரமிப்புப் படைகளைத் தடுக்கும் நோக்கில் மிகப் பெரிய சீனப் பெருஞ்சுவரை எழுப்பியதில் இருந்து 21-ம் நூற்றாண்டில் த்ரீ கோர்ஜஸ் அணை போன்ற மிக பிரமாண்டமான நீர் மின்சாரத் திட்டங்கள்வரை பல பிரமாண்டமான செயல்களை அவர்களால் செய்ய முடிந்திருந்தது. இந்தியாவால் அதுபோல் எதுவும் செய்ய முடிந்திருக்கவில்லை.

சுதந்தரத்துக்குப் பிறகு இந்தியா குழப்பங்கள் மலிந்த மக்களாட்சி நாடாக ஆகிவிட்டதில் எந்த ஆச்சரியமும் தேவையில்லை. 1960களில் குணர் மிர்தல் இந்தியாவை 'மென்மையான (வலுகுறைந்த) அரசு' என்று குறிப்பிட்டார். இன்று இந்தியா தாழ்நிலையில் இருந்து மெள்ள உயர்ந்துவருகிறது. நவீன, ஜனநாயக, சந்தைப் பொருளாதாரத்தை மையமாகக் கொண்ட எதிர்காலத்தை நோக்கி அரசின் பெரிய ஆதரவு எதுவும் இல்லாமல் நகரத் தொடங்கியிருப்பதுபோல் தெரிகிறது. சீனாவின் கதை இதற்கு முற்றிலும் மாறானது. அபாரமான உள்கட்டு

மானத்தை உருவாக்கிய, கம்யூனிஸ்ட் கட்சியின் கட்டுப்பாட்டில் இயங்கும், தொழில்மயத்துக்கு ஆதரவு தரும் அரசால் மேலிருந்து கீழாக வழிநடத்தப்பட்ட அதிகாரத்தால் சீனாவின் வெற்றிச் சரித்திரம் எழுதப் பட்டிருக்கிறது.

ஒரு நாடு வெற்றிகரமாகத் திகழ வலுவான சமூகமும் தேவை; வலுவான அரசாங்கமும் தேவை. வலுவான அரசு என்று சொல்வது நிர்வாகத் திறமை மிகுந்த, சட்ட திட்டங்களை நேர்மையாக அமல்படுத்தும் ஓர் அரசைத்தான்; சர்வாதிகார அரசை அல்ல. வலு குறைந்த அரசு சட்ட திட்டங்களை முறையாக அமல்படுத்துவதில்லை. ஊழலை அனுமதிக்கிறது. இவையெல்லாம் மக்கள் மனங்களில் குழப்பத்தையே ஏற்படுத்தும். ஒரு சுதந்தர சமூகத்தில் மக்கள் சட்ட திட்டங்களுக்குக் கட்டுப்படுவார்கள். ஏனென்றால் சட்டங்கள் நியாய மானவை என்றும் அனைவரையும் அது சமமாக நடத்துகிறது என்றும் அவர்கள் நம்புவார்கள். ஆனால், காவல்துறையினர், மந்திரிகள், நீதிபதிகள் ஆகியோரை விலைக்கு வாங்க முடியும் என்ற நிலை இருந்தால் மக்கள் சட்டதிட்டங்களின் மேல் நம்பிக்கையை இழந்துவிடுவார்கள். பலம் குறைந்த, ஊழல் மலிந்த அரசு இருந்தால் இப்படியான நிலைமையே ஏற்படும். இன்றைய இந்தியாவின் நிலை இதுவாகவே இருக்கிறது.

கோவில்களும் நிதிக் குவியல்களும்

தென்னிந்தியாவின் பொருளாதார, சமூக அரசியல் களத்தில் கோவில்கள் ஆற்றிய முக்கிய பங்கு பற்றி இந்தப் புத்தகம் விவரிக்கிறது. அதுவே இந்தப் புத்தகத்தின் மிக முக்கியமான அம்சமாக எனக்குப் படுகிறது. முகுந்தின் வார்த்தைகளிலேயே சொல்வதென்றால், ‘கோவில்கள் பொருளாதாரத்தில் தன்னளவிலேயே மிகப் பெரிய பங்கை ஆற்றியுள்ளன. எல்லாவற்றுக்கும் மேலாக அது தங்கம், பணம், நிலம், கால்நடைகள் என பல்வேறு தானங்களைச் சேகரித்துவைக்கும் கருவூலமாகவும் இருந்திருக்கிறது. அந்தப் பணமெல்லாம் உள்ளூர் பொருளாதாரத்தில் சுழற்சிக்கு விடப்பட்டிருந்தன. கோவிலுக்கான செலவினங்களைச் சமாளிக்க அந்தப் பணம் குறைவான வட்டிக்கும் விடப்பட்டிருக்கின்றன. அப்படியாக கோவில்கள் தனது கட்டுப் பாட்டுக்குள் வந்து சேர்ந்த உபரியை மக்களுக்குப் பகிர்ந்து கொடுக்கும் மையமாகவும் இருந்திருக்கிறது. தானங்கள் கொடுத்ததன் மூலமும் கோவில் நிர்வாகப் பொறுப்புகளில் பங்கேற்றதன் மூலமும் வணிகர்களும் நகரத்தாரும் தொழில் குழுமங்களும் சமூக அங்கீகாரமும் மரியாதையும் பெற்றனர்’.

இந்தப் பட்டியலில் 'மன்னரையும்' முகுந்த் சேர்த்திருக்கலாம். அவர்களும் கூட கோவில்களுக்கு தான தர்மங்கள் செய்து தமக்கான

மரியாதையையும் அங்கீகாரத்தையும் வென்றெடுக்கவும் செய்திருக்கிறார்கள். இந்த அங்கீகாரம் பொருளாதார, சமூக, அரசியல் அதிகாரங்களை நடைமுறைப்படுத்த மிகவும் அவசியமாகவே இருந்திருக்கிறது. அப்படி கோவில்களுக்கு நன்கொடை கொடுத்தவர்களில் ஒருவர்தான் திருவிதாங்கூர் பத்மனாப ஸ்வாமி கோவிலுக்குத் தன் செல்வத்தைக் குவித்துக் கொடுத்த மன்னரான வர்மா. மஹாவிஷ்ணுவின் இன்னொரு பெயர்தான் பத்மனாபன். அந்தக் கோவிலில் இருந்து கிடைத்த நிதிக் குவியலில் 32 கிலோ சுத்த தங்கத்தில் செய்யப்பட்ட பத்மனாபர் சிலையும் இருந்தது.

அந்த ஆலயம் ஆயிரம் ஆண்டுகளாக இருந்துவருகிறது என்றாலும் 1771-ல் டச்சு ராணுவத்தை மார்த்தாண்ட வர்மா குளச்சலில் நடந்த சண்டையில் தோற்கடித்த பிறகே செல்வச் செழிப்பும் புகழும் பெற்றது. அந்த வெற்றிக்குப் பிறகு மன்னர் தமது அரசாங்கத்தை இறைவனுக்கே அர்ப்பணித்தார். அந்தக் கோவிலுக்கு ஏராளமான நன்கொடைகள் வழங்கினார். இன்றும் அவருடைய வம்சாவளியினர் அந்தக் கோவிலை பத்மனாபரின் தாசராக (பணியாளாக) இருந்துகொண்டுதான் நிர்வகித்து வருகிறார்கள்.

2011 ஜனவரியில் கேரள உயர் நீதிமன்றம் பத்மனாப ஸ்வாமி கோவிலின் நிர்வாகப் பொறுப்பில் இருந்து அரச குடும்பத்தினரை நீக்கிவிட்டு அரசு சார்பில் ஒரு அறக்கட்டளையை நியமிக்க உத்தரவிட்டது. ஆனால், உச்ச நீதிமன்றம் அந்த உத்தரவுக்குத் தடைவிதித்து, கோவிலின் மொத்த சொத்து மதிப்பு என்ன என்று ஆராய்ந்து சொல்லும்படிக் கேட்டுக் கொண்டது. அப்படியாகத்தான் ஜூலை 2011-ல் இந்தப் பெரும் செல்வக் குவியல் கண்டுபிடிக்கப்பட்டது.

இந்தியா சுதந்தரம் பெற்று நாற்பது ஆண்டுகள் கழித்து ஆரம்பித்த தாராளப் பொருளதாரத்தின் இருவதாவது ஆண்டு நிறைவடைந்த தருணத்தில் இந்த புதையல் கண்டெடுக்கப்பட்டிருக்கிறது. சுதந்தர இந்தியாவின் முதல் கட்டத் தலைவர்கள் நம் தேசத்தின் பிரமாண்ட வர்த்தக பாரம்பரியத்தை மறந்துவிட்டார்கள். பிரிட்டிஷாரின் ஆட்சி காலத்தில் நம் மக்கள் பட்ட வறுமைக்கும் துன்பத்துக்கும் நமது அயல் நாட்டு வர்த்தகமும் அயல் நாட்டு முதலீடுமே காரணம் என்று தவறாக நம்பிவிட்டிருக்கிறார்கள். உலகப் பொருளாதாரச் சந்தையில் நம்மால் போட்டி போட முடியாது என்று அவநம்பிக்கை கொண்டிருந்தனர். தற்சார்பு என்ற பெயரில் அவர்கள் உள்ளொடுங்கிய, இறக்குமதியை மறுக்கும் பாதையைத் தேர்ந்தெடுத்தனர். அயல் வர்த்தகத்தில் ஈடுபட்டு ஏற்றுமதிகளை ஊக்குவிக்கும் வழிமுறையைப் பின்பற்றவில்லை. இதனால் இரண்டாம் உலகப்போருக்குப் பிந்தைய காலகட்டத்தில் உலக அளவில் உருவான மிகப் பெரிய பொருளாதார வளர்ச்சி

அலையில் பங்கு பெற முடியாமல் போய்விடது. அந்த அலை திறந்த பொருளாதாரத்தை ஊக்குவித்த நாடுகளுக்குப் பெரும் செல்வ வளத்தைக் குவித்திருந்தது.

உலக வர்த்தகத்தில் இந்தியாவின் பங்கு 1947-ல் 2.2 சதவிகிதம் இருந்தது. 1990-ல் அது 0.5 ஆகக் குறைந்துவிட்டது. 1991-ல் முன்னெடுக்கப்பட்ட பொருளாதாரச் சீர்திருத்தங்களுக்குப் பிறகே இந்தியா உலக அளவில் தனக்கு முற்காலத்தில் இருந்த வர்த்தகப் பெருமைகளை மீட்டெடுத்து பொருளாதாரரீதியாக வளர்ச்சி காண முடிந்தது.

காலகாலமாக இந்தியாவுக்குள்ளும் பத்மனாப ஸ்வாமி கோவிலுக்குள்ளும் தங்கம் வந்து குவிந்த விதமானது பொருளாதார நிபுணர்கள் மத்தியில் பல கேள்விகளை எழுப்பின. உலக நாடுகள் அனைத்திலிருந்து தங்கம் ஒருவழிப் பாதையாக இந்தியாவுக்கு வந்து குவிந்த வண்ணம் இருந்ததால் மிகப் பெரிய தங்கக் குவியலாகச் சேர்ந்து பல்வேறு கருவூலங்களில் அல்லது புதையல்களாக முடங்கிக் கிடக்கிறது. அதன் மதிப்பு 25,000லிருந்து 30,000 டன்கள் என்று கணக்கிடப் பட்டிருக்கிறது. பிற எந்த நாடுகளையும்விட இரண்டு மடங்கு அதிகம். அதோடு இன்றும் உலகம் முழுவதிலும் புழங்கும் தங்கத்தின் கால் பங்கு அல்லது மூன்றில் ஒரு பங்கு இந்தியாவில் இருப்பதாக உலக தங்க கவுன்சில் தெரிவித்திருக்கிறது. ஸ்ரீதனம் என்று பெண்களுக்கு தரப்பட்ட காலத்தில் இருந்தே தங்கம் மீது இந்தியர்களுக்கு மோகம் இருந்து வருவதாக ட்ரவுட்மன் தெரிவிக்கிறார். ஆண் வாரிசுகளுக்கு தந்தையின் சொத்து கிடைப்பதுபோல் அதற்கு பதிலியாக பெண்கள் தமது திருமணத்தின்போது இந்தச் செல்வத்தைப் பெற்றுச் செல்கிறார்கள். அது பெரிதும் தங்க நகைகளாகவே தரப்படுகிறது. பெண்களின் வாரிசுரிமை தொடர்பான சட்டங்கள் மாறிவிட்டிருக்கின்றன. என்றாலும் இந்த ஸ்ரீதன வழிமுறை காலகாலமாகப் பின்பற்றப்படுவருகிறது.

இந்த தங்கத்தை ஏழைப் பெண்களுக்கான சமூகப் பாதுகாப்பைத் தருவதாகவும் அதேநேரம் தேசப் பொருளாதாரத்துக்கு ஆக்கபூர்வமான முதலீடாகவும் ஆக்குவது எப்படி? தங்கத்துக்கு கடன் வழங்குதல், தங்க பத்திரங்கள் போன்றவை இந்த திசையிலான எளிய முயற்சிகள்தான். எனினும் இந்த விஷயத்தில் மிகப் பெரிய வாய்ப்புகள் குவிந்திருக்கின்றன. தொழில் முனைவோரும் தொழில் ஒழுங்கைக் கண்காணிப்பவர்களும் இந்தத் தங்க முதலீட்டில் இருந்து தொடர் வருமானம் கிடைக்கும் வழிகளைக் கண்டடையவேண்டும். தங்கம், வெள்ளி போன்றவற்றைப் பயன்படுத்தி எதையெல்லாம் வாங்க முடியுமோ அதையெல்லாம் செய்ய முடிந்த பாதுகாப்பான, எளிதில் மாற்றத் தகுந்த, கேட்கும் போது திருப்பக் கொடுக்க முடிந்த ஒன்றைக் கண்டடையவேண்டும்.

பத்மனாப ஸ்வாமி கோவிலில் இருந்து கிடைத்த பணத்தை என்ன செய்யலாம்? நிச்சயமாக மீண்டும் அதை அங்கு முடங்கச் செய்யக் கூடாது. அதன் உரிமையாளர்கள் தானமாகத் தரும் அந்தத் தங்கத்தை அரசு நிலையாக முதலீடு செய்து அந்த முதலீட்டில் இருந்து வரும் வருமானத்தை மட்டுமே செலவிடவேண்டும். ஏழைகளுக்கு பள்ளிகள், கல்லூரிகள், மருத்துவமனைகள் கட்டுதல் என்பது ஒரு வழி. கோவிலுக்கு அருகில் மிகப் பெரிய அருங்காட்சியகம் அமைக்கலாம். கிடைத்திருக்கும் செல்வத்தின் அளவை வைத்துப் பார்த்தால் இரண்டையுமே செய்யமுடியும் என்று தோன்றுகிறது.

இந்தியாவின் மாபெரும் கடல் வர்த்தகப் பாரம்பரியத்தை நினைவு படுத்தும் வகையில் உலகின் புகழ்பெற்ற கட்டுமான நிபுணர்களால் வடிவமைக்கப்படும் அருங்காட்சியகம் உலகம் முழுவதிலுமிருந்து சுற்றுலா பயணிகளை நிச்சயம் கவர்ந்திழுக்கும். அவர்களின் வருகை தேசத்தின் பொருளாதாரத்துக்குப் பெருமளவுக்கு உதவவும் செய்யும். பக்தர்களுக்கு இறைவனின் அணிகலன்களைப் பார்த்து பரவசப்படும் வாய்ப்பையும் அந்த அருங்காட்சியம் தரும். ஸ்பெயினின் வடக்குப் பகுதியில் இருக்கும் பில்பாவ் என்ற ஊர் அதிகப் புகழ் இன்றி வெளியுலகுக்குத் தெரியாமல்தான் இருந்தது. ஃப்ராங்க் ஹெரி அங்கு ஓர் அற்புதமான அருங்காட்சியகத்தை நிறுவினார். இன்று உலகமே அந்த ஊருக்குப் படையெடுத்துக்கொண்டிருக்கிறது. ஆனால், இந்த திட்டம் வெற்றி பெறவேண்டுமென்றால் இந்திய அகழ்வாராய்ச்சி ஆய்வுக்கழகத்திடம் இந்தப் பொறுப்பை விடவே கூடாது. அவர்கள் பொறுப்பில் தற்போது இருக்கும் அருங்காட்சியகப் பொருட்கள் எல்லாம் ஆர்வத்தைத் தூண்டுவதற்குப் பதிலாக தூசி படிந்து தூங்கிக் கொண்டிருக்கின்றன. வர்த்தக பாரம்பரிய அருங்காட்சியகத்தை நிர்வகிக்கும் பொறுப்பு தனியார்வசம் விடப்பட்டால், புதிய இந்திய பில்லியனர்களிடையே இப்படியான நற்செயல்களுக்கு ஆர்வம் வரக்கூடும்.

குர்சரண் தாஸ்

ஆசிரியரின் குறிப்பு

இந்தப் புத்தகம் தமிழர் நாடான தமிழகத்தைப் பற்றியது. தமிழ்நாடு என்ற சொல்லுக்குப் பதிலாக அதையே இந்த நூல் முழுவதும் பயன்படுத்தியிருக்கிறேன். இரு வார்த்தைகளும் தரும் பொருள் என்னவோ ஒன்றுதான். ஆனால், தமிழ்நாடு என்பது இன்றைய நவீனகால இந்தியாவின் அங்கமான மாநிலமாகியுள்ளது. ஆனால், தமிழகம் என்ற வார்த்தை பண்டைக் காலத்திலிருந்த மக்களின் மொழி மற்றும் கலாசார அடையாளத்தைப் பிரதிபலிப்பதாக இருக்கிறது.

இந்தப் படைப்பு தமிழ் இலக்கியம் மற்றும் கல்வெட்டுகளை அடிப்படையாகக் கொண்டது. இதில் குறிப்பிடப்பட்டுள்ள தமிழ் சம்பந்தமான அனைத்துக் குறிப்புகளும் என்னால் மொழி பெயர்க்கப் பட்டவை.

என்னுடைய வேர்களை மீண்டும் அடையாளம் காண உதவிய இந்தப் பணியை நான் மேற்கொள்ள அனுமதி அளித்த குர்சரண் தாஸுக்கும் பெங்குவின் இந்தியா நிறுவனத்துக்கும் என் நன்றியைத் தெரிவித்துக் கொள்கிறேன். இதில் உதவிய நண்பர்கள் பலருக்கும் என் நன்றி உரித்தாகுக. குறிப்பாக, பல அரிய புத்தகங்களைக் கொடுத்து உதவிய முனைவர். பி.சண்முகத்துக்கு என்னுடைய நன்றிகள். என் புதல்வி ஜானகி முகுந்தும் 'த புக் ரெவ்யு', டெல்லியைச் சேர்ந்த சந்திரா சாரியும் குறிப்புகளைத் தேடியெடுக்கப் பேருதவி புரிந்தனர். இதற்கான சித்திரங்களை வரைய உதவிய என்னுடைய மருமகன் திரு. ஸ்ரீகுமார் நடராஜனுக்கு நான் பெரிதும் கடமைப்பட்டிருக்கிறேன்.

இந்தப் படைப்பைச் செம்மைப்படுத்தத் தகுந்த ஆலோசனைகளையும் விமர்சனங்களையும் தந்து உதவிய முனைவர் லட்சுமி சுப்பிரமணியத்துக்கும் குர்சரண் தாஸுக்கும் என் நன்றிகள்.

தமிழ் வரலாற்றின் காலவரிசை

பொ.யு.மு. 268- 233	மௌரிய அரசரான அசோகர், தென்னிந்தியாவின் கல்வெட்டுகள் தமிழக அரசுகளைக் குறிப்பிடுகின்றன.
பொ.யு. 1-3ஆம்	நூற்றாண்டு தக்காணத்திலிருந்து வட இந்தியா வரை பரவியிருந்த சாதவாகனப் பேரரசு
பொ.யு. 50-300	சங்க காலம் என்று தமிழ் வரலாற்றில் பொதுவாகக் குறிப்பிடப்படுவது. மூன்றாம் தமிழ் சங்கத்திலிருந்து கிடைத்த நூல்கள். தமிழகம் மூவேந்தர்களான சேர, சோழ, பாண்டியர்களாலும் பல குறுநில மன்னர் களாலும் ஆளப்படுவது. மேற்கில் ரோமாபுரி/ மத்தியதரைக்கடல் பகுதியோடும் தென்கிழக்கு ஆசிய நாடுகளோடும் வர்த்தகத் தொடர்பு
பொ.யு. 75	ப்ளினியின் இயற்கை வரலாறு, பெரிப்ளஸ் ஆஃப் எரித்ரியன் ஸீ
பொ.யு. 78	கனிஷ்கர் குஷாணப் பேரரசைத் தோற்றுவித்தல். சாகா வருடக்கணக்கு ஆரம்பம்.
பொ.யு. 125	தாலமியின் புவியியல் வழிகாட்டி
பொ.யு. 319-455	வடக்கில் குப்தப் பேரரசு
பொ.யு. 300-550	தமிழகத்தில் ‘களப்பிரர் இடைக்காலம்’ வரலாற்றுப் பதிவுகள் இன்மை. சமண, புத்த மதங்கள் தமிழகத்தில் பரவுதல். சிலப்பதிகாரம், மணிமேகலை போன்ற காப்பியங்களும் அறநூலான திருக்குறளும் இயற்றப்பட்டது
பொ.யு. 5ம்	நூற்றாண்டின் ஆரம்பம் தென்கிழக்கு ஆசிய நாடுகளில் இந்து அரசுகள் உருவாதல் : காம்போஜா, சம்பா

பொ.யு. 550-900	தமிழ்ப்பேரரசுகள் உதயமாதல். வட தமிழகத்தில் காஞ்சிபுரத்தைத் தலைநகராகக் கொண்டு பல்லவர்களும் தெற்கில் மதுரையைத் தலைநகராகக் கொண்டு பாண்டியர்களும் ஆட்சிசெய்தல்
	முக்கியப் பல்லவ மன்னர்கள் : பொ.யு. 555-590 சிம்மவிஷ்ணு பொ.யு. 590-630 மகேந்திரவர்மன் I பொ.யு. 630-668 நரசிம்மவர்மன் I பொ.யு. 695-728 ராஜசிம்மன் (நரசிம்மவர்மன் II) பொ.யு. 731-796 நந்திவர்மன் II பொ.யு. 846-869 நந்திவர்மன் III
	இந்து மறுமலர்ச்சியும் பக்தி இயக்கமும். பொ.யு. 668ல் இலங்கையின் மீது கடற்படையெடுப்பு. இலங்கையின் மீது ஏற்பட்ட பல படையெடுப்புகளின் முன்னோடி
	மகேந்திரவர்மரின் ஆட்சியிலும் நரசிம்மவர்மரின் ஆட்சியிலும் வாதாபிச் சாளுக்கியருடன், இரண்டாம் புலிகேசியுடன் தொடர்ந்த பல்லவ சாளுக்கியப் போர்கள்.
பொ.யு. 543-755	சாளுக்கியர்கள்
பொ.யு. 606-647	கன்னோஜியின் அரசரான ஹர்ஷவர்த்தனர்
பொ.யு. 630-643	சீன புத்த யாத்திரிகரான யுவான் சுவாங்கின் வருகை
பொ.யு. 7ம் நூற்றாண்டு	தென்கிழக்கு ஆசியாவில் இந்து அரசுகள் - மியான்மார், மலாய் தீபகற்பம், ஸ்ரீவிஜயம் (சுமத்ராவிலுள்ள பாலாம்பாங்), ஜாவா, போர்னியோ
பொ.யு. 8ம் நூற்றாண்டு	சைலேந்திர அரசர்கள் இந்து அரசான ஸ்ரீவிஜயத்தை வீழ்த்திவிட்டு ஜாவாவிலிருந்து சுமத்ரா மற்றும் கேடா வரை மலாய் தீபகற்பத்தில் ஓர் அரசை அமைத்தல்
பொ.யு. 8ம் நூற்றாண்டு	தக்காணத்தில் ராஷ்ட்ரகூடர்களின் ஆட்சி. வட இந்தியாவில் கூர்ஜர ப்ரதிஹரர்கள் மற்றும் பால அரசர்கள்
	பொ.யு. 850-1279 சோழப் பேரரசு. முக்கிய சோழ அரசர்கள்:

	பொ.யு. *985-1016* ராஜராஜர் I
	பொ.யு. *1012-1044* ராஜேந்திரர் I
	பொ.யு. *1070-1122* குலோத்துங்கர் I
	பொ.யு. *1118-1135* விக்கிரம சோழர்
	பொ.யு. *1133-1150* குலோத்துங்கர் II
	சோழப்பேரரசின் விரிவு. ராஜேந்திரரின் பேரனும், கீழைச்சாளுக்கிய வம்சத்தவருமான முதலாம் குலோத்துங்கர் அரசரானதால், சோழர்களும் கீழைச்சாளுக்கிய அரசுகளும் ஒன்றிணைப்பு,
	அரசியல் மற்றும் நிர்வாகத்தின் வளர்ச்சியும் உள்ளூர் சபைகள் வலுவடைந்ததும். பல பெரிய கோவில்களும் கோவில் வளாகங்களும் கட்டப்பட்டன. இவை சோழர் ஆட்சியின் முக்கிய அடையாளங்களாகவும் மையச் சமூக நிறுவனங்களாகவும் விளங்குதல்
பொ.யு. *993-1073*	சோழர்களின் கடற்படையெடுப்புகளும் இலங்கைமீதான தொடர்ச்சியான படையெடுப்புகளும்
பொ.யு. *993*	முதலாம் ராஜராஜரின் இலங்கைப் படையெடுப்பு
பொ.யு. *1017-18*	முதலாம் ராஜேந்திரரின் இலங்கைப் படையெடுப்பு
	இலங்கை, சோழ அரசின் ஒரு பகுதியாக மாற்றம்.
	ராஜேந்திரருக்குப் பின் வந்த அரசர்களும் இலங்கைமேல் படையெடுப்பு
பொ.யு. *1073*	விஜயபாகு சோழர்களை வீழ்த்தி இலங்கையை மீட்டல்
பொ.யு. *1025*	கடாரத்தையும் ஸ்ரீவிஜயத்தையும் முதலாம் ராஜேந்திரர் வெற்றி கொண்டது
பொ.யு. *1100*	கம்போடியாவில் அங்கோர்வாட் கோவில்
பொ.யு. *1000-1026*	கஜினி முகம்மதுவின் வட இந்தியப் படையெடுப்புகள்
பொ.யு. *1200*	டெல்லி சுல்தான் சாம்ராஜியம் உருவாக்கப்படுதல்

முகவுரை

வரலாற்றுப் பின்னணி[1]

பதிவுசெய்யப்பட்ட வரலாற்றுக் காலத்துக்கு முன்பே, தமிழர்கள் வாழ்ந்த பகுதியான தமிழகம் தனிப்பட்ட மொழி, கலாசார அடையாளத்தைக் கொண்டிருந்தது. பொ.யு.மு. மூன்றாம் நூற்றாண்டில், தென்னிந்தியாவுடனான வர்த்தக வாய்ப்புகள் பற்றியும் அப்பகுதியில் உற்பத்தி செய்யப்படுகிற பொருட்கள் பற்றியும் கௌடில்யர் தனது அர்த்தசாஸ்திரத்தில் குறிப்பிட்டிருக்கிறார். பேரரசர் அசோகர் தனது கல்வெட்டுகளில் தமிழகத்தின் அரசர்களைப் பற்றி, சோழா, பாண்டியா, கேரளபுத்திரா, சத்யபுத்திரா என்று குறித்திருக்கிறார். அதாவது மூவேந்தர்களான சோழர், பாண்டியர், சேரர் ஆகியோரைப் பற்றிய குறிப்பு அது.

மௌரியர்களுக்குப் பிறகு தக்காணம் சாதவாகனர்களால் பொ.யு. முதல் நூற்றாண்டிலிருந்து மூன்றாம் நூற்றாண்டு வரை ஆளப்பட்டது. அவர்களது பேரரசு வட இந்தியாவின் சில பகுதிகளையும் கொண்டதாக இருந்தது. பொ.யு. 78ல் கனிஷ்கர் குஷாணப் பேரரசை உருவாக்கி சாக வருடத்துக்கு அடிகோலினார். இவற்றை ஒப்பு நோக்குகையில் தமிழகம் எந்த ஒரு பேரரசையும் நீண்ட நாட்களுக்கு உருவாக்கவில்லை.

பொ.யு. முதலாம் நூற்றாண்டிலிருந்து மூன்றாம் நூற்றாண்டு வரையான காலம் சங்க காலம் என்று தமிழ் வரலாற்றில் அறியப் படுகிறது. தமிழகம் தன் பெயரையும் அடையாளத்தையும் அதனை ஆண்ட அரசர்களிடமிருந்து அல்லாமல், அந்தப் பகுதிக்கு ஒற்றுமையைக் கொடுத்த தமிழ் மொழியால் பெற்றது. தமிழ்ச் சங்கம் என்பது தமிழ் புலமையையும் இலக்கியத்தையும் வளர்த்த இடமாக மதுரையில் அமைந்திருந்தது. ஆனால், மூன்றாவது, கடைச் சங்கத்தின் கையெழுத்துப் பிரதிகள் சிலவே நமக்குக் கிடைத்தன.

தமிழகம் மூன்று அரசர்களால், அதாவது மூவேந்தர்களால் ஆளப்பட்டது. பாண்டியர்களின் தலைநகராக மதுரையும், சோழர்களின்

தலைநகராக திருச்சியை அடுத்த உறையூரும், சேரர்களின் தலைநகராக வஞ்சியும் (கரூர்) விளங்கின. இது தவிர வேளிர்கள் என்று அழைக்கப் பட்ட குறுநில மன்னர்களும் ஆட்சி புரிந்தனர். கவிதைகளில் இந்தக் காலகட்டத்தின் பல அரசர்களைப் பற்றி குறிப்பிடப்பட்டிருந்தாலும், அவர்களது குலத்தைப் பற்றியும் வம்சத்தைப் பற்றியும் அதிகம் அறிய முடியவில்லை.

அடிக்கடி போர்கள் நிகழ்ந்து கொண்டிருந்தாலும், முதலாம் நூற்றாண்டு வர்த்தகத்தைப் பொறுத்தவரை ஒரு பொற்காலமாகத்தான் இருந்தது. குறிப்பாக ரோமானியர்களுடனான இந்த வர்த்தகத் தொடர்பு, பொ.யு. 75ல் ரோமின் விலையுயர்ந்த உலோகங்கள் வெளியில் எடுத்துச் செல்லப் படுவதைத் தடுக்கப் பேரரசர் வெஸ்பாஸியன் தமிழகத்துடனான வர்த்தகத்தைக் குறைக்கும்வரை தொடர்ந்தது. சங்க இலக்கியங்கள் தென்கிழக்கு ஆசிய நாடுகளுடன் கொழித்திருந்த கடல் வர்த்தகத்தைப் பற்றியும் குறிப்பிடுகின்றன. பொ.யு. 75ல் யாரோ ஒருவரால் எழுதப் பட்ட பெரிப்ளஸ் ஆஃப் எரித்திரியன் ஸீ என்ற நூல், இந்தியாவின் கிழக்கு மற்றும் மேற்குக் கரையில் இருந்த துறைமுகங்கள் பற்றியும் அங்கு நடைபெற்ற வர்த்தகம் பற்றியும் தெரிவிக்கிறது.

ஆனால், பொ.யு. 300லிருந்து 500 வரை தமிழக வரலாற்றைப் பற்றிய குறிப்புகள் எதுவும் கிடைக்கவில்லை. எனவே, தமிழகத்தைப் பொறுத்தவரை இந்தக் காலகட்டம் இருண்ட காலமாகக் கருதப்படுகிறது. அதிகம் அறியப்படாத, புத்த மதத்தைச் சேர்ந்தவர்களும், தமிழ் இலக்கியங்களில் தீய ஆக்கிரமிப்பாளர்கள் என்று குறிக்கப்படும் களப்பிரர்கள் ஆண்ட இக்காலத்தை, களப்பிரர் காலம் என்று அழைப்பதுண்டு. சமண மதமும் புத்த மதமும் தமிழகத்தில் இக்காலத்தில்தான் வேரூன்றின. சிலப்பதிகாரம், மணிமேகலை போன்ற காவியங்களும், தமிழின் சிறந்த அறநூல்களில் ஒன்றான திருக்குறளும் எழுதப்பட்ட[2] இக்காலத்தை முற்றிலும் இருண்ட காலம் என்று அழைப்பது பொருந்தாது.

சிலப்பதிகாரத்தில் சமண மதத்தின் பாதிப்புகள் உண்டு. அதேபோல் மணிமேகலை, புத்த மதத்தைச் சார்ந்த காவியம். திருக்குறளில் சமயம் சார்ந்த குறிப்புகள் இல்லையென்றாலும், அதை இயற்றிய திருவள்ளுவர் சமண சமயத்தைச் சேர்ந்தவர் என்று சிலரால் சொல்லப் படுவதுண்டு. இதற்கு நேர்மாறாக இந்த 'இருண்ட காலத்தின்' போது, வட இந்தியாவில் குப்தர்கள் ஒரு பலம்பொருந்திய பேரரசை ஆண்டு வந்தனர்.

ஐந்தாம் நூற்றாண்டின் முற்பகுதியில் இந்து அரசர்கள் தென்கிழக்கு ஆசியாவில் உள்ள காம்போஜம் (கம்போடியா), சம்பா (வியட்நாம்)

போன்ற நாடுகளில் ஆட்சி செய்யத் தொடங்கினர். ஏழாம் நூற்றாண்டில் இந்து அரசுகள் பர்மாவிலும், மலாய் தீபகற்பத்திலும், சுமத்ராவிலுள்ள ஸ்ரீவிஜயம் (பலேம்பங்), ஜாவா (தமிழில் சாவகம்), போர்னியோ ஆகிய நாடுகளில் அமைந்திருந்தது.

ஆறாம் நூற்றாண்டின் மத்தியில் இருந்து பத்தாம் நூற்றாண்டின் மத்திவரையான கால கட்டத்தில் தமிழகம் ஒன்றுக்கு மேற்பட்ட விதங்களில் மறுமலர்ச்சி அடைந்தது. களப்பிரர்கள் தோற்கடிக்கப் பட்டுப் பேரரசுகள் மீண்டும் தமிழகத்தில் எழுந்தன. முதலில் வட தமிழகத்தில் பல்லவர்களின் பேரரசு உருவானது. சிறந்த பல்லவ மன்னர்களில் முதலாமவர் சிம்மவிஷ்ணு (பொ.யு. 556 -589). அவருக்குப் பின் அவரது புதல்வர் மகேந்திர வர்மன் (பொ.யு. 590-629), பேரன் முதலாம் நரசிம்மவர்மன் ஆகியோர் சிறப்பாக ஆட்சி புரிந்தனர்.

மகேந்திரவர்மன் காலத்தில் இந்து சமயம் தமிழகத்தில் புத்துணர்ச்சி அடைந்தது. சைவ சமயக் குரவர்களில் ஒருவரான திருநாவுக்கரசர் இதற்கான காரணமாகச் சொல்லப்படுகிறார். பக்தி இயக்கம் என்று சொல்லப்படுகிற இந்து மறுமலர்ச்சி இயக்கம் அப்போதிலிருந்து துவங்கியது. சைவ, வைணவ அடியார்கள் பத்திச் சுவையும் மொழிவளமும் இலக்கியச் செழுமையும் நிறைந்த பாடல்களைக் கொண்ட தேவாரத்தையும் நாலாயிர திவ்யப் பிரபந்தத்தையும் இயற்றினார்கள்.

இலங்கையின் மீதான முதல் படையெடுப்பு முதலாம் நரசிம்மவர் மனால் பொ.யு. 668ல் சிங்கள இளவரசன் மானவர்மனுக்கு அவனுக்கு உரிய அரசைப் பெற்றுத்தருவதற்காக நிகழ்த்தப்பட்டது. மற்ற சிறந்த பல்லவ மன்னர்கள் வரிசையில் ராஜசிம்ம பல்லவன் (பொ.யு.690-728/9), இரண்டாம் நந்திவர்மன் (பொ.யு. 731-96), மூன்றாம் நந்திவர்மன் (பொ.யு. 846-69) ஆகியோரைக் குறிப்பிடலாம். பல்லவர்களின் நேரடி வம்சத்துக்கு வாரிசு இல்லாததால் இரண்டாம் நந்திவர்மன் சிறுவனாக இருக்கும்போதே அரசாளத் தேர்ந்தெடுக்கப் பட்டது குறிப்பிடத்தக்கது.

அதே சமயத்தில் தென் தமிழகத்தில் பாண்டியப் பேரரசும் வலிமை யடைந்து கொண்டிருந்தது. இந்த நான்கு நூற்றாண்டுகளில் பல்லவ பாண்டிய அரசுகள் தங்கள் ஆதிக்கத்தைத் தமிழகத்தில் நிலைநாட்டு வதற்காகப் பல போர்களில் ஈடுபட்டன.

வடமேற்கில், வாதாபிச் சாளுக்கியர்கள் ஒரு பேரரசை ஆண்டு கொண்டிருந்தனர். வடக்கில் ஹர்ஷவர்த்தனர் கன்னோஜியைத் தலைநகராகக் கொண்டு மற்றுமொரு பேரரசை ஆண்டுவந்தார். பல்லவர்களும் சாளுக்கியர்களும் ஒருவரது பகுதியை மற்றவர் ஆக்கிரமித்துப் பல போர்களில் ஈடுபட்டனர். இவற்றில் குறிப்பிடத்தக்கது,

முதலாம் நரசிம்மவர்மன் வாதாபி மீது போர்தொடுத்து இரண்டாம் புலிகேசியைப் போரில் கொன்றதாகும்.

ஏழாம் நூற்றாண்டில் சீனாவிலிருந்து வந்த பௌத்த யாத்திரிகர்களான யுவான் சுவாங் போன்றோர் இந்தியாவின் பல பகுதிகளுக்குப் பயணம் செய்து, அது பற்றிய தங்களது விரிவான குறிப்புகளை எழுதிவைத்திருக்கிறார்கள். டாங் வம்ச ஆட்சியின் இறுதியில் (பொ.யு. 900) சீனாவிலிருந்து இந்தியாவுக்கும் மற்ற நாடுகளுக்குமான நில மற்றும் கடல் வணிகத் தொடர்புகள் குறையத் தொடங்கின. சாங் வம்சம் அரசுக்கு வரும் வரை இந்த நிலை தொடர்ந்தது.

எட்டாம் நூற்றாண்டில் இந்து அரசான ஸ்ரீவிஜயப் பேரரசு, ஜாவா, சுமத்திரா, மலாய் தீபகற்பம் (கெடா அல்லது கடாரம்) ஆகிய பகுதிகளை ஆண்டுகொண்டிருந்த சைலேந்திரர்களால் வீழ்த்தப் பட்டது. தென் கிழக்கு ஆசியாவின் மிகப் பெரிய, சக்திவாய்ந்த பேரரசாக அது மாறியது.

பொ.யு. 750 லிருந்து 900 வரை தக்காணம் ராஷ்ட்ரகூடர்களால் ஆளப்பட்டது. வடக்கில் பாலர்கள், கூர்ஜர பிரதிகரர்கள், சந்தேலர்கள் போன்ற பலம் வாய்ந்த அரசுகள் இருந்தன. ஆனால், அவை ஹர்ஷவர்த்தனரின் பேரரசைப் போன்ற சிறப்பைப் பெறவில்லை.

அதன் பிறகு சோழப்பேரரசு உருவெடுத்தது. பொ.யு. 850லிருந்து 1279வரையான நான்கு நூற்றாண்டுகளில் தமிழகத்தின் சிறந்த அரசாக விளங்கியது. ஆறாம் நூற்றாண்டின் பின் பல்லவர்களாலும் பாண்டியர் களாலும் வலுவிழந்த சோழர்கள் ஒன்பதாம் நூற்றாண்டில் விஜயாலய சோழனால் (பொ.யு. 850 - 71) தலையெடுக்கத் தொடங்கினர். சோழப் பேரரசின் ஆகச் சிறந்த அரசர்களாக முதலாம் ராஜராஜரும் (பொ.யு. 985-1016), முதலாம் ராஜேந்திரரும் (பொ.யு. 1012-44) விளங்கினர். இருவரும் தங்களது போர் வலிமையால் நாட்டின் எல்லைகளை விரிவுபடுத்தினர்.

ராஜேந்திரரின் படைகள் வடக்கே கங்கை நதி வரைக்கும் சென்று வெற்றி பெற்று, அவருக்கு கங்கைகொண்ட சோழர் என்ற பெயரைப் பெற்றுத்தந்தது. இருவரும் கடல் போரிலும் தங்கள் திறனைக் காட்டி பொ.யு. 993 மற்றும் பொ.யு. 1017-18ல் இலங்கையை வென்று அதைச் சோழ சாம்ராஜ்யத்தின் ஒரு பகுதியாக மாற்றிக்கொண்டனர். இலங்கை அரசர் விஜயபாகு பொ.யு. 1073ல் மீட்டு அதனை சுதந்தர நாடாக அறிவித்தார். சோழ வம்சத்தின் மற்ற குறிப்பிடத்தக்க அரசர்கள் முதலாம் குலோத்துங்க சோழர் (பொ.யு. 1070-1122), விக்கிரம சோழர் (பொ.யு. 1118-35), இரண்டாம் குலோத்துங்க சோழர் (பொ.யு. 1133-50).

பன்னிரண்டாம் நூற்றாண்டின் மத்தியில் சோழர்களில் வலு குறையத் தொடங்கினாலும், அடுத்து ஒரு நூற்றாண்டுவரை (பொ.யு. 1279) சோழர்கள் ஆட்சி செய்தனர்.

சோழர்களுடைய நிர்வாகத்தில் வரி நிர்ணயம் செய்வது, வருவாய் மண்டலங்களை வரையறுப்பது, உள்ளூர் வணிக நிறுவனங்களை ஏற்படுத்துவது என்று பல மாறுதல்கள் செய்யப்பட்டன. சமூக வாழ்விலும் நாட்டின் நில அமைப்பிலும் ஆதிக்கம் செலுத்திய பெரிய கோவில்களும் கோவில் வளாகங்களும் சோழர் ஆட்சியில் முக்கியப் பங்கு வகித்தன. இவற்றுள் அதிகப் பிரபலமானது, தஞ்சாவூரில் முதலாம் ராஜராஜரால் கட்டப்பட்டு பொ.யு. 1010ல் கும்பாபிஷேகம் செய்யப்பட்ட ராஜராஜேஸ்வரம் என்னும் 'பெரிய கோவில்' தான். தென்கிழக்கு ஆசியாவிலிருந்த இந்து அரசுகள் சோழர் ஆட்சி முடியும் வரை, ஏன் அதற்குப் பிறகும் பெரிய தடங்கல்கள் இல்லாமல் நீடித்தன. பன்னிரண்டாம் நூற்றாண்டின் முற்பகுதியில் கம்போடியாவிலுள்ள அங்கோர்வாட்டில் பிரம்மாண்டமான கோவில் நிர்மாணிக்கப்பட்டது.

தமிழகத்தில் நிலவிய அரசியல் ஸ்திரத்தன்மைக்கு நேரெதிராக, வட இந்தியா பதினொன்றாம் நூற்றாண்டின் ஆரம்பத்திலிருந்து பல மாற்றங்களைச் சந்தித்துக் கொண்டிருந்தது. அதற்கு முக்கியக் காரணம் கஜினி முகமது அடிக்கடி நிகழ்த்திய ஆக்கிரமிப்புகள்.

பன்னிரண்டாம் நூற்றாண்டின் இறுதியில் முகமதிய அரசுகளின் ஆட்சி தொடங்கியது. டெல்லி சுல்தான்களின் ஆட்சி பல நூற்றாண்டுகள் தொடர்ந்தன.

1

நவீன காலத்துக்கு முந்தைய வணிகர்களும் வணிகமும்: பிரச்னைகள் மற்றும் உள்விவரங்கள்

பல நூறாண்டுகளாக, இந்தியப் பெருங்கடல் உலகக் கடல் வணிகத்தின் மையமாக விளங்கியது. அப்போது அறியப்பட்ட உலகத்தில் மேலைநாடுகளை மத்தியதரைக் கடலிலிருந்து கிழக்கிலுள்ள தென் சீனக் கடலுடன் இணைக்கும் கேந்திரமான பகுதியாக அது இருந்தது. ஆப்பிரிக்காவின் மேற்குக் கடற்கரைப் பகுதியிலிருந்து தென்கிழக்கு ஆசியாவரை நீண்டிருந்த இந்தியப் பெருங்கடல் மண்டலம் பற்பல சமூகங்களையும், மதங்களையும் கலாசாரங்களையும் கொண்டிருந்தது.

இந்த மண்டலத்தின் மையப்பகுதியாக, இந்தியாவின் கிழக்கிலும் மேற்கிலும் அமைந்துள்ள துறைமுகங்கள், முக்கியமான பண்டமாற்றுக் கேந்திரங்களாகவும் கலாசாரப் பரிவர்த்தனை மையங்களாகவும் விளங்கின. இதற்கு அடிப்படைக் காரணம், மேற்கிலிருந்து வரும் வணிகக் கப்பல்கள், வங்காள விரிகுடாவைத் தாண்டிப் பயணித்ததில்லை. அதேபோல், கிழக்கிலிருந்து, குறிப்பாக சீனாவிலிருந்து வரும் கப்பல்கள், கேரளாவின் துறைமுகங்களைத் தாண்டி மேற்கே சென்றதில்லை.

இந்தியப் பெருங்கடல் வர்த்தகத்தின் இந்த எல்லைகள், பல நூற்றாண்டுகளாக நிலைத்தன்மை பெற்றுத்

தொடர்ந்திருந்தது. ஐரோப்பிய நாடுகள் இந்த வர்த்தக சூழலை ஊடுருவியபோதும் இது பெரிதாக மாற்றமடையவில்லை. இவ்வாறு மண்டல மற்றும் உள்ளூர்ச் சந்தைகளை வெளிநாடுகளின் துறைமுகங்களுடனும் சந்தைகளுடனும் ஒன்றிணைக்கும் வர்த்தகச் சங்கிலியில் கடல் வணிகத்துக்கு ஒரு பங்கு உண்டென்றாலும், இந்தப் பொருளாதார மாற்றத்தில் வணிகர்களின் பங்கும் சாமானியமானதல்ல.

பிரச்னைகளும் உள்விவரங்களும்

பண்டைக்காலத்தில் நடைபெற்ற வர்த்தகமும், வர்த்தகர்களின் நடவடிக்கைகளும், அக்கால நிறுவன நடைமுறைகளைப் பற்றிப் பல கேள்விகளை எழுப்புவதோடு பல உள்விவரங்களையும் அளிக்கின்றன. அடிப்படையில், வர்த்தகம் தனித்திறன் வாய்ந்த நடவடிக்கையாக ஒரு குறிப்பிட்ட பிரிவினரால் மேற்கொள்ளப்பட்டு வந்தது. அது குறைவான நிலையில் இருந்து வளர்ந்து பரவலாகச் செயல்பட்ட ஒரு பொருளாதாரத்தைக் காட்டுகிறது. வர்த்தகத்துக்கு மட்டுமல்லாமல் உற்பத்திக்கும் நுகர்தலுக்கும்கூட இது பொருந்தும்.

முதன்மைப் பொருட்களின் உற்பத்தி வெளியூர்ச் சந்தைகளைக் குறிவைத்தே இருந்தது. அதேபோல், சந்தைகளுக்குத் தேவையான பல வகையான பொருட்களின் உற்பத்தியை வர்த்தகம் ஊக்குவித்தது. இதனால் திறன்கள், அடிப்படைத் தொழில்நுட்பம், தனித்திறமைகள் ஆகியவை வளர்ந்தன. உள்ளூரில் தயாரிக்கப்பட்ட பொருட்களைவிட அதிகமாக நுகர்தல் வளர்ச்சியடைந்தது. சுருங்கச் சொன்னால், தொழில்துறை முதலாளித்துவத்தின் வளர்ச்சிக்கு முன், நவீன காலத்துக்கு முந்தைய காலகட்டத்தில், பொருளாதார வளர்ச்சிக்கு அடிப்படையாக வர்த்தகமே இருந்தது.

பண்டைக்கால வர்த்தகத்தில், அபாயங்களைத் தவிர்ப்பது மிக முக்கியமான நோக்கமாக இருந்தது. வர்த்தகக் குழுக்களும் நிறுவனங்களும் வர்த்தகத்தில் ஏற்படுகிற அபாயங்களைப் பற்றிப் பேசி முடிவு செய்வதில் அதிகக் கவனம் செலுத்தின. அபாயங்களைப் பொறுத்தவரை இரண்டு அம்சங்கள் இருந்தன. ஒன்று, கடலிலும் நிலத்திலும் நிகழ்த்தப்படுகிற நெடுந்தூர வர்த்தகத்தினால் உடலுக்கும் உடைமைகளுக்கும் ஏற்படுகிற அபாயங்கள். நில வர்த்தகத்தைப் பொறுத்தவரை, பண்டைய அரசுகள் அவற்றின் குறுகிய எல்லைகளுக்கு அப்பால் தூரப் பகுதிகளுக்கு போதுமான பாதுகாப்பு அளிப்பதில்லை என்ற காரணத்தால், வர்த்தகர்கள் பாதுகாப்பற்ற சாலைகளில் பல அபாயங்களைச் சந்திக்க நேரிட்டது.

நெடுந்தூர வர்த்தகப் பாதைகளில் பயணிகளுக்கு பாதுகாப்பு அளிக்கும் வண்ணம், கண்காணிக்கும் வசதியும் இல்லை. அதேபோல், வெளிநாட்டுக் கடல் வர்த்தகத்தில், பழங்காலக் கப்பல்களைக் கொண்டு நீண்ட கடல் பிரயாணங்களை மேற்கொள்ளும் அபாயத்தைத் தவிர, வெளிநாடுகளில் உள்ள துறைமுகங்களின் வர்த்தகர்கள் நீண்ட காலம் தங்கியிருக்கவேண்டிய தேவையும் இருந்தது. இரண்டாவது அம்சம், தகவல் தொழில்நுட்பம் வளர்ச்சியடையாத அக்காலத்தில், சரியான தகவல்கள் கிடைக்கப்பெறாமையினால் உண்டாகும் அபாயங் களைச் சார்ந்தது. வணிகர்கள் தொலைதூரச் சந்தைகளைப்பற்றி மிகக் குறைந்த, பெரும்பாலும் உறுதியாக நம்ப இயலாத தகவல்களின் அடிப்படையிலேயே தங்கள் வர்த்தகத்தை மேற்கொண்டுவந்தனர். இத் தகவல்களை வைத்தே எதை, எவ்வளவு கொள்முதல் செய்வது, எங்கு எப்போது விற்பனை செய்வது போன்ற முடிவுகளை எடுத்தனர்.

பண்டைக்காலக் கடல்பயணங்கள், குறிப்பாக இந்தியப் பெருங்கடல் பயணங்கள், பருவக்காற்றின் மாற்றங்களைப் பொறுத்தே அமைந்தன. பருவகாலங்களின் மாறிவரும் காற்றின் திசைக்கேற்ப பயணங்கள் மேற்கொள்ளப்பட்டன. இது பயணங்களைப் பெருமளவில் பாதித்து, வணிகர்கள் தங்கள் நடவடிக்கைகளை முடித்துக்கொண்டு தாய்நாடு திரும்புவதற்கு முன் வெளிநாட்டுத்துறைமுகங்களில் நீண்ட நாள் தங்கவேண்டிய அவசியத்தையும் ஏற்படுத்தியது. இதனால் பன்னாட்டுத் துறைமுகங்களில் பல நாடுகளைச் சேர்ந்த வர்த்தகர்களின் எண்ணிக்கை அதிகரித்தது. இந்நிலை பதினெட்டாம் நூற்றாண்டுவரை நீடித்தது. இது போன்ற வர்த்தகக் குழுக்கள் வெளிநாடுகளிலிருந்து குடிபுகுந்த சமூகங்களாக, பல்வேறு துறைமுகங்களில் தனிப்பட்ட பகுதிகளில் வசித்தனர். இதனால், இரண்டு இயல்பான மாற்றங்கள் நிகழ்ந்தன. முதலாவது, தங்கள் கலாசார அடையாளத்தையும் தனித்தன்மையையும் பாதுகாப்பதில் மிகுந்த தீவிரம் காட்டின.

இரண்டாவது, உள்ளூர் சமூகத்துடன் கலாசார மற்றும் சமூக ரீதியாக இக்குழுக்கள் இணைந்து செயல்பட வேண்டியிருந்தது. இதனால், பல நாடுகளில் மத, கலாசார ரீதியிலான மாற்றங்கள் நிகழ்ந்தன. இதன் விளைவாக, உள்ளூர் சமூகங்கள் தங்கள் அடையாளத்தைத் தக்கவைத்துக் கொள்வதற்காக, வெளிநாட்டு வர்த்தகக் குழுக்களைத் தனிமை ப்படுத்தவும் நேரிட்டது.[1] இது போன்ற கலாசார ஒன்றிணைப்பு களுக்கும் சமூக தனிமைப்படுத்தல்களுக்குமான சாட்சிகள் இப்போதும் காணக் கிடைக்கின்றன. அவற்றில் சில, தென்கிழக்கு ஆசிய நாடுகளின் துறைமுகங்களில் உள்ள பெருமளவிலான சீனக் குடியிருப்புகள், இந்தியாவிலும் இந்தோனேசியாவிலும் மேற்குக் கரையில் காணப்படும் இஸ்லாமியர்களின் தாக்கம், கம்போடியா, அங்கோரில்

உள்ள இந்துக் கோவில், தென்கிழக்கு ஆசியாவில் உள்ள இஸ்லாமிய, ஏன் புத்த சமயம் சார்ந்த சமூகங்களில் இந்திய இதிகாசங்களான ராமாயணம் மற்றும் மகாபாரதத்தின் தாக்கங்களும் சமஸ்கிருதப் பெயர்களும். இது போன்ற பல்-கலாசாரப் பிணைப்பு பல நூறாண்டு களாக வர்த்தக வரலாற்றை உருவாக்குவதில் பெரும் பங்கு வகித்தன.

மற்றொரு முக்கியக் காரணி, வர்த்தகத்தை வளர்ப்பதில் நாடுகளுக்கு இருந்த பங்கு. இங்கே நாடு என்பதை ஒரு பலமான, மத்திய அரசாகக் கொள்ளவேண்டியதில்லை. நாடு என்பதில் உள்ளூர் நிர்வாகங்கள், நிறுவனச் சபைகள் மற்றும் பிராந்திய அரசுகள் அடங்கியிருந்தன. பண்டைக்கால வணிகத்தில் ஆராய வேண்டிய இன்னொரு முகம் இது போன்ற நிறுவனங்களும் வர்த்தகம் மற்றும் வணிகத்தில் அவற்றின் குறுக்கீட்டால் ஏற்பட்ட விளைவுகளும் ஆகும்.

நிறைவாக, நாம் பண்டைய பொருளாதாரத்தில் முக்கியப் பாத்திரங் களான வணிகர்களைப் பற்றிய கேள்விகளைப் பார்க்கவேண்டும். அவர்களுடைய நடவடிக்கைகளின் எல்லைகள் என்ன, பணி அடிப்படையில் பிரிந்திருந்த வர்த்தகக் குழுக்களிடையே என்ன மாதிரியான பரிவர்த்தனைகள் நிகழ்ந்தன? கடல் வணிகத்தில் அவர்களுடைய தொடர்பு என்ன? கடலோர மற்றும் நீண்டதூரக் கடல் வணிகத்தில் பயன்படுத்தப்பட்ட கப்பல்களை அவர்கள் சொந்தமாக வைத்திருந்தார்களா? பண்டைய ஆசிய நாடுகளுக்கு இடையேயான வர்த்தகத்தில் அவர்களுடைய நடவடிக்கைகள் சிறு வணிகர்களைப் போல இருந்ததா?.[2]

இந்த நூலின் நோக்கம் இது போன்ற பிரச்னைகளையும் வர்த்தகத்தின் சிக்கலான ஓட்டத்தையும் ஆராய்வது. பண்டைய மற்றும் இடைக்கால கட்டத்தில், உற்பத்தி, போக்குவரத்து, தகவல் தொடர்பு போன்ற வற்றில் மிகப் பின்னடைந்த நிலையில் தொழில்நுட்ப வளர்ச்சி இருந்தபோதிலும், வர்த்தகம் செழிப்பாக நடைபெற்றது என்பது குறிப்பிடத்தக்கது. எனவே தமிழக வர்த்தகர்கள், அரசுகள் மற்றும் சமூகப் பின்னணியில் இவற்றை ஆராய்வோம்.

தமிழக வணிகர்களும் வர்த்தகமும் - ஒரு குறிப்பு

பண்டைய வரலாற்றைத் தொகுப்பது என்பது நமக்கு எந்தவிதமான சரித்திர ஆதாரங்கள் கிடைக்கின்றன என்பதைப் பொறுத்ததாகும். அக்காலத்தைப் பற்றிய ஆதாரங்களைத் தேடுவது நமக்கு இரண்டு விதமான பிரச்னைகளை அளிக்கிறது. ஒன்று, போதுமான அளவு ஆதாரங்கள் கிடைப்பதில்லை. இரண்டு, கிடைத்த ஆதாரங்களின் நம்பகத்தன்மையைக் குறித்த பிரச்னை. தமிழர்களின் நாடான

தமிழகத்தைப் பொறுத்தவரையில், பொதுவருடங்களின் ஆரம்பத்தில் சங்க காலத்தில் எழுதப்பட்ட இலக்கியங்கள்[3] அக்காலத்திய வரலாற்றின் முக்கிய ஆதாரமாக விளங்குகின்றன.

ஆனால், அவற்றில் வருட வாரியான அமைப்பையோ தொடர்ச்சியையோ காண இயலாது. ஒரு இலக்கிய ஆதாரத்தை அடிப்படையாகக் கொள்ளும்முன், அதை எழுதிய புலவர், உண்மை என அவர் உணர்ந்ததை எழுதியிருக்கிறாரா அல்லது ஒரு லட்சியவாத அடிப்படையில் பாடல்களை வடித்திருக்கிறாரா அல்லது அதுதான் அக்காலத்தில் நிலவிய நிதர்சனமா என்பதையெல்லாம் பற்றி ஆராய்ந்து ஒரு தீர்மானத்துக்கு வரவேண்டும்.

இருந்தபோதிலும், சங்ககால இலக்கியமான பத்துப்பாட்டிலும் அதற்குச் சில காலத்துக்குப் பிந்தைய கால கட்டத்தில் எழுதப்பட்ட இரு பெரும் காப்பியங்களான சிலப்பதிகாரம் மற்றும் மணிமேகலையிலும் உள்ள துறைமுகங்கள், நகரங்கள், வர்த்தகம், வணிகர்கள் போன்றவறைப் பற்றிய விவரணைகள் வரலாற்று ஆராய்ச்சிக்குரிய தரவுகளை அளிக்கின்றன. தமிழகத்தின் துறைமுகங்களிலும் உள்நாட்டுப் பகுதிகளிலும் தொல்பொருள் ஆராய்ச்சிமூலம் கிடைத்த ரோமானிய நாணயங்களும் மற்ற பொருட்களும், மத்தியதரைக்கடல் பகுதிகளுக்கும் தமிழகத்துக்கும் நடந்த வர்த்தகத்தைப் பற்றி இலக்கியங்களில் கூறப்பட்டவற்றை ஆதரிக்கின்றன.

மிகக் குறைந்த அளவில் கிடைத்தாலும் தமிழ் பிராமி கல்வெட்டுகளும் இதற்குப் போதுமான ஆதாரத்தை அளிக்கின்றன. மேலும் இத்தகைய ஆதாரங்களுக்கு ரோமையும் அலெக்சாண்டிரியாவையும் சேர்ந்த புவியியலாளர்களான ஸ்ட்ராபோ, ப்ளினி, தாலமி ஆகியோரின் குறிப்புகளும் பெரிப்ளஸ் ஆஃப் எரித்திரியன் ஸீ என்ற பெயரில் பொ.யு. 75ல் எழுதப்பட்ட நேரடித் தகவல்களும் வலுச்சேர்க்கின்றன.

இடைக்காலத்தின் ஆரம்பத்தில் இருந்த பல்லவ அரசர்கள் மற்றும் சோழ அரசர்களைப் பற்றிய குறிப்புகளைக் கல்வெட்டுகள் மூலமாக அறிந்துகொள்கிறோம். இவற்றைப் பொறுத்தவரை எண்ணிக்கையோ நம்பகத்தன்மையோ பிரச்னையல்ல. இதுவரை பதிப்பிக்கப்பட்ட கல்வெட்டுகளைப் பற்றிய தகவல்கள் ஆயிரக்கணக்கான பக்கங் களுக்கு நீள்கின்றன. பரவலாகக் கிடைக்கும் இந்தத் தகவல்களை ஒருங்கிணைத்து, ஆராய்ந்து கடல் வணிகம், அதன் தன்மைகள், அதில் சம்பந்தப்பட்டிருந்த நிறுவனங்கள் ஆகியவற்றைப்பற்றி அறிந்து கொள்வது ஒரு பெரும் சவாலாகும்.

மொத்தத்தில், பண்டைக்கால மற்றும் நவீன காலத்தின் முற்பகுதியில் இருந்த தமிழ் வர்த்தகர்களைப் பற்றியும், வர்த்தகத்தைப் பற்றியும்

அறிந்துகொள்ள இவற்றிலிருந்து போதுமான தகவல்களைப் பெறமுடிகிறது. இருந்தபோதிலும், பல கேள்விகள் விடையளிக்கப் படாமல் தொக்கி நிற்கின்றன. எனவே, நம்முடைய புரிதல் முழுமை யடையாமலும் ஆராய்ச்சி நிறைவடையாமலும் இருப்பதற்கான சாத்தியம் அதிகம்.

இரண்டாவது அத்தியாயம், சங்ககாலத்திய வர்த்தகர்களையும் வர்த்தகத்தையும் பற்றிய தகவல்களை அளிக்கிறது. இக்கால கட்டத்தில், சேர, சோழ, பாண்டிய மூவேந்தர்களைப் பற்றிய மிகைக் குறிப்புகள் நிறைந்திருந்தாலும், இப்பகுதி பல சிற்றரசர்களாலும், உள்ளூர்த் தலைவர்களாலும் ஆளப்பட்டது. இப்படிப் பிளந்து கிடந்த இந்த நிலப்பரப்பு, அடிக்கடி நிகழ்ந்த போர்களால் நிலைத்தன்மையற்று இருந்தது. ஆனாலும், மத்தியதரைக்கடல் பகுதியிலிருந்து தென்கிழக்கு நாடுகள் வரையிலான கடல்வணிகத்தில் தமிழகம் ஒரு முக்கியப் பங்கை வகித்தது. எனவே கடல் வணிகம் நீண்ட நாள் நீடித்திருப்பதற்கு வலிமையான அரசு அவசியமில்லை என்றும் கடுமையான வரிகள், கட்டுப்பாடுகள் தவிர அரசின் இதர குறுக்கீடுகள் இல்லாதவரை வர்த்தகம் செழித்திருக்கும் என்பதை அறிய முடிகிறது.

மேலும், தமிழகத்தில் வணிகர்கள் ஒரு குழு அல்லது ஒரு இனத்தைச் சேர்ந்தவர்களாக இல்லை என்பதற்கும் சான்றுகள் உள்ளன. தங்கள் பொருட்களைத் தாமே தயாரித்துக்கொள்ளும் சிறு வியாபாரிகளி லிருந்து கடல் வணிகர்கள் வரையிலான பல பிரிவுகளைச் சேர்ந்த வணிகர்கள், உள்ளூர் முதல் அந்தப் பகுதியிலும், அதற்கு அப்பாலும் உள்ள பிரதேசங்கள், வெளிநாடுகள் ஆகிய இடங்களில் உள்ள சந்தைகளை இணைத்தார்கள். உணவு தானியங்கள், மிளகு, ஆடைகள், வாசனைப் பொருட்கள், விலையுயர்ந்த ரத்தினங்களான பவழம், முத்துகள் என்று அத்தியாவசியப் பொருட்களிலிருந்து ஆடம்பரப் பொருட்கள் வரையிலான பொருட்கள் வர்த்தகம் செய்யப்பட்டன. அவசியமில்லாத ஆடம்பரப் பொருட்களை ஓரிடத்திலிருந்து மற்றோரிடம் கொண்டுசென்று விற்கும், சிறு வியாபாரத்தை அடிப்படையாகக்கொண்ட, ஆசிய வர்த்தகத்திலிருந்து இது மாறுபட்டு ஒரு புதிய பாணி வர்த்தகமாக விளங்கியது.

மூன்றாவது அத்தியாயம், காஞ்சியிலிருந்த பல்லவர்கள் பின்னர் தஞ்சாவூரில் ஆட்சி செய்த சோழர்கள் போன்று தமிழகத்தில் எழுந்த பேரரசுகளைப்பற்றிச் சுருக்கமான விளக்கங்களை அளிக்கிறது. இந்தப் பேரரசுகள் தமிழகத்தின் அரசியல் நிலையை ஸ்திரப்படுத்தி, ஒழுங்கான நிறுவன ரீதியான நிர்வாக அமைப்புகளை உருவாக்கின. உள்ளூர் வளங்களை நிர்வகிக்க உருவான நிர்வாகக் குழுக்கள், பெரும் சமூக நிறுவனங்களாக எழுந்த கோவில்கள் ஆகியவை இடைக்கால

கட்டத்தின் ஆரம்பத்தில் தமிழகத்தில் ஏற்பட்ட இரு முக்கிய நிகழ்வுகளாகும். அவை வர்த்தகம், வணிகர்கள், வர்த்தக நிறுவனங்கள் சார்ந்த பொருளாதாரத்தில் குறிப்பிடத்தக்க மாற்றத்தை ஏற்படுத்தின. இக்காலகட்டத்தில், தமிழக அரசர்கள் தென்கிழக்கு ஆசிய நாடுகளோடும், இலங்கை அரசுகளோடும் குறிப்பிடத்தக்க வர்த்தக உறவுகளை ஏற்படுத்திக்கொண்டிருந்தனர்.

அத்தியாயம் 4 வணிகர்களின் நிர்வாக சபையாக விளங்கிய நகரம் என்கிற நிறுவனத்தைப் பற்றியும் வணிகர்களின் குழுக்களைப் பற்றியும் ஆராய்கிறது. தமிழ்ச்சமூகத்தை ஒன்றிணைக்கும் சக்தியாக விளங்கிய கோவில்கள் மற்றும் தனிப்பட்ட முறையில் வணிகர்கள் மேற்கொண்ட வர்த்தக நடவடிக்கைகளின் பின்னணியில் இது நிகழ்த்தப்படுகிறது. ஒன்றிணைந்த அரசியல் அமைப்போ ஒரு பலமான அரசோ இல்லாமல் இருப்பது வர்த்தகத்தைப் பாதிக்காது என்பதை ஏற்கனவே பார்த்தோம். ஆனால், ஒரு வலுவான, மையப்படுத்தப்பட்ட அதிகாரங்களை உடைய அரசு இருப்பதும் அரசியல் நிலைத்தன்மையும் பலமான நிறுவனக் கட்டமைப்பை உருவாக்கி அதன்மூலம் வர்த்தகத்தை அதிகரிக்கப் பயன்படும். இதன்மூலம் பெரும் வணிகர்களாலும் வர்த்தக நிறுவனங்களாலும் ஆன ஒரு நவீன பொருளாதாரம் உருவாகிறது.

ஐந்தாம் அத்தியாயம் இவை எல்லாவற்றையும் தொகுத்து ஆயிரம் வருடங்களில் தமிழ் வர்த்தகர்களையும் வர்த்தகத்தையும் பற்றிய சித்திரத்தை அளிக்கிறது.

2

பண்டைத் தமிழகத்தில் வர்த்தகமும் வணிகர்களும்

தமிழகம் - ஓர் அறிமுகம்

தென்கிழக்கு ஆசியாவுக்கும் மேற்காசியாவுக்கும் இடையில் மிக முக்கியமான இடத்தில் அமைந்துள்ள இந்தியாவின் தமிழர்கள் பிரதேசம், கிட்டத்தட்ட இரண்டாயிரம் ஆண்டு தொன்மையான வர்த்தக வரலாற்றைக் கொண்டது. தமிழகம் அல்லது தமிழ் பிராந்தியம் என்பதன் வரையறைகள் என்ன? தமிழ்க் காவியமான சிலப்பதிகாரம் கூறுவது.[1]

தமிழ் நாடு வடக்கில் திருமாலின் குன்றத்திலிருந்து (திருப்பதி) தெற்கில் கடற்கரையான குமரிமுனை வரை பரவியுள்ளது. குளிர்ந்த நீர்நிலைகளையுடைய இந்தப் பகுதி உயர்ந்த கோபுரங்களை உடைய மதுரை, பிரசித்திபெற்ற உறையூர், பரபரப்பான காஞ்சி, அலைகள் எழும் புகார் (காவிரி கடலில் கலக்கும் இடம்) என்ற நான்கு பெரும் நகரங்களை உடையது.

எனவே புவியியல் ரீதியாக, தமிழகம் தீபகற்ப இந்தியாவில் தக்காணப் பீடபூமிக்குத் தெற்கில், கிழக்கில் வங்காள விரிகுடாவையும் மேற்கில் அரபிக்கடலையும் எல்லைகளாகக் கொண்டுள்ளது.

தமிழகம் என்பது ஒரு பெரும் மொழி மற்றும் கலாசாரம் சார்ந்த அடையாளத்தைக் குறிக்கிறதேயன்றி தனிப்பட்ட

ஒரு அரசியல் மையத்தையோ அல்லது அரசையோ குறிப்பதல்ல. தமிழ் நிலம் மூவேந்தர்களால் ஆளப்பட்டது என்று குறிப்பிடப்படுகிறது. பாண்டியர்கள், சோழர்கள், சேரர்கள் ஆகிய மூவேந்தர்கள் முறையே மதுரை, தற்போதைய திருச்சியின் புறநகராக விளங்கும் உறையூர், வஞ்சி (தற்போதைய கரூர்)[2] ஆகியவற்றைத் தலைநகராகக் கொண்டு தத்தமது அரசுகளை ஆண்டுவந்தனர். இந்த அரசுகளைத் தவிர மேலும் ஒரு பேரரசையும் சேர்க்கவேண்டியுள்ளது. வடக்கில், காஞ்சி என்று அழைக்கப்பட்ட காஞ்சிபுரத்தைத் தலைமையிடமாகக் கொண்டு பல்லவர்கள் பின்னால் ஆட்சி செய்ய ஆரம்பித்தனர்.

இந்தத் தலைநகர்களைத் தவிர, கிழக்குக் கடற்கரையில் இருந்த பல துறைமுகங்கள் சங்க இலக்கியத்தில் குறிப்பிடப்பட்டுள்ளன. அவற்றில் முக்கியமானது மாநகரங்களில் ஒன்றாகக் கூறப்படும் புகார். பூம்புகார் அல்லது காவிரிப்பூம்பட்டினம் என்று அழைக்கப்பட்ட இந்நகர் காவிரியின் துணை ஆறுகள் ஒன்று கடலில் கடக்கும் முகத்துவாரத்தில் அமைந்திருந்தது. இன்னும் பல துறைமுகங்கள் சங்க இலக்கியங்களில் இடம்பெற்றுள்ளன. இவற்றைத் தவிர தொல்பொருள் ஆராய்ச்சி மூலம், பாண்டிச்சேரிக்குத் தெற்கில் உள்ள அரிக்காமேடு அல்லது விராம்பட்டினம், ராமேஸ்வரத்துக்கு அருகில் இப்போது கடலை விட்டுத் தள்ளியுள்ள ஆலங்குளம் ஆகியவை ரோமானியர்களுடன் தொடர்புடைய துறைமுகங்களாகக் கூறப்படுகின்றன.[3] வெளிநாட்டிலுள்ளோர் குறிப்புகளில் அதிகமாக இடம்பெற்றது

மேற்குக் கரையிலுள்ள சேரநாட்டைச் சேர்ந்த துறைமுகங்களான முசிறி அல்லது முசிறீஸ் (தற்போதைய கொடுங்காளூர் முன்பு க்ராங்கனோர்).[4] அங்கிருந்து மிளகு ஏற்றுமதி செய்யப்பட்டது. அதன் வடக்கில் டிண்டிஸ் என்று அழைக்கப்பட்ட தொண்டி என்ற துறைமுகம் இருந்தது. அதே பெயரில் கிழக்குக் கரையில் பாண்டிய அரசில் இதே போன்ற பெயரில் இருந்த நகரத்தோடு இதைக் குழப்பிக்கொள்ளவேண்டாம்.

இலக்கிய நூல்கள் உயர்வு நவிற்சியில் மூவேந்தர்களைப் பற்றியும் அவர்களின் பேரரசுகளைப் பற்றியும் பாடியிருந்தாலும், உண்மையில் இந்த அரசுகள் போர்த்தலைவர்களால் ஆளப்பட்டுவந்தவைதான்.[5] அத்தகைய சிறிய அரசுகள், தாங்கள் ஆண்ட பகுதிகள் சிறியதாக இருந்ததால், தங்கள் வளங்களைப் பெருக்கிக்கொள்ள எப்போதும் முயன்றன. எனவே, அடிக்கடி இந்தப் பகுதியில் போர்களும் பக்கத்து அரசுகளை, குறிப்பாக வேளிர் என்று அழைக்கப்பட்ட சிற்றரசுகளை, வெற்றிகொள்ளலும் சாதாரணமாக நிகழ்ந்தது. இதன் காரணமாக சங்க இலக்கியத்தில் வெற்றிபெறும் அரசன் பேரரசனாகவும் தலைசிறந்த வனாகவும் வர்ணிக்கப்படுகிறான்.

பாண்டிய அரசன் நெடுஞ்செழியன், சோழ அரசன் திருமாவளவன், சேரமன்னன் செங்குட்டுவன், காஞ்சியின் அரசன் இளந்திரையன்[6] போன்றவர்களும் குறுநிலமன்னர்களும் அவர்களுடைய மாண்புகளுக்காகவும் படைகளுக்குத் தலைமை ஏற்று அவர்கள் பெற்ற வெற்றிகளுக்காகவும் புகழப்படுகின்றனர்.

இப்படிப் பிளவுபட்டுக்கிடந்த அரசியல் நிலப்பகுதியினாலோ அடிக்கடி நிகழ்ந்த போர்களினாலோ பாதிக்கப்படாமல், இந்தப் பகுதியில் உள்நாட்டு, வெளிநாட்டு வர்த்தகம் தடையில்லாமல் நடந்துவந்தது. இலக்கியங்களும் இதை உறுதிசெய்கின்றன. வெளிநாட்டு வர்த்தகத்தை நாம் மீள் ஆராய்ச்சி செய்து காணும் முடிவுகள் தொல்பொருள் ஆராய்ச்சிகளாலும் அக்காலத்தைய வெளிநாட்டினரின் குறிப்புகளாலும் உறுதிசெய்யப்படுகிறது. அரசியல் நிலைத்தன்மையைச் சாரது தொடர்ந்து நிகழ்ந்த இந்த வர்த்தகம் பண்டைத் தமிழகத்தின் முக்கியமான அம்சமாகும்.

வர்த்தகமும் உற்பத்தியும்

தமிழகத்தின் வளர்ச்சிக்கான உந்துதலாகவும் பொருளாதார நலத்தின் அடிப்படையாகவும் வர்த்தகம் கருதப்பட்டது. பயிரிடுதல், உற்பத்தி, வர்த்தகம், வரைகலை, கல்வி மற்றும் சிற்பக்கலை ஆகியவற்றைப் பழங்கால இலக்கியங்கள் முக்கியமான பொருளாதார நடவடிக்கைகளாகக் குறிப்பிடுகின்றன. இந்தப் பட்டியல் கலாசார முன்னுரிமைகளைப் பற்றியும் இந்தப் பகுதியில் நிலவிய சூழலைப் பற்றியும் ஒரு சித்திரத்தை அளிக்கிறது. ஆனால் அறிஞர்களும் உரையாசிரியர்களும் விவசாயமும் வர்த்தகமும்தான் இரண்டு முக்கிய பொருளாதார நடவடிக்கைகளாக இருந்தன என்று குறிப்பிடுகிறார்கள்.[7] ஒப்பீட்டளவில் இவை இரண்டுமே பொருளாதாரத்தில் அதிகப் பங்கை வகித்தன.

உதாரணமாக, அப்போதைய புலவர்கள் விவசாயத்தின் மூலமும் வர்த்தகத்தின் மூலமும் செல்வந்தர்களானவர்களைப் பற்றிக் குறிப்பிடுகிறார்கள்.[8] விவசாயத்தை வணிகத்தோடு இணைப்பது, மிகப் பெரிய துறையான விவசாயத்தின் மூலம் கிடைக்கும் உபரிவளங்களை வர்த்தகத்தின் மூலம் திரட்டி பொருளாதார நடவடிக்கைகளுக்குத் தேவையான மூலதனமாக மாற்றும் முறை நடைமுறையில் இருந்ததைக் குறிக்கிறது.[9] மிகவும் வளர்ச்சியடைந்த வர்த்தகம் உள்நாட்டில் முன்னேற்றமடைந்த பொருளாதாரத்துடன் சேர்ந்தே இயங்கியது. நிலைத்திருக்கக்கூடிய பொருளாதார முன்னேற்றத்தை தரக்கூடியது வர்த்தகம் என்ற காரணத்தால் அதைப்பற்றி ஆராய்வோம்.

பண்டைத் தமிழகத்தின் ஒட்டுமொத்த வர்த்தகத்தில் கண்கூடான, குறிப்பிடத்தக்க பங்கை கடல் வணிகம் வழங்கியது. வணிகத்தையும் கப்பல் போக்குவரத்தையும் பற்றி சங்க இலக்கியத்தில் காணப்படும் விவரங்கள், யவனர்கள் என்று அழைக்கப்பட்ட ரோமானிய வணிகர்களின் கப்பல்களைப் பற்றித் தெரிவிக்கின்றன. ரோமிலிருந்து சரக்குகளை எடுத்துவந்த இந்தக் கப்பல்கள் அதற்குப் பதிலாக தமிழகத்திலிருந்து மிளகு போன்ற பொருட்களை ஏற்றிச்சென்றன. ‘வலுவாகக் கட்டப்பட்ட யவனர்களின் கலங்கள் வளமிக்க முஸிரிக்கு பொன்னோடு வந்து மிளகைக் கொண்டுசென்றன’. இந்தக் கலங்கள் பாண்டிய நாட்டுக்கு ‘நறுமணம் மிக்க மதுவையும்’ கொண்டுவந்தன, அது அந்நாட்டு மக்களால் பெரிதும் விரும்பப்பட்டது, அவர்களை மகிழ்ச்சிக்குள்ளாக்கியது.[10]

துறைமுகங்கள் பெரிய வர்த்தக மையங்களாக விளங்கின. கடல் தாண்டிய வணிகம், கடற்கரை வணிகம், நில வணிகம் ஆகிய மூன்றும் அங்கே ஒன்று சேர்ந்தன. பல நாட்டிலிருந்து வந்த பல மொழி பேசும் வணிகர்களும் அங்கே ஒன்று கூடினர். சங்க இலக்கியத்தில் கூறப்பட்ட பெரும்பாலான துறைமுகங்கள் கிழக்குக் கடற்கரைப் பகுதியில் அமைந்திருந்தன.[11] பாண்டிய அரசில், மன்னார் வளைகுடாவில் அமைந்திருந்த கொற்கை தெற்குக்கோடித் துறைமுகமாக விளங்கியது. அங்கே முத்துக்குளிக்கும் தொழில் சிறந்து விளங்கியது. பற்களைப் போலப் பெரிதாக இருந்த முத்துக்கள் அங்குள்ள சிப்பிகளிலிருந்து எடுக்கப்பட்டன.[12] அதற்கு வடக்கில், மன்னார் வளைகுடாவில், சாலியூர் இருந்தது. அங்கு :

மேகங்கள் கடலைத் தொட்டு நின்றன; மத்தளத்தின் ஒலியைப்போல காற்று ஒலியெழுப்பியது; கொடிகளையுடைய கப்பல்கள் பொன் முதலிய சிறந்த பொருட்களைக் கொண்டு துறைமுகத்தில் நுழைந்தன. துறைமுகத்தில் மலைகளைப்போல மேகங்கள் கீழிறங்கின. அகழியைப் போல கடலால் சூழப்பட்டு, சிறந்த அரிசி வகையொன்றின் பெயரைக் கொண்டிருக்கும் சாலியூரை நெடுஞ்செழியன் வென்றான்.[13]

பாண்டிய நாட்டின் கடற்கரையோரத்தைப் பற்றி குறிப்பிடும் இந்தப் பாடல் மேலும் சொல்கிறது :

கடல்கடந்து கப்பல்களைச் செலுத்துவோர் இங்கு கூடுவர். தாங்கள் கொண்டுவந்திருக்கும் குதிரைகளை, கடற்கரையில் செல்லும் கப்பல்கள் கொண்டுவரும் பொருட்களுக்கு மாற்றாக விற்பனை செய்வர். பாண்டிய நாடு பல வளமிக்க கடற்கரை நகரங்களைக் கொண்டிருந்தது. அங்கு சிறந்த முத்துகள், சங்கு வளையல்கள்,

பலவிதமான தானியங்கள், வெள்ளை உப்பு, புளி, உலர்ந்த மீன்கள் ஆகியவற்றைத் தாங்கிச் சென்ற படகுகள் உலவின, அவற்றின் எண்ணிக்கையும் நாளுக்கு நாள் அதிகரித்துக்கொண்டிருந்தது.[14]

ராமேஸ்வரத்துக்கு வடக்கில் பாக் ஜலசந்தியில் தொண்டி துறைமுகம் அமைந்திருந்தது.[15]

தொண்டியில் வணிகர்கள், அகில், ஆடைகள், சந்தனம், கற்பூரம் போன்ற வாசனைப் பொருட்களைக் பெருங்கடல்கடந்து கொண்டு வருவார்கள். தொண்டியிலிருந்து வீசும் கீழைக்காற்று இந்த நறுமணத்தைப் பாண்டியர்களின் நகரமான மதுரைக்குக் கொண்டுவரும்.[16]

சங்க இலக்கியத்தால் குறிப்பிடப்படும் மன்னார் வளைகுடாவிலும், பாக் ஜலசந்தியிலும் உள்ள துறைமுகங்களை எடுத்துக்கொண்டால், பண்டைக்காலத்திய கப்பல்கள் இலங்கையின் மேற்குக் கரையோரம் பயணம் செய்யமுடிந்தது என்பதை அறிந்துகொள்ள முடிகிறது. ஆனால், பதினேழாம் நூற்றாண்டுக் கப்பல்கள் அளவில் பெரியதாக இருந்ததால், இலங்கையைச் சுற்றிக்கொண்டு கிழக்குக் கரையோரம் பிரயாணம் செய்தன.

கிழக்குக் கடற்கரையில் இருந்த மிக முக்கியமான துறைமுகம் புகார். பட்டினப் பாலையும் சிலப்பதிகாரமும் இதைப்பற்றி விரிவாக எடுத்து உரைக்கிறது.

அழியாப் புகழுடைய புகார், கடவுளர்களால் காக்கப்படுவது. கப்பல்களில் வரும் குதிரைகளாலும், வண்டிகளில் வரும் மிளகுப் பொதிகளாலும், வடபகுதியின் மலைகளில் கிடைக்கும் ரத்தினங் களாலும் பொன்னாலும்; மேற்கு மலைகளில் இருந்து வரும் சந்தனத்தாலும் அகிலாலும், தென்கடலின் முத்துக்களாலும், கீழைக்கடலின் பவழங்களாலும், கங்கைச்சமவெளியின் கோதுமை யாலும், காவேரிச் சமவெளியின் நெற்பயிர்களாலும், இலங்கையி லிருந்து வந்த உணவுப்பொருட்களாலும், கடாரத்தின் பொன்னாலும் நிறைந்திருந்தது.[17] புகாரின் அகலமான வீதிகள் அரிய, விலையுயர்ந்த பொருட்களால் நிறைந்திருந்தன.

புகாரின் கடற்கரையில் லாயத்தில் கட்டப்பட்ட குதிரைகள்போலப் படகுகள் கட்டப்பட்டிருந்தன. அவற்றில் வந்த நெல்லுக்குப் பதிலாக வெள்ளை உப்பு பண்டமாற்று செய்யப்பட்டது. துறைமுகத்தில், தம் முகப்பின் மீது கட்டப்பட்ட கொடிகளோடு கூடிய கப்பல்கள், யானைகள் வரிசையாகக் கட்டப்பட்டிருந்ததைப்போல் நின்றிருந்தன.[18]

இந்த நகரத்தில் உள்ள பெருவணிகர்கள் கடலைக் கடந்து வந்த கப்பல்களிலும் உள்நாட்டிலிருந்து வண்டிகளிலும் கொண்டுவரப்பட்ட

விலையுயர்ந்த பொருட்களைக் கொண்டு வணிகம் செய்து வந்தனர். கடற்கரை முழுவதும் பொருட்களின் குவியல்களும் சரக்குகளால் நிரப்பப்பட்ட நங்கூரமிட்ட கப்பல்களும் நிறைந்திருந்தன.[19]

அதற்கு வடக்கில், கோட்டைச் சுவரை உடைய கடல் மூலம் கொண்டு வரப்பட்ட அகில்களை உடைய[20] எயிர்பட்டினமும், பால் போன்ற பிடரியை உடைய குதிரைகளையும் மற்ற பொருட்களையும் வடக்கிலிருந்து கொண்டுவந்த கப்பல்கள் வரும் பட்டினப்பாக்கமும் இருந்தன.[21]

இத்தகைய விவரணைகள் அக்கால வர்த்தகத்தைப் பற்றிய முக்கியமான புரிதல்களை நமக்கு அளிக்கின்றன. உணவு தானிய வர்த்தகம் சிறப்பாக நடைபெற்றுக்கொண்டு இருந்தது, நகரச் சந்தைகளில் உணவு தானிய விற்பனைக்கென்று குறிப்பிட்ட தெருக்கள் இருந்தன, அங்கு 'எட்டு, பதினாறு அல்லது பதினெட்டு வகையான தானியங்கள்' விற்கப்பட்டன. உள்நாட்டில் உற்பத்தி செய்யப்பட்டது மட்டுமல்லாமல், தானியங்கள் இறக்குமதியும் செய்யப்பட்டன. உள்நாட்டிலிருந்து நிலவழியாகக் கொண்டுவரப்பட்ட பொருட்களில் முக்கியமானவை மிளகு, அகில், சந்தனம், ரத்தினக்கற்கள் போன்றவை. கடல்புறத்திலிருந்து உள்நாட்டுக்குக் கொண்டுசெல்லப் பட்ட பொருட்களில் முக்கியமானது உப்பு.

இந்த வர்த்தக முறைகள், தமிழகத்தின் பல்வேறு மண்டலங்களில் இயற்கையாகக் கிடைத்த பொருட்களைப் பற்றிய தகவல்களையும் சுட்டுகிறது. சங்க இலக்கியத்தின் குறிப்பிடத்தக்க அம்சங்களில் ஒன்று, தமிழ் நிலப்பகுதிகளை 'திணைகளாகப்' பிரித்தது ஆகும். நெய்தல் அல்லது கடற்பகுதி, மருதம் அல்லது வயற்பகுதி, பாலை அல்லது பாலைவனம், முல்லை அல்லது வனப்பகுதி, குறிஞ்சி அல்லது மலைப்பகுதி. இந்தத் திணைகள் புலவர்களால் அந்தந்தப் பாட்டுக்குரிய உணர்ச்சிகளைக் குறிக்கப் பயன்படுத்தப்பட்டிருந் தாலும், அந்தந்த மண்டலங்களுக்குரிய பொருளாதார நடவடிக்கை களையும்,

அங்கு கிடைக்கும் பொருட்களையும் பற்றிய குறிப்புகளையும் அளிக்கின்றன. அதன்படி உப்பு, முத்து, மீன் போன்ற பொருட்கள் கடற்கரை நகரங்களிலிருந்தும், வாசனைமிக்க மரங்கள் மற்றும் மிளகு, மலைப்பகுதிகளிலிருந்தும் கிடைத்தன. உணவு தானியங்கள் விளைநிலங்களில் பயிரிடப்பட்டன. இந்தப் பொருட்கள் அனைத்தும் உள்நாட்டில் பண்டமாற்று முறையில் வர்த்தம் செய்யப்பட்டன.

கடல் கடந்து துறைமுகங்களுக்குக் கொண்டுவரப்படும் பொருட்களும் நிலவழி வர்த்தகமாக உள்நாட்டுக்குக் கொண்டுசெல்லப்பட்டன. கடற்கரையோர வர்த்தகம் முக்கியமாக விளங்கியது. அதன்மூலம்

வடக்கிலிருந்து வங்காள விரிகுடாக் கடலின் மூலமாகக் கொண்டு வரப்பட்ட உணவுதானியங்கள் இறக்குமதி செய்யப்பட்டன, அதற்குப் பதிலாக வெள்ளை உப்பு பண்டமாற்றாக அளிக்கப்பட்டது. இந்த வர்த்தக முறை பத்தொன்பதாம் நூற்றாண்டுவரை தொடர்ந்தது. முத்துக்கள், உலர்ந்த மீன்கள், புளி, சங்கு வளையல்கள் ஆகியவையும் சிறிய படகுகள் மூலம் கடற்கரையோரமாக வர்த்தகம் செய்யப்பட்டன.

வரைபடம் 2.1 தமிழகத்தின் தலைநகரங்களும் துறைமுகங்களும் : சங்க காலம்

இவற்றின் காரணமாக வங்காள விரிகுடாவில் கப்பல்கள் மற்றும் படகுப் போக்குவரத்து அதிகமாக இருந்தது. பொ.யு.மு. முதலாம் நூற்றாண்டில் மூன்று வகையான கப்பல்கள் இந்தக் கடலில் உலவின என்று பெரிப்ளஸ் ஆஃப் எரித்தியன் ஸீ குறிப்பிடுகிறது. கடலோரமாகச் செல்லும் நாட்டுப் படகுகள், சங்கரா என்று அழைக்கப்பட்ட மரத்துண்டு களைச் சேர்த்துக்கட்டப்பட்ட பெருங்கப்பல்கள், மலேயாவுக்கும் வடக்கில் கங்கைக்கரைவரைக்கும் சென்று வரக்கூடிய கொலண்டியா என்று அழைக்கப்பட்ட மிகப் பெரிய கப்பல்கள் ஆகியவை அவை.[22]

வாசனைப் பொருட்களுக்கு மிகுந்த கிராக்கி இருந்தது. அகில்மரமும் சந்தனமரமும் மேற்குத்தொடர்ச்சி மலைகளிலிருந்து தருவிக்கப் பட்டாலும், அவற்றின் தேவை அதிகமாக இருந்ததால், தென்கிழக்கு ஆசிய நாடுகளில் இருந்தும் அவை இறக்குமதி செய்யப்பட்டன. அதுபோலவே கற்பூரமும் சாம்பிராணியும் சீனாவிலிருந்தும் இந்தோனேசியாவிலிருந்தும் இறக்குமதியாயின. கிழக்குக் கடல்பகுதியிலிருந்து இறக்குமதி செய்யப்பட்ட மற்றொரு முக்கியமான பொருள் பவழம். மேற்கிலிருந்து பொன், குதிரை, மது ஆகியவை வரவழைக்கப்பட்டன.

கிழக்குக் கடற்கரையிலிருந்த துறைமுகங்கள், கடல்கடந்து வரும் பொருட்களையும் கடற்கரையோரமாகக் கொண்டுவரப்படும் பொருட் களையும் பண்டமாற்று செய்வதற்கு உதவும் கிடங்குகளாகவும், இறக்குமதி செய்யப்பட்ட பொருட்களையும் மிளகு, ஆடைகள், முத்து, ரத்தினக்கற்கள் ஆகிய ஏற்றுமதி செய்யப்படும் பொருட்களையும் வர்த்தகம் செய்யும் பெரிய சந்தைகளாகவும் விளங்கின.

வர்த்தக இயக்கம் : தொல்பொருள் சான்றுகள்

இலக்கியச் சான்றுகள் அளிக்கும் விவரணைகள் பண்டைக்கால வர்த்தகத்தின் நிலைத்தன்மையைப் பற்றிய விரிவான சித்திரத்தைத் தருகின்றன. வெளிநாட்டு ஆசிரியர்களுடைய குறிப்புகள் அக்கால வர்த்தகத்தை அறிந்துகொள்வதற்கான அறிவை மேலும் அளிக்கின்றன. இருந்தாலும் பல்வேறு காலங்களில் நடைபெற்ற வர்த்தக மாறுதல் களைப் புரிந்துகொள்ளத் தொல்பொருள் சான்றுகளின் பக்கம் திரும்ப வேண்டியுள்ளது.

தென்கிழக்கு ஆசிய நாடுகளுடனும் மேலை நாடுகளுடனும் தமிழகம் வர்த்தகத் தொடர்பு கொண்டிருந்த போதிலும் பிந்தையது சமகாலக் குறிப்புகளிலும் தொல்பொருள் சான்றுகள் மூலமும் ஊர்ஜிதப்படுத்தப் பட்டிருக்கிறது. ரோமானியர்களின் காலத்துக்கு முன்னாலேயே மத்தியதரைக்கடல் பகுதி வரை எகிப்து-இந்திய வர்த்தகம்

நடைபெற்றது என்று ஷாஃப் குறிப்பிடுகிறார். கடல் வர்த்தகம் அரேபியர்களாலும் ஃபோனேசியர்களாலும் கட்டுப்படுத்தப்பட்டது. 'ஆடைகளும் மதிப்புமிக்க கற்களும், மரச்சாமான்களும், வாசனைப் பொருட்களும், குறிப்பாக லவங்கம், சொகோட்ராவிலும் கார்டாபியிலும் மறுவிநியோகம் செய்யப்பட்டு நைல் நதிதீரத்துக்கும் மத்தியதரைக்கடல்பகுதிக்கும் கொண்டு செல்லப்பட்டன'.

மத்தியதரைக்கடல் வர்த்தகத்தின் மையமாக இருந்த அலெக்ஸாண்டிரியாவுக்குப் பதிலாக ரோம் உருவெடுத்தபோதிலும், அரேபியர்கள் கடல்வர்த்தகத்தைத் தங்கள் கட்டுக்குள் வைத்திருந்தார்கள். அதற்காகப் பருவக்காற்று வீசும் விதங்களைப்பற்றிய அறிவையும் இந்தியாவுக்குச் செல்லக்கூடிய நேரடி கடல் வழிகளையும் அங்கு வர்த்தகம் செய்யப்பட்ட பொருட்களைப் பற்றிய தகவல்களையும் ரகசியமாக வைத்திருந்தனர். ரோமானியக் கப்பல்கள் நேரடியாக இந்தியாவுக்குச் செல்ல ஆரம்பித்தபிறகும்கூட, தங்களுக்குப் பெரும் செல்வம் ஈட்டித்தந்த லவங்கம் கிடைக்கும் மூலச்சந்தைகள் பற்றிய தனிப்பட்ட அறிவை அரேபியர்கள் தங்களிடமே வைத்திருந்தனர்.[23]

இந்தியாவுக்கும் மத்தியதரைக்கடலுக்குமான வர்த்தகம் பல்வேறு காரணங்களால் நாளடைவில் மாற்றமடைந்தது. மேலைநாடுகளில் ரோம் மைய அதிகார சக்தியாக உருவெடுத்து இந்தியப் பொருட்களுக்கான ஆகப் பெரிய சந்தையாக விளங்கியது. பொ.யு. முதல் நூற்றாண்டில் எகிப்திய மாலுமியான ஹிப்பலாஸ், அதுவரை அரேபியர்கள் மட்டுமே அறிந்திருந்த, பருவக்காற்று வீசும் முறைகளைப் பற்றியும் இந்தியாவின் மேற்குக் கடற்கரைக்கான நேரடிக் கடல்வழிகளையும் கண்டறிந்தார்.

இது கடினமான, நீண்ட கடல்பயணத்தைச் சுலபமாக்கியதோடு மட்டுமல்லாமல், கடற்கரையோரம் திரிந்துகொண்டிருந்த கடற்கொள்ளையரிடம் இருந்தும் கப்பல்களைக் காத்தது. பார்த்தியா வழியாகச் சென்ற நிலவழி வர்த்தகத்தை ரோம் கொள்கையளவில் தவிர்த்து, இந்தியாவுடனான நேரடிக் கடல் வணிகத்தை ஆதரித்தது. அதுவரை வருடத்துக்கு 20 கப்பல்கள் என்று இருந்த ரோமானியக் கப்பல்களின் எண்ணிக்கையை இது, தினமும் ஒன்று என்ற அளவுக்கு உயர்த்தியது.[24]

இவ்வாறு கப்பல் போக்குவரத்து அதிகரித்தது இந்தியப் பொருட்களுக்கு ரோமில் அதிகரித்து வந்த தேவையை உணர்த்துகிறது. ரோமில் இருந்து ஏற்றுமதி செய்யப்பட்ட பொருட்களின் மதிப்பு இந்தியாவிலிருந்து இறக்குமதி செய்யப்பட்ட பொருட்களின் மதிப்பைவிடப் பல மடங்கு குறைவாக இருந்ததால், வர்த்தகச் சமமின்மை நாணயங்களால் ஈடுகட்டப்பட்டது. பொ.யு. 75ல் இதுபற்றி எழுதிய ப்ளினி 'நமது

பேரரசிலிருந்து குறைந்தபட்சம் ஐம்பத்து ஐந்து மில்லியன் செஸ்டர்ஸெஸ் நாணயங்களை இந்தியா பெற்றுக்கொள்ளாத வருடமே இல்லை'[25] என்று புகார் கூறுகிறார். ரோமுடனான வர்த்தகம் பொ.யு. முதல் நூற்றாண்டில் டைபீரியஸின் ஆட்சியின் போது உச்சத்தை அடைந்தது. இந்தியாவில் கிடைக்கப்பேற்ற ரோமானிய நாணயங்களில் டைபீரியஸ், அகஸ்டஸ் ஆகியோரின் நாணயங்கள் அதிகமாக இருந்ததில் இருந்து இதை உணர்ந்துகொள்ளலாம்.[26]

ரோம் ஒரு குடியரசாக இருந்த காலத்திலிருந்தே தமிழகம் ரோமானியர்களுடன் வர்த்தகத்தை மேற்கொண்டு வந்தது. பாண்டிச்சேரிக்கு அருகிலுள்ள அரிக்காமேடு என்ற இடத்தில் பொ.யு.மு. மூன்றாம் நூற்றாண்டைச் சேர்ந்த ரோமானிய நாணயங்களும் ரோமைச் சேர்ந்த மற்ற சில பொருட்களும் தோண்டியெடுக்கப்பட்டன. இது 'இந்திய-ரோமானிய வர்த்தக நிலையமாக'[27] விளங்கியிருக்கலாம் என்று கூறப்படுகிறது.

ரோமானிய கப்பல்கள் குமரிமுனையை பொ.யு. முதல் நூற்றாண்டின் முதல் பத்தாண்டுகள் வரை தாண்டவில்லை. முதலில் இந்தியாவைப் பற்றி எழுதிய ஆசிரியர்களின் குறிப்புகளைப் பின்பற்றிய ப்ளினியின் நூல் மேற்குக் கடற்கரையோரத் துறைமுகங்களைத் தவிர மற்றவற்றைக் குறிப்பிடவில்லை.[28] இக்காலத்தில், ரோமானிய வர்த்தகர்கள் மேற்குக் கரையோரத்திலிருந்து பாலக்காட்டுக் கணவாய் வழியாக கோயம்புத்தூர், ஈரோடு, கரூர் போன்ற ஊர்களைக் கடந்து கிழக்கிலுள்ள சந்தைகளில் வர்த்தகம் செய்து வந்தார்கள். கிழக்குக் கரைத் துறைமுகங்களை மேற்கிலுள்ள நகரங்களோடு இணைக்கும் முக்கிய மையங்களாக இந்த மாவட்டங்கள் விளங்கி வந்தன. தவிர, முக்கிய ஏற்றுமதிப் பொருட்களான மிளகும் ஏலமும் மேற்குப் பிரதேசத்தில்தான் விளைந்தன.

மதிப்பு மிக்க ரத்தினக் கற்களில் ஒன்றான 'படிகப்பச்சை' ஈரோட்டில் உள்ள கொடுமணல், பாடியூர் மற்றும் சேலத்துக்கு அருகில் உள்ள வாணியம்பாடி ஆகிய இடங்களில் உள்ள சுரங்கங்களில் இருந்து தோண்டியெடுக்கப்பட்டது. இதற்கு ரோமில் அதிகத் தேவை இருந்தது. ஈரோட்டில் உள்ள சென்னிமலையில் இரும்பும் எஃகும் உற்பத்தி செய்யப்பட்டு ரோமுக்கு ஏற்றுமதி செய்யப்பட்டதை அகழ்வாய்வுகள் உறுதி செய்கின்றன.[29] சென்னிமலையிலும் கரூரிலும் உலைகளும் இரும்புக்கழிவுகளின் மீதமும் கண்டறியப்பட்டுள்ளன. ஆதி காலத்திய ரோமானிய நாணயங்கள் கோயம்புத்தூர், ஈரோடு, சேலம், கரூர் ஆகிய பகுதிகளில் ஏன் காணப்படுகின்றன என்பதற்கான விளக்கத்தை இவை அளிக்கின்றன.[30]

பொ.யு. முதல் நூற்றாண்டின் இரண்டாவது பாதியிலிருந்து, ரோமானியர்களின் கப்பல்கள் இந்தியாவின் கிழக்குக் கடற்கரைப் பகுதிக்கு நேரடியாகச் செல்லத் துவங்கின. கிட்டத்தட்ட ப்ளினியின் குறிப்புகளுக்குச் சமகாலத்தில் எழுதப்பட்ட பெரிப்ளஸ் ஆஃப் எரித்ரியன் ஸீ, இந்தியாவுக்குக் கடல்வழியாக வந்து வணிகம் செய்த ஒருவரின் நேரடிக் குறிப்புகளாகும். 'பெரிப்ளஸில்' குறிப்பிடப் பட்டுள்ள மேற்கிலும் கிழக்கிலும் உள்ள துறைமுகங்களைப் பற்றிய விவரங்கள், ரோமானியர்கள் கடல்வழியாகக் கிழக்குக் கடற்கரையை அடைந்த செய்தியைத் தெளிவாக்குகிறது.

பொ.யு. 125ல் எழுதப்பட்ட தாலமியின் 'ஜியோகிரபி' சோழமண்டலக் கரையிலும் அதற்கு அப்பால் கிழக்கிலும் உள்ள துறைமுகங்களைப் பற்றிக் குறிப்பிடுகிறது. இது ஆசியாவின் கிழக்குப் பகுதியைப் பற்றி மேற்கில் வளர்ந்து வந்த அறிவைக் காட்டுகிறது.[31]

பெரிப்ளஸைப் பொறுத்தவரை, நவ்ரா அல்லது கண்ணனூர்த் துறைமுகமும் டெண்டிஸ் அல்லது தொண்டித் துறைமுகமும் தமிழகத்தின் (டமிரிகா) வடக்குப் பகுதியில் அமைந்திருந்தன. அவை சேரர்களின் துறைமுகங்களாகும். தெற்கிலிருந்த முஸிரியும் சேரர் துறைமுகம், அது 'அரேபியாவுக்கும் கிரேக்கத்துக்கும் செல்லும் பல கப்பல்களைக் கொண்ட' முக்கியமான துறைமுகம். கோட்டயத்துக்கு அருகில் இருந்த நெல்ஸிந்தா பாண்டிய அரசில் இருந்தது.[32] இங்கு அதிகமாகக் கிடைக்கும் மிளகுக்காகவும், வாசனைப் பொருளாக உபயோகப்படுத்தப்படும் லவங்க மரத்தின் இலையான மலபத்ரத்துக்காகவும் மேற்கிலிருந்து பெரிய கப்பல்கள் இந்தத் துறைமுகங்களுக்கு வந்தன.

இந்தக் கப்பல்களில் அதிக அளவு நாணயங்கள், புஷ்பராகம், அஞ்சனக்கல், பவழம், கச்சா கண்ணாடி, தாமிரம், தகரம், ஈயம், கொஞ்சம் மது, ஆடைவகைகள் ஆகியவை கொண்டுவரப்பட்டன. மிளகு, அதிக அளவிலான முத்துக்கள், தந்தம், பட்டாடைகள், கங்கைக் கரையிலிருந்து வரும் வாசனைத் தைலமான இலாமிச்சைத் தைலம், உள்நாட்டிலிருந்து வரும் மலபத்ரம், பளிங்குக் கற்கள், படிகப் பச்சை, வைரம், நீலக்கற்கள், ஆமை ஓடுகள் ஆகியவற்றை இங்கிருந்து இந்தக் கப்பல்கள் கொண்டு சென்றன.[33] ஆமை ஓடுகள், மலேயாவின் அருகில் உள்ள தீவுகளில் இருந்து முஸிரிக்குக் கொண்டுவரப்பட்டன. இது தென்னிந்தியாவுக்கும், தென்கிழக்கு ஆசிய நாடுகளுக்கும் இடையே நிலவிய வர்த்தகத்தின் அளவைக் காட்டுகிறது என்று ஷாப் குறிப்பிடுகிறார்.[34]

ரோமிலிருந்து இறக்குமதி மற்றும் ஏற்றுமதி செய்யப்பட்ட பொருட்களின் பட்டியலைப் பார்க்கும்போது, இந்தியாவிலிருந்து

இறக்குமதி செய்யப்பட்ட மதிப்புமிக்க, ஆடம்பரப் பொருட்களினால் ஏற்பட்ட வர்த்தகச் சமமின்மை தெளிவாகிறது. இது பொன் மற்றும் வெள்ளி நாணயங்களை ஏற்றுமதி செய்வதால் ஈடுசெய்யப்பட்டது.

அண்மையில் கண்டெடுக்கப்பட்டு, வியன்னா கண்காட்சியகத்தில் வைக்கப்பட்டுள்ள பொ.யு. இரண்டாம் நூற்றாண்டைச் சேர்ந்த 'பாபிரஸ்' ஒன்றில், முஸிரியைச் சேர்ந்த வர்த்தகர் ஒருவருக்கும் அலெக்ஸாண்டிரியாவைச் சேர்ந்த வணிகர் ஒருவருக்கும் முஸிரியிலிருந்து வாங்கப்பட்ட பொருட்களைக் குறித்து செய்து கொள்ளப்பட்ட, க்ரீக் மொழியில் எழுதப்பட்ட ஒப்பந்தம் உள்ளது. ஒரு தரப்பு, வணிகத்துக்காக முஸிரியில் வாங்கப்பட்ட கடனைப் பற்றித் தெரிவிக்கிறது. அலெக்ஸாண்டிரியாவிலிருந்து எழுதப்பட்ட மறு தரப்பு, இலாமிச்சைத் தைலம், தந்தம், ஆடைக்குவியல்கள் என்று முஸிரியிலிருந்து இறக்குமதி செய்யப்பட்ட பொருட்களைப் பற்றித் தெரிவிக்கிறது.

'இந்த வணிக ஒப்பந்தம்... முஸிரியிலிருந்து பொருட்கள் கப்பல்களில் ஏற்றப்பட்டு அலெக்ஸாண்டிரியாவில் வந்து இறங்கும் வரையான காலத்தை உள்ளடக்கியது. இதில் வர்த்தகம் செய்யப்படும் பொருட்கள், அவற்றின் அளவு, மதிப்பு மற்றும் ரோமானிய சுங்க அதிகாரிகள் விதிக்கும் 25% வரி ஆகிய விவரங்கள் தரப்பட்டுள்ளன'.[35] இந்தச் சரக்கில், 700லிருந்து 1700 பவுண்டுகள் இலாமிச்சைத் தைலம், 4700 பவுண்டுகள் தந்தப் பொருட்கள், 790 பவுண்டுகள் ஆடை வகைகள் உள்ளன. இதன் மொத்த மதிப்பு, எகிப்திலுள்ள 2400 ஏக்கர் நிலத்தின் விலைக்குச் சமமானது.[36]

இந்த ஆவணம், பண்டைக்காலத்தில் தனிப்பட்ட வணிக ஏற்று மதியாளர்கள் கூட, அதிக அளவில் வர்த்தகம் செய்தார்கள் என்பதைத் தெளிவாகக் காட்டுகிறது. பண்டைக்கால வர்த்தகம், கடல்மூலமாகவோ, நிலவழியாகவோ தொலை தூரங்களைக் கடந்து செய்யப்பட்டது என்பதையும் இதன்மூலம் நாம் அறிந்துகொள்ள முடியும். இலாமிச்சைத் தைலம், 'கங்கைக்கரைத் தைலம்' என்ற பெயரிலும் அழைக்கப்பட்டது, வட இந்தியாவிலிருந்து அது பெறப்பட்டது என்பதைக் குறிக்கிறது, இருப்பினும் அது நாட்டின் இன்னொரு மூலையில், தென்மேற்குத் துறைமுகம் ஒன்றில், இருந்து ஏற்றுமதி செய்யப்பட்டது. முக்கியமாக,

இது பண்டைக்காலத்தில் இருந்த வர்த்தக நடைமுறைகள் எவ்வாறு செயல்பட்டன என்பதைப் பற்றி விளக்குகிறது. பயணத்தின் காலத்தைப் பற்றியும், பொருட்களின் அளவு மற்றும் மதிப்பைப் பற்றியும் எழுதப்பட்ட ஒப்பந்தங்கள் இருந்தன. வணிகத்துக்காக

வாங்கப்பட்ட கடனைப் பற்றிய குறிப்பு, நீண்டகாலக் கடன் வசதிகள் இருந்தன என்பதையும் வர்த்தகம் சீராக நடைபெற அவை உதவின என்பதையும் காட்டுகிறது.

சங்க இலக்கியத்திலும் குறிப்பிடப்பட்டுள்ள, முஸிரியைப் பற்றி ஒரு புலவர் கூடைகளில் கொண்டுவரப்பட்ட அரிசிக்கு ஈடாக முஸிரியின் மீன்கள் பண்டமாற்றாக அளிக்கப்பட்டன என்று குறிப்பிடுகிறார்; அதேபோல் வீடுகளில் இருந்து மிளகுப் பொதிகள் சந்தைக்குக் கொண்டுவரப்பட்டன; விற்பனை செய்யப்பட்ட பொருட்களுக்கு ஈடாகக் கப்பல்களில் கொண்டுவரப்பட்ட பொன், படகுகளின் மூலம் கரைக்குக் கொண்டுவரப்பட்டது என்றும் கூறுகிறார்.[37]

பெரிப்ளஸின் குறிப்புப் படி, கிழக்குக் கடற்கரையின் முக்கியத் துறைமுகமாக இருந்தது, முத்துக்குளிக்கும் தொழில் நடைபெற்ற கொற்கைத் துறை. வடக்கில் உள்நாட்டில் 'அர்கரு' என்று குறிப்பிடப்படும் உறையூர் இருந்தது. அங்கு கடற்கரையில் எடுக்கப் பட்ட முத்துகள் ஒன்று சேர்க்கப்பட்டன. 'அர்காரிடிக்' என்று குறிப்பிடப் படும் மஸ்லின் துணிகள் இங்கிருந்து ரோமுக்கு அனுப்பப்பட்டது. சோழமண்டலக் கடற்கரையில் அமைந்துள்ள மற்ற துறைமுகங்களாக பெரிப்ளஸ் குறிப்பிடுவது, புகார், புதுச்சேரி அல்லது பாண்டிச்சேரி, சோபட்னா[38] ஆகியவற்றை. தமிழகம், குறிப்பாக சோழ மண்டலம், நெசவுத் தொழிலில் ஏற்கனவே சிறப்புப் பெற்றிருந்தது.

அங்கிருந்து பருத்தி ஆடைகள் ஏற்றுமதி செய்யப்பட்டன. அரிக்காமேடு மற்றும் ராமேஸ்வரத்துக்கு அருகில் உள்ள ஆலங்குளம் ஆகியவையும் துறைமுகங்களாக இருந்தன. அங்கு ரோமானியக் கப்பல்கள் வர்த்தகத்துக்காக வந்தன. அரிக்காமேட்டில் கிடைத்த தொல்பொருள் கண்டுபிடிப்புகள் நன்கு அறியப்பட்டபோதிலும் ஆலங்குளத்தில் கண்டுபிடிக்கப்பட்ட, ரோமானியக் கப்பலின் சித்திரம் வரையப்பட்ட மட்பாண்டங்களைப் பற்றி அதிகம் தெரிய வருவதில்லை. இது கிழக்குக் கடற்கரையில் ரோமானியக் கப்பல்களின் போக்குவரத்து இருந்ததற்கு மற்றுமொரு சான்றாகும். இதில் வரையப்பட்டுள்ள கப்பல், மூன்று பாய்மரங்களைக் கொண்ட, பொ.யு. முதலாம் - மூன்றாம் நூற்றாண்டைச் சேர்ந்த, இந்தியாவுக்கான நீண்டதூரக் கடற்பயணத்துக்குப் பயன்படுத்தப்பட்ட ஆகப் பெரிய ரோமானியக் கப்பல் ஆகும்.[39]

அரிக்காமேடு, ஆலங்குளம், புகார் ஆகிய துறைமுகங்களிலும் உள்நாட்டுத் தலைநகரான மதுரையிலும் ரோமானியர்களின் குடியிருப்பு இருந்தது.[40]

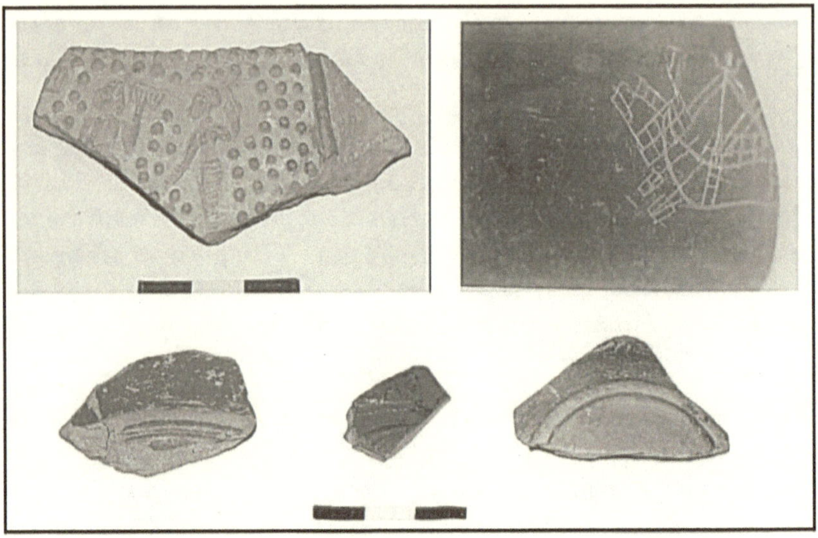

படம் 2.1 அழகன்குளம் மட்பாண்டங்கள் : ரோமானியரின் தாக்கம்
(நன்றி : தமிழ்நாட்டு தொல்பொருள் ஆராய்ச்சி நிறுவனம்)

இந்திய - ரோமானிய வர்த்தக முறைகள், நீரோவின் மறைவை அடுத்து பொ.யு. 68ல் நடைபெற்ற உள்நாட்டுப் போரின் பின் மாற்றமடையத் துவங்கியது. வெஸ்பாஸியன் அரசர் மேல்தட்டு மக்களின் ஆடம்பரமான வாழ்க்கைக்கு எதிராகப் பல சட்டங்களை இயற்றினார். எனவே இந்தியாவிலிருந்து மிளகு, ஆடைகள் போன்ற குறைந்த மதிப்புடைய பொருட்கள் மட்டுமே இறக்குமதி செய்யப்பட்டன. பட்டு, தந்தம், படிகப்பச்சை ஆகியவை ஆசிய நாடுகளுக்குள்ளேதான் வர்த்தகம் செய்யப்பட்டன.[41] ஆனால் பாபிரஸ் ஒப்பந்தம், தந்தம் போன்ற ஆடம்பரப் பொருட்கள் இந்தியாவிலிருந்து ரோமுக்கு பொ.யு. இரண்டாம் நூற்றாண்டிலும் இறக்குமதி செய்யப்பட்டதைத் தெரிவிக்கிறது.

ரோமானிய வர்த்தகம் நடைபெற்ற திசையிலும் குறிப்பிடத்தக்க மாற்றம் நிகழ்ந்தது, அதாவது பொ.யு. முதல் நூற்றாண்டுக்குப் பிறகு கிழக்குக் கடற்கரையில் இருந்த துறைமுகங்களில்தான் பெரும்பாலான வர்த்தகம் நடைபெற்றது. ரோமானிய அரசியல் மாற்றங்களைத் தவிர, மத்திய ஆசியாவில் இருந்த பார்த்தியர்களின் எதிர்ப்பினால் சீனாவிலிருந்து ரோமுக்கு பட்டு கொண்டு செல்லப்படும் வழக்கமான நிலவழியான 'பட்டு வர்த்தக வழி' பொ.யு.மு. முதல் நூற்றாண்டு முதல் பயன்படுத்த முடியாமல் போனதும் வர்த்தக முறைகள்

மாற்றமடைந்ததற்கு மற்றொரு முக்கிய காரணமாக அமைந்தது. எனவே சீனாவிலிருந்து பட்டு கடல் மூலம் சோழமண்டலக் கடற்கரைத் துறைமுகங்களுக்குக் கொண்டுவரப்பட்டது. அங்கு கிடங்குகளில் சேமிக்கப்பட்டுப் பின்னர் ரோமுக்குக் கொண்டுசெல்லப்பட்டது.[42]

தென்கிழக்கு ஆசியாவுடனான வர்த்தகத்தைப் பற்றியும் அங்கிருந்து இறக்குமதி செய்யப்பட்ட பொருட்களைப் பற்றியும் சங்க இலக்கியத்தில் சொல்லப்பட்டிருக்கிறது. சீனாவுடனான வர்த்தகத் தொடர்புகளை கற்பூரம், பொன் போன்ற பொருட்களின் இறக்குமதியிலிருந்து அனுமானிக்கத்தான் முடிகிறது. தவிர, ஆடைகளில் பயன்படுத்தப்பட்ட பட்டு மற்றும் பட்டு நூல் தமிழ்நாட்டில் எங்கும் உற்பத்தி செய்யப்படாததால் அவை சீனாவிலிருந்துதான் இறக்குமதி செய்யப்பட்டிருக்க வேண்டும். பான் கோ என்ற பண்டைய சீன ஆசிரியருடைய குறிப்புகளைப் பார்க்கும்போது, பொ.யு.மு. இரண்டாம் நூற்றாண்டில் சீனாவுக்கும் தென்னிந்தியாவுக்கும் வர்த்தகத் தொடர்புகள் அதிக அளவில் இருந்ததையும், சீனர்கள் இந்தியாவில் அரசியல், வர்த்தக நிலையைப் பற்றி நன்கு அறிந்துவைத்திருப்பதையும் புரிந்து கொள்ளலாம்.[43]

வர்த்தகப் பரிமாற்றங்கள் எவ்வாறு நடந்தன? விலையும் மதிப்பும் எவ்வாறு நிர்ணயிக்கப்பட்டன? 'பணப்பரிமாற்றம் நடந்ததற்கான சான்றுகள் இல்லை. வர்த்தகங்கள் பண்டமாற்று முறையில்தான் நடந்தன'[44] என்று கூறப்பட்டாலும் நீண்டதூர கடல் வர்த்தகத்தின் கூறுகளை ஆராய்ந்து பார்க்கும்போது பணப்பரிமாற்றம் நடைபெறாமல், இந்த அளவுக்கு வர்த்தகம் நடைபெறச் சாத்தியமே இல்லை என்பது தெரிகிறது. கரூரின் அமராவதி ஆற்றங்கரையில் கிடைத்த அதிக அளவிலான சேர நாணயங்கள் வர்த்தகம் பணப்பரிமாற்றம் மூலமும் நடந்திருக்கிறது என்பதைக் காட்டுகிறது. இங்கு கிடைத்த நாணயங்களில் பொ.யு.மு. இரண்டாம் நூற்றாண்டைச் சேர்ந்த தாமிர நாணயங்களும் பொ.யு. மூன்றாம் நூற்றாண்டைச் சேர்ந்த உருவங்கள் பொறிக்கப்பட்ட வெள்ளி நாணயங்களும் அடங்கும்.[45]

உள்ளூர் நாணயங்களுக்கு அடுத்த படியாக ரோமானிய நாணயங்களும் புழக்கத்தில் இருந்தன. பல ரோமானிய நாணயங்களில் சிறிய சின்னங்கள் (புள்ளிகள், பிறைகள், வட்டங்கள், ரோமானிய எழுத்துக்கள்) பொறிக்கப்பட்டிருந்தன. ரோமானிய வெட்டுக்காசுகளும் கிடைத்தன, இவை வெட்டுப்பட்டிருப்பதற்குப் பல காரணங்கள் சொல்லப்பட்டாலும் சரியான விளக்கம் இன்னும் தரப்படவில்லை. சின்னங்கள் பொறிக்கப்பட்ட நாணயங்கள் முத்திரை இடப்பட்டும் இருப்பதால், அவை சட்டபூர்வமான நாணயங்களாக

அங்கீகரிக்கப்படுகின்றன. கடன்கொடுப்பவரிடம் இந்த நாணயங்கள் அளிக்கப்படும்போது இந்தச் சின்னங்களின் மூலம் அவற்றின் உரிமையாளரைக் கண்டறிவதற்கும் பயன்படுகின்றன. பண்டைக் காலத்தில் வங்கிச்சேவைகள் ஓரளவுக்கு இருந்ததையும் இது சுட்டுகிறது.

போலி ரோமானிய நாணயங்களும் இந்தியாவில் பல இடங்களில் கண்டுபிடிக்கப்பட்டுள்ளன, உள்ளூர்ச் சந்தைகளில் புழக்கத்துக்குவிட இவை தயாரிக்கப்பட்டிருக்கக்கூடும். இவற்றை அச்சிடுவதற்கு வேறு சட்டவிரோதமான, தீய எண்ணங்கள் இருந்ததாகத் தெரியவில்லை. ஏனெனில், எடையிலும் உலோகங்களின் தூய்மையிலும் வேலைப் பாட்டிலும் இவை ரோமானிய நாணயங்களை ஒத்திருந்தன. இந்த நாணயங்கள் அனுபவமிக்க ரோமானிய கைவினைக் கலைஞர் களாலோ அல்லது அவர்களிடம் பயின்ற இந்திய கைவினைக் கலைஞராலோதான் உருவாக்கப்பட்டிருக்கவேண்டும்.[46]

இது ஒருபுறமிருக்க, ரோமானிய நாணயங்கள் இங்கு ஏன் புழக்கத்தில் இருக்கவேண்டும் என்ற கேள்வி எழுகிறது. பொ.யு. முதலாம் நூற்றாண்டில் அதிகரித்த கடல் வணிகத்தினால், பணத்துக்கான தேவையும் அதிகரித்திருக்கவேண்டும். உள்நாட்டு நாணயத்தால் அந்தத் தேவையைப் பூர்த்தி செய்ய இயலாமல் போயிருக்கலாம். ரோமானிய நாணயங்களின் தரம் எல்லா இடங்களிலும் ஏற்றுக் கொள்ளக்கூடியதாக இருப்பதால், உள்ளூர் நாணயத்துக்கு இணையாக அவை புழக்கத்துக்கு விடப்பட்டிருக்கலாம். பொ.யு. முதல் நூற்றாண்டில் அதிகரித்த வர்த்தகம், தமிழகத்தின் பொருளாதார வளங்கள் மீது அழுத்தத்தைக் கொடுத்திருக்கலாம். வளர்ந்துவந்த தேவைக்கு ஏற்ப உற்பத்தியை அதிகரிப்பதற்குத் தொடர்புடைய மற்ற வளங்களான மூலப்பொருட்கள், பணியாட்கள், மூலதனம் ஆகிய வற்றையும் அதிகரிக்கவேண்டும்.

உற்பத்தி செய்யப்பட்டு ஏற்றுமதி செய்யப்பட்ட பொருட்களில் முக்கியமானது பருத்தி ஆடைகள். தொழில்நுட்ப வளர்ச்சி இல்லாத அக்காலத்தில் உற்பத்தித் திறனை அதிகரிப்பதன் மூலம் உற்பத்தியை அதிகரிப்பது சாத்தியமில்லாததாக இருந்தது. எனவே உற்பத்தியை அதிகரிக்க ஒரே வழி, பயன்படுத்தப்படும் பொருட்களின் அளவை - பருத்தி, நூல் நூற்போர், நெசவாளிகள், தறிகள், ஆகியவற்றை அதிகரிப்பதுதான். எனவே, நீண்ட கால நோக்கில், இந்தப் பிரதேசங்களில் பொருளாதார நடவடிக்கைகள் அதிகரித்துப் பணப்புழக்கத்தின் மேல் அதிக அழுத்தத்தைக் கொடுத்தன. உள்ளூர் பொருளாதாரமும் மாறிவரும் வர்த்தகத்துக்கேற்ப நெகிழ்ந்து கொடுத்துத் தன்னை மாற்றிக்கொள்ள வேண்டியிருக்கிறது.

ரோமுடனான வர்த்தகம் குறைந்துவரும்போது, தென்கிழக்கு மற்றும் தூரக்கிழக்கு ஆசிய நாடுகளுடனான வர்த்தகம் அதை ஈடு செய்தது.

உற்பத்தியாளர்கள்

அக்கால இலக்கியங்கள், விவசாயத்தைத் தவிர மற்ற உற்பத்தி நடவடிக்கைகளும் தமிழகத்தில் நடைபெற்றதைப் பற்றிக் குறிப்பிட்டிருக்கின்றன. விவசாயத்துக்கு அடுத்தபடியாக ஆகப்பெரிய தொழிலாக ஆடைத்தயாரிப்புத் தொழில் இருந்தது. இந்தியாவிலிருந்து ஏற்றுமதி செய்யப்படும் முக்கியமான பொருளாக ஆடைகளே இருந்தன. அவை இந்தியாவின் உற்பத்தியாகும் பொருள்களில் உலக அளவில் உற்பத்திக்கான தர அளவுகோலாகத் தனிச்சிறப்பைப் பெற்று 2000 ஆண்டுகளாக இருந்தன. நெசவாளிகள் சாலி என்னும் சமூகத்திலிருந்து வந்தனர் (இது பின்னாளில் ஒரு சாதியாக மாறியது). இன்றும் சாலிகள் தென்னிந்தியாவில் நெசவுத்தொழில் செய்யும் சாதியினரில் முக்கியமானவர்கள். நகரில் தமக்கென ஒதுக்கப்பட்ட இடங்களில் நெசவாளிகள் வாழ்ந்தனர்,

ஏற்றுமதிக்கும் செல்வந்தர்கள் பயன்படுத்துவதற்குமான அதிகத் தரம் வாய்ந்த ஆடைகளை நகரில் உள்ள நெசவாளிகள் நெய்தனர் என்றும் உள்நாட்டில் பயன்படுத்தக்கூடிய சாதாரணத் தரம் உடைய ஆடைகளைக் கிராமப்புறத்தில் இருந்த நெசவாளிகள் நெய்தனர் என்றும் கூறலாம். பல பண்டைய நூல்கள், பெண்கள் நூல் நூற்கும் தொழில் செய்ததைப் பற்றிக் குறிப்பிடுகின்றன.[47] பெண்களுக்கு, வீட்டிலிருந்து செய்யும் தொழிலாக நூல் நூற்பது இருந்தது. இது பத்தொன்பதாம் நூற்றாண்டின் இறுதி வரை தொடர்ந்தது.

நெசவுத் தொழிலை சாலிகள் மேற்கொண்டபோது, ஆடைகள் வர்த்தகத்தில் தேர்ந்த, அறுவை வணிகர் என்று அழைக்கப்பட்டவர்களால் அவை விற்பனை செய்யப்பட்டன. நகரில் ஆடைகள் விற்பதற்கென்று தனி வீதிகள் இருந்தன, மதுரை நகரில் இருந்த கடைகள், தரத்தின் அடிப்படையில் அடுக்கப்பட்ட நூற்றுக்கணக்கான மணமுள்ள சேலைகளைக் கொண்டிருந்தது.[48] மிக நேர்த்தியாக நெய்யப்பட்ட தனித்தன்மையுள்ள பட்டு, பருத்தி ஆடைகளை நெசவாளிகள் நெய்தனர், எலியின் ரோமத்திலிருந்து வெப்பத்தைக் கொடுப்பதற்காக கம்பளி நெடுக்கப்பட்டது.[49]

தரமான துணிகளை நெய்வது மிகுந்த திறன் வாய்ந்த செயல், மிக மெல்லிய, தரமான, வேலைப்பாடு நிறைந்த ஆடைகள் நெய்யப்பட்டதற்கான குறிப்புகள் பல உள்ளன. அந்த ஆடைகள் எல்லாம், மிகுந்த நெருக்கத்தில், நெசவு வேலையைத் தனியாகக் கண்டறியாத வண்ணம் நெய்யப்பட்டன; பாம்புச் சட்டையைப் போல மிக

மெல்லியதாக அவை இருந்தன ; பாலிலிருந்து எழும் ஆவி போல லேசாக இருந்தன. லேசான அந்த ஆடைகள், வாசனைப் பொருளால் மணமுள்ளதாக ஆக்கப்பட்டு வைக்கப்பட்டிருந்தன.[50]

உலோக வேலைகளும் ஒரு முக்கியமான தொழிலாக இருந்தது, பித்தளை, செம்பு ஆகியவற்றில் வேலை செய்யும் கொல்லர்கள் நகரில் இருந்ததைப் பற்றிய குறிப்புகள் பல உள்ளன. நகைகள் செய்வது, பொன்னைவைத்துச் செய்யப்படும் வேலைகள் ஆகியவையும் பெரிய அளவில் நடைபெற்றன. இந்த வேலைகளைச் செய்யும் தொழிலாளர் களைத் தவிர, ரத்தினக் கற்களையும் பொன்னையும் வர்த்தகம் செய்பவர்களும் இருந்தனர். இந்த உலோகங்களில் திறனுள்ள தொழிலாளர்கள், கொல்லர்களுடனும், கொத்தர்களுடனும் சேர்த்து 'ஐந்து' கம்மாளர்கள் அல்லது கம்மாளர் என்று அழைக்கப்பட்டனர். இந்தத் தொழில் ரீதியான சாதிகள் அண்மைக்காலம் வரை தமிழ்ச் சமூகத்தில் குறிப்பிடத்தக்க இடம் பெற்றிருந்தன.

இவர்கள் தயாரிக்கும் பொருட்களுக்கும் இவர்களின் சேவைகளுக்கும் நகரங்களில் அதிகத் தேவை இருந்தது. புகாரில் மகதத்தைச் சேர்ந்த தொழிலாளர்கள், மராத்தியத்தைச் சேர்ந்த கைவினைத் தொழிலாளர்கள், அவந்தியைச் சேர்ந்த கொத்தனார்கள், யவனத் தச்சர்கள் ஆகியோர் அரசவையில் உள்ளூர்த் தொழிலாளர்களுடன் சேர்ந்து பணியாற்றினர்.[51] நகரில் கிடைக்கும் பல்வேறு பொருட் களைப் பற்றிய சித்திரத்தை, மதுரையின் முக்கியச் சந்தையைப் பற்றி சிலப்பதிகாரம் கூறுவதிலிருந்து அறியலாம்.

அரசர்களாலும் விரும்பக்கூடிய, ஆடம்பரமான பொருட்கள் சந்தையில் குவிந்து கிடந்தன: மூடு வண்டிகள், இரண்டு சக்கர வண்டிகள், அழகான தேர்கள், உடல் முழுவதையும் மூடக்கூடிய கவசம், கற்கள் பதிக்கப்பட்ட அங்குசம், தோலால் செய்யப்பட்ட கைக்கவசங்கள், இடுப்புப் பட்டைகள், வாசனைப் பொருட்களால் ஆன பந்துகள், வெள்ளைக்கிண்ணங்கள், இறகால் ஆன பாத்திரங்கள், காட்டுப்பன்றி தலை பதிக்கப்பட்ட கேடயங்கள், சிறிய தோல் கேடயங்கள், பழத்தோலால் ஆன மாலைகள், அரம் போன்ற கருவிகள், தந்தத்தால் செய்யப்பட்ட பொருட்கள், வாசனைப் பசை, மலர்மாலைகள்.[52]

நகரச் சமூகத்தில் நுகரப்படும் பொருட்களின் வகைகள், பல்வேறு விதமான கைவினைத் தொழிலாளர்களுக்கான தேவைகளை அதிகரித்து, பொருளாதாரம் விரிவடைய உதவியது.

அரசின் பங்களிப்பு

வர்த்தகத்தை உயர்த்துவதில் அரசின் பங்களிப்பு என்ன என்பதை விளக்குவது கடினம். ஒருபுறம் அரசர், பாண்டிய மன்னர், 'அரிய,

மதிப்புமிக்க பொருட்களைப் பல்வேறு நாடுகளிலிருந்து தருவித்ததன் மூலம், மக்களின் பொருளாதாரத்தை உயர்த்தியவன்' என்று புலவர் ஒருவரால் புகழப்படுகிறார். மற்றொரு புறம், நெடுஞ்செழியன் என்ற அந்த அரசரின் படையெடுப்புகள் விவரிக்கப்படுகின்றன. போராலும் அதைத் தொடர்ந்த அழிவாலும் நடந்தவை நன்கு விளக்கப்பட்டுள்ளன : 'நல்ல விளைநிலங்கள் கொளுத்தப்பட்டு அழிக்கப்பட்டன, அதனால் அவை காடுகளாக மாறின; கால்நடைகளை வளர்க்கும் இடங்கள் புலி வேட்டையாடும் இடங்களாக மாறின; குடியிருப்புகள் அழிக்கப் பட்டன'.[53] மொத்தத்தில் சாதாரண மக்களுக்குக் கிடைத்தது என்ன என்பது கேள்விக்குறி.

ஓர் அரசின் முக்கியமான பணி, நாட்டின் வர்த்தகப் பாதைகளைப் பாதுகாப்பதும், வர்த்தகர்களைச் சாலைகளில் நடைபெறும் வழிப்பறியிலிருந்தும் கொள்ளைகளிலிருந்தும் காப்பதும்தான் என்பது அனைவரும் அறிந்த விஷயம். காஞ்சி அரசன் இளந்திரையனைப் புகழும் ஒரு பாடல், அவருடைய நாட்டில், வில்லும் அம்பும் தாங்கிய காவலர்கள் வணிகர்களைக் காத்து நின்றதால், வணிகர்களை வழிப்பறி செய்து அவர்களின் பொருட்களைக் கொள்ளையடிப்பவர்களே இல்லை என்று கூறுகிறது.[54] இருந்தாலும் குழுக்களாகச் சென்ற வணிகர்கள், ஆயுதம் தாங்கிய காவலர்களைத் தங்களோடு வைத்திருந்தனர் என்பதை அறியும்போது, அரசு கொடுக்கும் பாதுகாப்பு அதிகமில்லை என்றும் வணிகர்கள் தங்களுக்குச் சொந்தமாகவே பாதுகாப்பு செய்துகொண்டிருந்தனர் என்றும் தெரிகிறது.

ஆனால் அரசுகள், நிலவழியாகச் செல்லும் பொருட்களுக்கு சாலை வரியும்,[55] வெளிநாட்டிலிருந்து இறக்குமதி செய்யப்படும் பொருட்களுக்குத் துறைமுகங்களில் சுங்கமும் வசூலித்தன. புகாரில் :

கடற்கரையின் அருகே கற்றாழைகள் மிதந்துகொண்டிருக்கும் இடத்தில் நன்மைகள் செய்யும் அரசருக்குச் சேரவேண்டிய சுங்கம் வசூலிக்கும் பணியாட்கள் இருந்தனர். அவர்கள் சூரியனைப் போலத் தளராமல் உழைத்து வரிகளை வசூல் செய்துகொண்டிருந்தனர். சுங்கச் சாவடிக்கான அரிய தெரு இது. இங்கு அதிகாரிகள் (சோழர்களுடைய) புலி இலச்சினையைப் பொருட்களில் பொறிக்கின்றனர். விலையுயர்ந்த பொருட்கள் அடங்கிய பொதிகளின் மேல் கூரான நகங்கள் உள்ள காவல் நாய்கள் ஆடுகளைத் தூக்குகின்றன. இதுதான் புகார்[56]

புகாரில் அரசால் பராமரிக்கப்படும் கிடங்கு ஒன்று இருந்தது. அது வெள்ளிமடையமன்றம் என்று அழைக்கப்பட்டது.

புகாருக்கு வந்த வெளிநாட்டு வணிகர்களின் பொருட்களில் அவர்கள் பெயர், பொருட்களின் எடை , அளவு ஆகியவை பொறிக்கப்பட்டுக்

கிடங்குகளில் வைக்கப்பட்டிருந்தது. கிடங்குகளின் வாசலில் காவலர்கள் யாரும் இல்லை, பெரும் தாழ்ப்பாள்களைக் கொண்ட கதவுகளும் இல்லை, பொருட்களின் உரிமையாளர்களும் அவற்றுக்குக் காவலாக இல்லை. கிடங்குகளிலிருந்து யாராவது பொருட்களைக் களவாடினால், தலையில் அந்தப் பொருட்களைச் சுமந்தபடி நகரைச் சுற்றி அவர்கள் வர வேண்டும் என்கிற தண்டனை விதிக்கப்பட்டது. பின் அந்தப் பொருட்களும் அவர்களிடமிருந்து கைப்பற்றப்பட்டது. இதனால், கிடங்கிலிருந்து திருடும் எண்ணம் மக்களுக்குப் பயத்தை அளித்தது.[57]

இந்தக் காவியம், கிடங்கின் காவலர்களைப் பற்றிக் குறிப்பிடுவதால்,[58] மேற்குறிப்பிட்ட பத்தி கொள்ளையர்களைக் கட்டுப்படுத்துவதில் அரசுக்கு இருந்த அதிகாரத்தைப் பற்றி உயர்வுநவிற்சியாகக் கூறுகிறது என்பது தெரிகிறது.

ஒட்டுமொத்தமாகப் பார்க்கும்போது, அரசின் தலையீடு அதிகமாக இல்லாத காரணத்தால், இந்தப் பிரதேசத்தில் வர்த்தகம் செழித்தது. அதேசமயம், வர்த்தகத்தை வளர்ச்சியடையச் செய்ய முயற்சிகள் எதையும் அரசு எடுக்கவில்லை. வெளிநாட்டு வணிகர்கள் இங்கு வந்து துறைமுகங்களிலும் உள்ளூர் நகரங்களிலும் வர்த்தகம் செய்யவும், அமைதியாக வாழ்ந்து தங்கள் வணிகத்தை நடத்தவும் அனுமதிக்கப் பட்டார்கள். நகரங்களும் துறைமுகங்களும் பல்வேறு தரப்பு மக்கள் வாழும் இடங்கள் என்றும், பலவகையான மொழிகள் பேசப்படும் இடங்கள் என்றும் வர்ணிக்கப்பட்டுள்ளன. பல இனங்களைச் சேர்ந்த மக்கள் வேறுபாடில்லாமல் நடத்தப்படும் தன்மை, வர்த்தகம் நடத்தத் தேவையான சூழலை உருவாக்கியது.

வணிகர்கள்

பண்டைக்காலத்திய வர்த்தகத்தைப் பற்றி அறிவதற்காக நாம் பயன்படுத்திய தரவுகளின் மூலங்களிலிருந்து வேறுபட்டு, வணிகர் களையும் வர்த்தக நடவடிக்கைகளையும் பற்றி அறிந்து கொள்ள இலக்கிய ஆதாரங்களையே பயன்படுத்தவேண்டியுள்ளது. இலக்கியத்தை வரலாற்று ஆதாரமாகப் பயன்படுத்துவதில் பல சிக்கல்கள் உள்ளன, அவற்றில் சொல்லப்பட்டவை எந்த அளவுக்கு உண்மை, எந்த அளவுக்கு உயர்த்திச்சொல்லப்பட்டுள்ளது என்பது ஆராய்ச்சியாளரின் முடிவுக்கே விடப்படும் ஒரு விஷயம்.

அதிர்ஷ்டவசமாக, சமகாலத்தில் (பொ.யு. ஆரம்ப காலத்தில்) கிடைக்கும் கல்வெட்டுகள் இதற்கான துணைத்தகவல்களை அளித்து இலக்கிய ஆதாரங்களைப் புரிந்துகொள்ள அவை உதவுகின்றன. இருந்தாலும், வர்த்தக நிறுவனங்களைப் பற்றியும், மூலதனம்

உள்ளிட்ட வர்த்தகப் பொருளாதாரம் பற்றியும், கடனுதவியின் தேவைகளையும் தன்மையையும் பற்றியும், எந்த அளவுக்கு விலை நிர்ணயம் செய்யப்பட்டது என்பது பற்றியும் உள்ள பல கேள்விகளுக்கு சரியான விடை கிடைக்கவில்லை. அனுமானத்தின் பேரிலேயே சில முடிவுகளுக்கு வரமுடியும், ஆனால் அது ஊகங்களாகவே இருக்க முடியும்.

சமூகக் கட்டமைப்பு

தமிழகத்தின் சமூக, பொருளாதார அமைப்பில் வணிகர்கள் குறிப்பிடத்தக்க பங்கு வகித்தனர், முக்கியமாக நகரப் பகுதிகளில் அவர்கள் தீவிரமாகச் செயல்பட்டு வந்தனர். உள்ளூர்ச் சமூகத்தில் அவர்களுக்குச் சிறப்பு அந்தஸ்து இருந்தது. வர்த்தகம் ஒரு கீழான தொழிலாகப் பார்க்கப்பட்ட பண்டைய கிரேக்கம் அல்லது இடைக்கால ஜப்பான் போன்ற தொலைவில் அமைந்த, கலாசார ரீதியில் வேறுபட்ட இடங்களில் இருந்த நிலைக்கு நேரெதிராக இது இருந்தது. பண்டைய கிரேக்கத்தில், போர் மற்றும் கொள்ளையால் கிடைக்கும் லாபம் உயர்ந்ததாகவும், வணிகம் கீழானதாகவும் பார்க்கப்பட்டது.

வணிகம், ஃபோனீசியர்கள் போன்ற வெளிநாட்டவர்கள் மேற்கொள்ள வேண்டிய தொழில் என்ற பொதுக்கருத்து இருந்தது.[59] தமிழகத்திலும் போரும் படையெடுப்புகளும் உயர்ந்ததாகக் கருதப்பட்டாலும், வணிகர்களும் சமூகத்தில் கௌரவம் மிக்க உறுப்பினர்களாகக் கருதப்பட்டனர். பத்துப்பாட்டு என்ற தொகுப்பில் ஒன்றான பட்டினப் பாலை என்ற நூல், புகாரின் வணிகர்களைப்பற்றிக் குறிப்பிடுகையில் :

புகாரின் வணிகர்கள் நுகத்தடியைப்போல, நேரானவர்கள். எப்போதும் உண்மையே பேசக்கூடியவர்கள், நல்ல மனமுடையவர்கள், அவமானத்துக்கு அஞ்சுபவர்கள். அவர்களுடைய பொருட்களையும் அடுத்தவர்களுடைய பொருட்களையும் சமமாகக் கருதுபவர்கள் ; ஒரு பொருளுக்கு அதிக விலையை விதிக்கமாட்டார்கள், பொருளின் அளவையும் குறைக்கமாட்டார்கள். பல்வேறு பொருட்களை விற்கும் லாபத்தை மறைவில்லாமல் வெளியிடக்கூடியவர்கள். புகாரில் இதுபோன்ற வணிகர்கள் பன்னெடுங்காலமாக வாழ்ந்து வந்தனர்.[60]

மற்றொரு நூலான மதுரைக்காஞ்சி, மதுரையின் வர்த்தகர்களை ‘அறநெறி பிறழாதவர்கள், உயரமான வீடுகளில் வசிப்பவர்கள்’ என்று குறிப்பிடுகிறது.[61]

இது போன்ற உயர் வர்ணனைகள், தமிழ் சமூகத்தில் வணிகர்களுக்கு இருந்த நன்மதிப்பைக் குறிக்கிறது. உள்ளூரில் கிடைக்காத பல பொருட்களைத் தங்களுக்குக் கிடைக்கச் செய்து, நுகர்வோரின் தரத்தை

உயர்த்தி, அதன்மூலம் வாழ்க்கைத் தரத்தை உயர்த்துபவர்கள் என்பதின் அங்கீகாரமே அவர்களுக்கு அளிக்கப்பட்ட உயர்ந்த இடத்துக்கான காரணம். 'மலைகளிலிருந்தும் கடலிலிருந்தும் பயன்தரக்கூடிய, தேவைமிக்க பொருட்களை வணிகர்கள் அளித்து மக்களைப் பெரு மகிழ்ச்சியில் ஆழ்த்துகிறார்கள்'[62]

சொல்லப்போனால், செல்வத்தைச் சேர்த்தும், நன்மதிப்பைப் பெற்றும் வாழ்ந்த வணிகர்களின் பங்களிப்பை அரசர்களும் அங்கீகரித்தனர். மதுரையில், அப்படிப்பட்ட வணிகர்கள் எட்டி என்ற விருதுப் பெயர் அளிக்கப்பட்டு அவர்களைக் கௌரவிக்கும்விதமாக தங்க மலர் கொடுத்து அரசனால் சிறப்பிக்கப்பட்டனர்.[63]

தவிர, வர்த்தகர்கள் அவர்களது வீரத்துக்காகவும் போர்க்குணத்துக் காகவும் மதிக்கப்பட்டனர், இவை உள்நாட்டில் பெரிதும் விரும்பப் படும் குணங்களாகும்.

அவர்கள் கடினமாக உழைக்கக்கூடியவர்கள், காலணியும் மேலாடையும் அணிந்தவர்கள்; அவர்களுடைய திறமையினால் சாலையில் வழிப்பறி செய்பவர்களின் அம்புகளிலிருந்து தப்பிக்கக் கூடியவர்கள், அதனால் அவர்கள் மார்பில் காயங்கள் இல்லை: தந்தப்பிடி கொண்ட மின்னும் வாட்களைப் பக்கவாட்டில் அணிந்தவர்கள்; பாம்புகள்போல் தோற்றமளிக்கும் குறுவாட்களை இடுப்பில் தரித்தவர்கள்; இறுகக்கட்டிய ஆடைகளை அணிந்தவர்கள்; தங்களை எதிர்த்தவர்களுக்குப் புறமுதுகு காட்டாமல், முருகனைப் போல் அவர்களை வேலால் எதிர்க்கக்கூடிய வீரர்கள்[64]

வணிகர்களில் சமூகத்துக்கு இருந்த மதிப்பு சிலப்பதிகாரத்தில் தெளிவாகச் சொல்லப்பட்டுள்ளது. அந்தக் காவியத்தின் முக்கிய பாத்திரங்களான கண்ணகியும் கோவலனும் புகாரின் வணிகர்கள் சமூகத்தைச் சேர்ந்தவர்கள், அவர்களின் திருமணத்தைப் பற்றிய அறிவிப்புடன் இந்தக் கதை துவங்குகிறது. 'மழையைப் போலக் கொடையளிக்கக்கூடிய' மாநாய்கன் குடும்பத்தைச் சேர்ந்தவள் கண்ணகி. பெருங்குடி ஒன்றைச் சேர்ந்த கோவலனின் தந்தை இவ்வாறு வர்ணிக்கப்படுகிறார்.

உள்ளூர் மக்களின் தலைவராக சோழ அரசரால் பெரிதும் மதிக்கப்பட்ட, புகாரின் செல்வம் மிக்க வணிகர். நல்வழியில் சேர்த்த செல்வத்தைக் கொண்டு பலருக்கு உதவி செய்தார் அவர். அவருடைய பெயர் மாசாத்துவன், அவருக்கு 'இருவகைச் செல்வங்களைப் பெற்ற மூத்தோன்' என்ற பெயரும் உண்டு[65]

செல்வந்தர்களான வணிகர்கள், நல்லவர்களாகவும், நல்ல குடிப்பிறந்தவர்களாகவும், கொடைகளை வழங்குபவர்களாகவும்

இருந்தனர் என்று சிலப்பதிகாரம் குறிப்பிடுகிறது.[66] தங்கள் வள்ளல் தன்மையாலும், உள்ளூர்ச் சமூகத்துக்கு அவர்கள் அளிக்கும் கொடை யாலும் வணிகர்கள் உயர்ந்தவர்களாக மதிக்கப்பட்டனர். உள்ளூர் திருவிழாக்களையும் கலாசார நடவடிக்கைகளையும் அவர்கள் ஆதரித்தனர், இது சமூகத்தில் அவர்களுக்கு தனி இடத்தை அளித்தது. அவர்கள் அளித்த அறக்கொடைகள் கல்வெட்டுகளில் இடம் பெற்றுள்ளன. பொ.யு. முதல் நூற்றாண்டின் ஆரம்பம் வரை பயன் படுத்தப்பட்டு வந்த தமிழ் பிராமியில் பொறிக்கப்பட்டு இதுவரை கண்டறியப்பட்ட சுமார் 116 கல்வெட்டுகளில், ஆறு வணிகர்களால் அளிக்கப்பட்ட கொடைகளைப் பற்றியதாகும்.

பொ.யு.மு. முதல் நூற்றாண்டிலிருந்து பொ.யு. மூன்றாம் நூற்றாண்டு வரையான காலத்தைச் சேர்ந்தது என்று கணிக்கப்பட்ட கல்வெட்டுகள் மதுரையின் கிழக்கில் அழகர்மலையின் நான்கும், கரூரில் உள்ள புகலூரில் இரண்டும் கண்டறியப்பட்டுள்ளன.[67] நன்கொடையளித்த வணிகர்கள், ஆடைகள், தானியங்கள், எண்ணெய், உப்பு ஆகிய பொருட்களில் வர்த்தகம் செய்பவர்கள் என்பதும் மிகுந்த செல்வந்தர் களாக அவர்கள் இல்லை என்பதும் அவற்றில் விவரிக்கப்பட்டுள்ளது. இருப்பினும், அவர்களது வருவாயின் ஒரு பகுதி கொடையாகத் தரப்பட்டுள்ளது. இதற்கு அறம், நம்பிக்கை, சுயநலம் ஆகியவற்றின் கலவை காரணமாக இருந்திருக்கக்கூடும். சமண, புத்த மடங்கள் போன்ற மத நிறுவனங்களுக்கு அளிக்கும் நன்கொடைகள் நற்கதியை அளிக்கும் என்று நம்பப்பட்டது. தவிர, சமூகத்தில் அவர்களுக்கு அங்கீகாரத்தையும் மதிப்பையும் இந்த நன்கொடைகள் வழங்கி, அவர்களது வணிகம் அதிகரிக்கும் ஒரு வழியாகவும் உதவியது.

தங்களுடைய ஆடம்பர வாழ்க்கையால், செல்வந்தர்களாக விளங்கிய வணிகர்கள் சமூகத்தில் ஓர் இடம்பிடித்திருந்தனர். புகாரிலும் மதுரையிலும் இருந்த வணிகர்கள், உயரமான பல அடுக்குகளைக் கொண்ட வீடுகளில் வசித்ததாகவும், அவை காற்றோட்டத்திற்காக வேலைப்பாடுகள் செய்யப்பட்ட சாளரங்களைக் கொண்டதாகவும் கூறப்பட்டுள்ளது. அந்த வீடுகளில் மதிப்புமிக்க பொருட்கள் வைக்கப் பட்டிருந்ததாகவும், அளவில்லாமல் உணவுப் பொருட்கள் குவித்து வைக்கப்பட்டிருந்ததாகவும், வானத்தில் பறக்கும் பருந்துகள்கூட ஓய்வெடுக்க வந்து அந்த வீட்டின் மாடிகளில் வந்து தங்குவதாகவும் குறிப்பிடப்பட்டுள்ளது. மேலும், சிறந்த ஆடைகளை அணிந்த அழகிய மகளிர் சாளரங்களின் தென்பட்டார்கள் என்ற குறிப்பும் உள்ளது.[68]

பண்டைக்காலத்தில் தமிழ் சமூகத்தில் அதிகமான கல்வியறிவு நிலவியிருக்கிறது. வர்த்தகர்கள் கற்றவர்களாக இருந்தனர். பல புலவர்கள் வணிகர் சமூகத்தைச் சேர்ந்தவர்களாக இருந்தனர். அவர்களில் குறிப்பிடத்தக்கவர் சாத்தனார், தமிழில் இரண்டாவது

பெரிய காவியமான மணிமேகலையை எழுதியவர். அவர் ஒரு தானிய வணிகர். பத்துப்பாட்டில் ஒன்றான முல்லைப்பாட்டு, நம்பூதனார் என்ற பொன் வணிகரால் எழுதப்பட்டது.

இன்னும் பல புலவர்கள், ஆடை, மளிகை, பொன் ஆகிய பொருட்களின் வணிகர்கள் என்று குறிப்பிடப்படுகிறார்கள்.[69] அவர்கள் வணிகர்கள் என்று குறிப்பிடப்படுவதால், இலக்கிய நடவடிக்கை களோடு வர்த்தகத்தையும் அவர்கள் மேற்கொண்டிருக்கவேண்டும். மற்ற தொழில் புரிபவர்களும் புலவர்களாக இருந்தனர். நன்கு அறியப்பட்ட நக்கீரர், சங்கு அறுக்கும் சமூகத்தைச் சேர்ந்தவர்.[70] தமிழ் புராணங்களின்படி, சினமடைந்த சிவனோடு இலக்கிய விவாதத்தில் இவர் ஈடுபட்டிருக்கிறார்.

மருத்துவர்களும் பொற்கொல்லர்களும்கூடப் புலவர்களாக இருந்திருக்கின்றனர். இதன்மூலம் பண்டைக்காலத்தில் கல்வியறிவு அதிக அளவில், சொல்லப்போனால் அடுத்து வந்த நூற்றாண்டுகளை விட அதிகமாகவே இருந்திருக்கவேண்டும் என்று தெரிகிறது. எனவே இலக்கியத்துக்குத் தொண்டு செய்த வணிகர்கள், கல்வியறிவைப் போற்றும் சமூகத்தில் மதிப்புடன் வாழ்ந்ததில் ஆச்சரியமில்லை.

பொருளாதார வளர்ச்சியின் தூண்கள்

வணிகர் என்ற சொல் ஒரு குறிப்பிட்ட குழுவையோ இனத்தையோ குறிப்பதல்ல. வர்த்தகத்தில் ஈடுபட்ட எல்லாரும் 'வணிகர்கள்' என்று அழைக்கப்பட்டாலும், அவர்களிடையே வேறுபாடு இருந்தது. ஒருபுறம் தலைநகரிலும் துறைமுகங்களிலும் இருந்த செல்வம் மிக்க வணிகர்கள்; மறுபுறம் தெருக்களில் விற்பனை செய்யும் வியாபாரிகள். மிகப் பெரிய, அதிகப் பிரதிநிதித்துவம் வாய்ந்தவர்களாகக் குறிப்பிட்ட ஒரு பொருளின் வர்த்தகத்தில் ஈடுபட்டுள்ளவர்கள் இருந்தனர். கல்வெட்டுகளிலும் இலக்கியங்களிலும் இவர்களைப் பற்றியே குறிப்பிடப்பட்டுள்ளது. அக்காலச் சமூகத்தில் சாதி வேறுபாடுகள் காணக்கிடைத்தாலும், வணிகர்களைப் பொறுத்தமட்டில், சாதியை விட அந்தஸ்துதான் முக்கிய இடம் வகித்தது.

பெரும்பாலான இலக்கியங்களும் உரைகளும் செல்வம் மிக்க வணிகர் களை மூன்று பிரிவாகப் பிரிக்கின்றன. அவை, இப்பர், கவிப்பர், பெருங்குடி.

இப்பர், கவிப்பர், பெருங்குடி வணிகர்கள் முறையே யானைமீதும், காளைமீதும், காலணிமீதும் ஒரு குடைக்கீழ் நிற்கும்போது, அவர்களின் செல்வம் முழுவதும் அவர்களைச் சுற்றிக் குவிக்கப்பட்டால், அந்தக் குவியலை அடுத்துள்ள எதையும் அவர்களால் காண இயலாது.[71]

இப்பர், கவிப்பர் என்பது அகராதிகளில் காணப்படும் சொற்களாக இருக்கும் அதேவேளையில், பெருங்குடி இலக்கியங்களில் காணப்படுகிறது. சிலப்பதிகாரத்தின் கதாநாயகனான கோவலனின் தந்தை ஒரு பெருங்குடி வணிகர், அவர் குடும்பப் பின்னணி கோவலனின் அந்தஸ்தை உணர்த்த அக்காவியத்தில் அடிக்கடி பயன்படுத்தப் படுகிறது. உதாரணமாக, கண்ணகி பாண்டியனிடம் நீதி கேட்டுச் சென்ற போது இது பயன்படுத்தப்பட்டுள்ளது.

செல்வ வணிகர்கள் வெளிநாடுகளிலிருந்து இறக்குமதி செய்யப்பட்ட பொருட்களை வைத்தும் உள்நாட்டிலிருந்து நிலவழியாகக் கொண்டு வரப்பட்ட பொருட்களை வைத்தும் வர்த்தகம் செய்தனர். புகாரின் பெரிய வீதிகள் கப்பல்கள் மூலம் வெளிநாட்டிலிருந்தும், வண்டிகள் மூலம் உள்நாட்டுப் பகுதிகளிலிருந்தும் கொண்டுவரப்பட்ட அரிய, மதிப்புமிக்க பொருட்களை வைத்து வர்த்தகம் செய்யும் வணிகர்களால் நிறைந்திருந்தது என்று சிலப்பதிகாரம் குறிப்பிடுகிறது.[72] இது பெரிய வணிகர்கள் கப்பல்களின் சொந்தக்காரர்களாகவும் இருந்து கடல் வணிகத்தில் ஈடுபட்டனர் என்பதைச் சுட்டினாலும், தமிழர்கள் கப்பல்களின் உரிமையாளர்களாக இருந்து கடல்வணிகத்தில் ஈடுபட்டதற்கான சான்றுகள் இல்லை.[73]

பெரிப்ளஸ் கரையோர, நீண்ட தூர கடல் வர்த்தகத்தில் கப்பல்கள் பயன்படுத்தப்பட்டிருப்பதைப் பற்றிக் கூறினாலும், அவற்றின் உரிமை யாளர்களாக தமிழ் வர்த்தகர்கள் இருந்தனர் என்று கூறமுடியாது. இந்த இடத்தில் அதை ஒரு வரலாற்றுத் தகவலாக மாற்ற இலக்கியக் குறிப்புக்குப் பின்புலமாக அதிக விளக்கங்கள் தேவைப்படுகின்றன.

இந்த அளவுக்குச் செய்யப்படும் வர்த்தகத்துக்கு அதிக மூலதனமும் சிறந்த வர்த்தகத் திறனும் தேவை. ஆனால், இவை எவ்வாறு செயல்பட்டன என்பது பற்றித் தகவல் இல்லை. வர்த்தகர்களுடைய வளங்களின் அடிப்படை என்ன? அவர்களுக்குத் தேவையான மூலதனத்தை எப்படிப் பெற்றார்கள்? அவர்களுக்குக் கடனுதவி எப்படிக் கிடைத்தது? இந்தக் கேள்விகளுக்கு தர்க்கரீதியான பதில்களையே நாம் அளிக்க முடியும்.

பொருள் வணிகர்கள் போல் இல்லாமல், செல்வ வணிகர்கள் பல்வேறு விதமான பொருட்களின் வர்த்தகத்தை மேற்கொண்டனர். அவர்கள் சில்லறை வணிகத்தில் ஈடுபடாமல், ஏற்றுமதி மற்றும் இறக்குமதி செய்யப்பட்ட பொருட்களின் மொத்த வணிகர்களாகச் செயல் பட்டனர். அவர்கள் நில வணிகத்திலும் ஈடுபட்டனர் என்று குறிப்பிடப் படுவதால், அவர்கள் குழுவாக, நிலவழி வர்த்தகத்தை வண்டித் தொடர் மூலமாக மேற்கொண்டனர். உதாரணமாக, கோவலனின்

தந்தை மாசாத்துவனின் பெயர், மாகா சார்த்தவகா, வண்டித்தொடரின் தலைவன் என்பதிலிருந்து வந்திருக்கலாம் என்று ஊகிக்கப்படுகிறது.[74]

தவிர, பண்டைய இந்தியாவில் வர்த்தகக் குழுக்கள் செயல்பட்டது நன்கு அறியப்பட்ட ஒன்று. மதுரைக்கு வடக்கில் இருக்கும் மாங்குளத்தைச் சேர்ந்த பொ.யு.மு இரண்டாம் நூற்றாண்டைச் சேர்ந்த இரண்டு கல்வெட்டுகள், ஈரோடு மாவட்டத்தில் உள்ள கொடுமணலைச் சேர்ந்த மட்பாண்டத்தில் பொறிக்கப்பட்ட குறிப்பு ஆகியவை நிகமம் என்ற வர்த்தகக் குழுக்களைப் பற்றித் தெரிவிக்கின்றன. நிகமத்தார், அதாவது அந்தக் குழுவின் உறுப்பினர்கள், மாங்குளத்தில் உள்ள குகை ஒன்றில் கல் படுக்கைகளைச் செதுக்கி வைத்தனர்.[75] இது போன்ற கல்வெட்டுகள் பரவலாகக் கிடைப்பது வர்த்தகர்கள் குழுவாகச் செயல்படுவது வழக்கத்தில் இருந்ததைக் காட்டுகிறது.

குழு என்ற நிறுவனத்தின் சாதகங்கள் என்னென்ன? ஒரு குழுவின் உறுப்பினராக இருப்பது இரு வகையில் அபாயங்களைக் குறைத்தது. அக்காலத்தில் குடியிருப்பு இல்லாத, பாதுகாப்பில்லாத வழிகளில் பயணம் செய்வது அபாயமான விஷயம். அத்தகைய நீண்ட தூரப் பிரயாணத்தில் உண்டாகும் அபாயங்களைக் குழுவாகச் செயல்படுவது குறைத்தது. தனி வணிகராகச் செயல்படுவதில் உள்ள பாதகங்களையும், குறிப்பாக வெளி நாடுகளில், அது குறைத்தது. ஒரு உறுப்பினருக்கு உடனடியாகக் கடன் தேவைப்படும்போது, அதைக் கொடுத்து உதவும் அமைப்பாக இத்தகைய குழுக்கள் இருந்தன. மேலும், ஒரு குழு அடையாளம் எல்லா நாடுகளிலும் நம்பிக்கையை வளர்த்தது. தனி மனிதர்களுடன் வர்த்தகம் செய்வதை விட, குழுக்களோடு வர்த்தகம் செய்வது குறைந்த அபாயத்தைத் தான் கொண்டுவரும் என்ற நம்பிக்கை இருந்தது.

ஒரு குறிப்பிட்ட பொருளை வர்த்தகம் செய்யும் வணிகர்கள் அதிக எண்ணிக்கையில் இருந்தனர். அக்கால இலக்கியங்கள், அறுவை (ஆடை), பொன், கூலம் (தானியங்கள்), உப்பு, எண்ணெய், கொழு (ஏர்), வெல்லம் ஆகிய ஏழு தனிப்பட்ட பொருட்களில் வணிகர்கள் ஈடுபட்டதை குறிக்கின்றன.[76] இந்த வகை வணிகர்கள், பெரும்பாலும் நகரில் உள்ள தங்கள் கடைகளில் இருந்துகொண்டு வர்த்தகத்தை மேற்கொண்டதாகவும் தெரிவிக்கின்றன. நகரின் கடைவீதிகள் ஆடைகள், பொன் அல்லது தானியங்கள் என்று அந்தந்தப் பொருட்களுக்காகத் தனித்தனியாகப் பிரிக்கப்பட்டிருந்தன. அண்மைக்காலம் வரை பெரும்பாலான இந்திய நகரங்களில் இதே நிலைதான் இருந்தது.

பொதுவில் வணிகர்கள், பயன்பாட்டிற்காக ஒரு பொருளைத் தயாரிக்கும் அல்லது உற்பத்தி செய்யும் கைவினைத் தொழிலாளர்

களையும் கலைஞர்களையும் விட வேறுபட்டிருந்தனர். வர்த்தகம் செய்வது அதற்கென்று தனித்திறன்கள் தேவைப்படும், ஒரு தனிப்பட்ட தொழிலாக இருந்தது. சிலப்பதிகாரம், ஒவ்வொரு பொருளும் தனித்தனி வீதிகளில் விற்கப்பட்ட, மதுரையின் கடைவீதிகளைப் பற்றி விவரிக்கிறது. நவரத்தினங்கள் விற்கப்படும் தெருவில் :

பண்டைய நூல்களில் கூறப்பட்ட ஐந்து குணங்களை உடைய குறையில்லாத வைரங்கள் வெள்ளை, சிவப்பு, பச்சை மற்றும் கரிய நிறங்களில் வானவில்லைப் போல ஒளிர்ந்தன ; அதைப்போலவே குறையில்லாத மரகதக் கற்கள் ; நான்கு வகையான சிறப்பு மிக்க புஷ்பராகக் கற்கள்; தேனின் நிறத்தைக் கொண்டு, சூரியனைப் போல் ஒளிவீசிய மாணிக்கங்கள்; இருளைப் போல இருந்த நீலக்கற்கள்; சிவப்பிலும் மஞ்சள் நிறத்திலும் இருந்த கோமேதகக்கற்கள் ....

வெள்ளை மற்றும் செவ்வாயைப் போலச் சிவப்பு நிறம் கொண்ட உருண்டையான, காற்று,மணல், கல் அல்லது நீரால் மாசுபடாத முத்துகள் ; துளையில்லாத, நீரின் அடியில் உள்ள பாறைகளில் சிக்கி வளையாத சிப்பிகள். இத்தனை வகையான கற்கள் விற்கப்படும் வீதிகளில், அவற்றின் தரத்தையும் மதிப்பையும் கணிக்க வல்ல வணிகர்கள் இருந்தனர்; அவர்களுடைய வேலைத்திறத்தினால், எதிரிகளால் இந்த வீதிகள் எப்போதும் வீழ்த்தப்படமாட்டாது.[77]

அதேபோல், பொன் விற்கப்படும் வீதிகளில் நான்கு வகைப் பொன் விற்கப்பட்டது, அங்குள்ள வணிகர்களும் அந்தந்த வகைகளைக் கண்டறியும் திறன் கொண்டவர்களாக இருந்தனர். வாங்க வருபவர்களின் வசதிக்காக ஒவ்வொரு வகைக் கடைகளின் முன்னும் கொடிகள் நாட்டப்பட்டு இருந்தன, அதைக்கொண்டு எங்கே எந்த வகைப் பொன் விற்கப்படுகிறது என்பதை அறிவது எளிதாக இருந்தது.[78]

ஆடைகள் விற்கப்படும் வீதிகளில், நூற்றுக்கணக்கான, மணமுள்ள, நெருக்கமாகப் பருத்தியையும், பட்டையும், கம்பளியையும் (எலியின் ரோமம்) கொண்டு நெய்யப்பட்டு, வாசனையூட்டப்பட்ட ஆடைகள் வகை மற்றும் தரத்தின் அடிப்படையில் அடுக்கப்பட்டிருந்தன.[79] இந்த வணிகர்கள் சந்தைக்காகப் பொருட்களை உற்பத்தி செய்பவர்கள் அல்ல என்பது தெளிவு. ரத்தினக் கற்களை அறுப்பவர்கள், நகை வியாபாரிகள், பொற்கொல்லர்கள் மற்றும் நெசவாளிகள் ஆகியோர் அவர்களுக்கான தனித்திறன் வாய்ந்தவர்களாக இருந்தனர். தாங்கள் விற்பனை செய்யும் பொருட்களின் தரத்தையும் வகைகளையும் கண்டறியும் திறனும் அறிவும் கொண்டவர்களாக இவர்கள் இருந்தனர்.

எந்தெந்தக் கடைகளில் எந்தெந்தப் பொருட்கள் விற்பனை செய்யப் படுகின்றன என்பதைக் குறிக்க கொடிகளைப் பயன்படுத்துவது ஒரு

வர்த்தக உத்தியாக, பொருட்களை விளம்பரப்படுத்தும் உத்தியாக இருந்தது. குறிப்பாக, நகரின் பல்வேறு பகுதிகளில் இருந்த கள்ளுக் கடைகளை அடையாளம் காண்பிக்கும் முறையாக இது இருந்தது. சொல்லப்போனால், புகாரில் இதுபோன்று கள்ளுக்கடைகளை அடையாளம் காண்பிக்கும் கொடிகள், சூரிய ஒளி கூட அவைகள் ஏற்படுத்தும் நிழலுக்குள் உட்புகாவண்ணம் நெருக்கமாக இருந்ததாகக் கூறப்பட்டுள்ளது.[80]

உப்பு வணிகர்களான உமணர்கள், நகரின் ஒரு பகுதியிலிருந்து வர்த்தகம் செய்த மற்ற வணிகர்களுக்கு மாறாக, ஊரூராய்ச் சென்று தங்கள் வியாபாரத்தை மேற்கொண்டனர். சங்க இலக்கியத்தின் பல பக்கங்களில் பயணம் செய்யும் உப்பு வணிகர்களைப் பற்றி குறிப்பிடப் பட்டிருக்கின்றது. உப்பு வணிகர்களின் வண்டிகள், பழத்தோல் களாலான மாலைகள் அணிந்த, வலுவான காளைகளால் இழுக்கப் பட்டன. இந்த வண்டிகளோடு சென்று, உப்பு வணிகர்களோடு பிரயாணம் செய்த அவர்களின் குழந்தைகளோடு, குரங்குகள் விளையாடின.[81]

வண்டிகள் பனை ஓலைகளில் செய்யப்பட்ட பாய்களால் மூடப்பட்டிருந்தது, அதற்கு மேலாகக் கூரை வேயப்பட்டிருந்தது. வண்டியின் பக்கவாட்டில், சிறிய அம்மிக்கல்லும், ஊறுகாய் ஜாடி ஒன்றும் தொங்கவிடப்பட்டிருந்தன. கைக்குழந்தையோடு அந்த வண்டியை வணிகரின் மனைவி செலுத்திக்கொண்டிருந்தாள். அகலமான, அழகான, சதைப்பற்றுமிக்க தோள்களை அந்த வணிகர்கள் கொண்டிருந்தனர். மாடுகள் நுகத்தடியில் வலுவான கயிறுகளைக்கொண்டு கட்டப் பட்டிருந்தன. வணிகர்கள் பாதுகாப்பாக, வண்டிகளோடு சென்றனர், வண்டிகள் தொடர்ந்து செல்லும்படியும் பார்த்துக்கொண்டனர்... பல்வேறு நகர்களுக்குச் செல்லும் நீண்ட சாலைகளில் அவர்களுடைய காளைமாடுகளோடு அவர்கள் சென்றனர்.[82]

உப்பு வர்த்தகத்தின் பொருளாதாரத்தைப் பற்றி இங்கு கூறுவது அவசியமானதாகும். மற்ற வணிகர்களைப் போல் அல்லாமல், உப்பு வர்த்தகர்கள், உப்பு தயாரிப்பிலும் ஈடுபட்டிருந்தனர்.[83] உப்பு குறைந்த விலை கொண்டு, அதிக அளவில் பயன்படுத்தப்படும் பொருள் ஆதலால், உற்பத்தி, வர்த்தகம் ஆகிய இரண்டு முறைகளையும் பிரிப்பதனால் பெரும் பயன் ஏதும் விளைந்துவிடப்போவதில்லை. தவிர, உப்பு கடல்புறங்களில் மட்டும் உற்பத்தி செய்யப்படும் பொருள். பல்வேறு பொருட்களைத் தாங்கி துறைமுகங்களுக்கு வரும் கப்பல்கள், அவற்றை 'வெள்ளை உப்புக்கு' ஈடாகப் பண்டமாற்று செய்தன என்று சங்க இலக்கியங்கள் குறிப்பிடுகின்றன.

ஆனால், உப்பு எல்லா இடங்களிலும் பயன்படுத்தப்படுவதால், உள்நாட்டுப் பகுதிகளுக்கு அவை நில வழியாகக் கொண்டு செல்லப்

படவேண்டும். இந்தப் பயணங்கள் பல மாதங்களைக் கடந்து நடந்திருக்க வேண்டும். அதனால்தான் உப்பு வணிகர்கள் தங்கள் குடும்பங்களோடு இந்தப் பயணங்களை மேற்கொண்டிருக்கிறார்கள். அவர்களது வண்டிகள் நடமாடும் வீடுகளாக இருந்தன. இதன்மூலம், போக்குவரத்துச் செலவும் அந்த வணிகர்களுக்குக் குறைந்தது.

உப்பு, சிறிய அளவுகளில் பயன்படுத்தப்பட்டாலும், உணவு சமைப்பதற்கு மிகத் தேவையான பொருளாக இருந்தது என்று புலவர்கள் குறிப்பிடுகின்றனர். அதன் விலை அதிகமாக இல்லாத காரணத்தால், குறைந்த அளவு லாபத்துடனேயே வணிகர்கள் உப்பு வர்த்தகத்தை மேற்கொண்டனர். இதனால், அதிக அளவு விற்பனையின் மூலமே அவர்களுக்குத் தேவையான வருமானம் கிடைத்தது. வண்டிகளில் உப்பை ஏற்றிச்செல்வது, பெரும் அளவில் உப்பு விற்பனையைச் செய்ய உதவியாக இருந்தது. மறுபுறம், குறிப்பிட்ட இடைவெளிகளில் தொடர்ந்து உப்பு கிடைப்பது கிராமப்புறங்களில் சாத்தியமில்லாததாக இருந்தது. உள்நாட்டுக் குடியிருப்புகள் வண்டிகளில் வரும் உப்பையே நம்பியிருந்ததால், இந்த நிலை நிலவியது. எனவே அவர்கள், நீண்டகால உபயோகத்துக்காக அதிக அளவு உப்பை வாங்கவேண்டியிருந்தது.

நீண்ட தூர, நில வழி வர்த்தகத்தில் குறிப்பிடப்படும் இன்னொரு பொருள் மிளகு; மேற்குப் பகுதிகளிலிருந்து பலாப்பழம் போன்ற கூடைகளில், கழுதை முதுகில் ஏற்றப்பட்டு கொண்டுவரப்பட்டது.[84] பல்வேறு பொருட்கள், துறைமுகங்களிலிருந்து உள்நாட்டுக்குச் சாலைவழியாகக் கொண்டுவரப்பட்டிருக்கவேண்டும். கடற்கரையோர வர்த்தகம் மூலமும், தூரக் கடல் வர்த்தகம் மூலமும் கொண்டுவரப் பட்ட பொருட்கள் இந்த முறையில் விநியோகம் செய்யப்பட்டது. அதேபோல் மாறுபட்ட திசையில், ஏற்றுமதி செய்யப்படவேண்டிய பொருட்கள், உள்நாட்டிலிருந்து துறைமுகங்களுக்குக் கொண்டு செல்லப்பட்டது.

சாலைவழியில் பொருட்களை கொண்டுசெல்வது, வழிப்பறிக் கொள்ளையர்களால் அவை கொள்ளையடிக்கப்படும் அபாயத்தை ஏற்படுத்துகிறது. காட்டு வழிகளில் விற்களைத் தாங்கிய வீரர்களை நியமித்து, வழிப்பறிக் கொள்ளையர்களிடமிருந்து காத்து, சாலைகளின் பாதுகாப்பை உறுதி செய்ததற்காக இளந்திரையன் புகழப்படும் அதே வேளையில், அந்தக் கொள்ளையர்களை எதிர்த்துப் போர்புரிய வல்ல, ஆயுதங்களைத் தாங்கிய வணிகர்களின் வீரத்தையும் புலவர் புகழ்கிறார்.[85] குழுக்களாகவோ வண்டித்தொடராகவோ பயணம் செய்வது, கொள்ளையைத் தடுக்க ஆயுதம் தாங்கிச் செல்வது போன்றவை நீண்ட தூர வணிகத்திலுள்ள ஆபத்துகளைத் தடுக்கும் உத்தியாக வணிகர்களால் கையாளப்பட்டு வந்தது.

நகரச்சந்தைகள் காலையிலும் மாலையிலும் விறுவிறுப்பாகச் செயல் பட்டு வந்தது. கைவினைத் தொழிலாளர்களும் கொல்லர்களும் நகைகளையும், பொன்னையும், பித்தளையையும், தாமிரப் பாத்திரங் களையும், தோல் பொருட்களையும், பழத்தோலான ஆபரணங் களையும் தயாரித்து அவர்கள் கடையிலிருந்து வாடிக்கையாளர்களுக்கு விற்பனை செய்தனர். விலைப்பட்டியலின் கீழ் மட்டத்தில், உணவுப் பொருட்களை வியாபாரிகளுக்கு விற்போரும், வாசனைப் பசைகளையும் அழகுப் பொருட்களையும் விற்போரும் இருந்தனர்.

இடைத்தரகர்களைப் பற்றிய குறிப்புகள், அவர்களது சேவை ஆகியவற்றைப் பற்றிய செய்திகள் அதிகமாக இல்லை. தகவல்கள் அதிகம் அறியப்படாத சந்தைகளில் அவர்களின் சேவை இன்றியமை யாததாக இருந்த போதிலும், அதிக எண்ணிக்கையில் வெளிநாட்டு வர்த்தகர்கள் இங்கு வந்து வர்த்தகம் செய்த போதிலும், தரகர்களைப் பற்றிய குறிப்புகள் இல்லாதது ஆச்சரியமான விஷயம். சிலப்பதிகாரம், சிறிய சேவைகளை[86] அளித்த பலரைப் பற்றிக் குறிப்பிடுகிறது. அவர்கள் இதுபோன்ற தரகு வேலையைச் செய்தவர்களாக இருக்கலாம். மதுரையில் தானியச்சந்தையில், தரகர்கள் தராசுகளுடனும், எடைக்கற் களுடனும் இரவும் பகலும் அலைந்து திரிந்தனர்.[87]

வெளிநாட்டு வர்த்தகர்களின் சமூகம்

ரோமாபுரியுடன் செய்த அதிக அளவு வர்த்தகத்தின் மூலமாக, வெளிநாட்டு வணிகர்கள் பலர் துறைமுக நகரங்களில் தென்பட்டனர். யவனர்கள் என்ற பெயர் ரோமானியர்களை பொதுவில் குறிக்கும் என்றாலும், கிழக்கு மத்தியதரைக்கடல் பகுதியைச் சேர்ந்த எல்லா நாட்டு மாலுமிகளும் வணிகர்களும் யவனர்கள் என்று அழைக்கப் பட்டனர். புகாரில் :

துறைமுகப் பகுதியில் இருந்த யவனர்களின் குடியிருப்பில், கண்ணைப் பறிக்கும், ஆர்வத்தைத் தூண்டும் பொருட்கள் பல இருந்தன. தங்களது சொந்த நாட்டை விட்டு, கருமையான கடலில் கப்பல்களைச் செலுத்தி, செல்வம் திரட்டுவதற்காக இங்கு வந்த வெளிநாட்டு வணிகர்கள் கடலுக்கு அருகில் உள்ள தங்குமிடங்களில், அவர்கள் அனைவரும் ஒரே நாட்டவர் போல, வாழ்ந்தனர்.[88]

இங்கு ‘கடற்கரையோரத்தில் கடல்கடந்து வணிகம் செய்வதற்காக வந்த வணிகர்கள் வசித்தனர்’[89] என்று கூறுவது குறிப்பிடத்தக்கது. இந்த வணிகர்கள் அவர்களின் சொந்தக் கணக்கில் வர்த்தகம் செய்தனர், அவர்களது பொருட்களில் அவர்கள் பெயர், எடை, மதிப்பு ஆகிய தகவல்கள் முத்திரையிடப்பட்டு, அரசு கிடங்குகளில் பாதுகாக்கப்

பட்டன.[90] பாண்டிய அரசின் கடற்கரையோர நகரங்களில், 'பெருங்கடலில் கப்பல்களில் பயணம் செய்யும் மக்கள் ஒன்று கூடித் தங்களது குதிரைகளைக் கடற்கரையோரக் கப்பல்கள் கொண்டுவரும் பொருட்களுக்கு ஈடாக விற்பனை செய்வர்.'[91] அதுமட்டுமில்லாமல், வெளிநாட்டு வர்த்தகர்கள் உள்நாட்டிலும் பிரயாணம் செய்தார்கள், தமிழகத்தின் மிகப்பெரிய நகரமான மதுரையில் அவர்கள் அதிகம் காணப்பட்டார்கள்.

பல்வேறு கலாசாரங்களால் ஆனதும், பல்வேறு மொழிகள் பேசப் பட்டதுமான நகரங்களைப் பற்றிப் புலவர்கள் பெருமிதம் கொண்டிருந்தனர் என்பது, இதைப் பற்றி அவர்கள் தங்கள் பாடல்களில் அடிக்கடி குறித்ததன் மூலம் தெரிகிறது. ஆனால், அவர்களை விருந்தினர்களாக ஏற்று உபசரித்த தமிழர்கள், சில சமயம் வெளிநாட்டு வணிகர்கள் மேல் மாறுபட்ட எண்ணங்களைக் கொண்டிருந்தனர்.

உதாரணமாக, புகாரில் அவர்கள் சுதந்தரமாக வர்த்தகம் செய்ய அனுமதிக்கப்பட்டிருந்த போதிலும், உள்ளூர் மக்களிடமிருந்து பிரிக்கப்பட்டு, தனிப்பட்ட ஒரு இடத்தில்தான் தங்க அனுமதிக்கப் பட்டனர். யவனர்களைப்பற்றி பல குறிப்புகள் சங்க இலக்கியத்தில் இருந்தாலும், அவர்களிடம் ஒருவித வெறுப்பு இருப்பதைப்போன்ற தொனியே அவற்றில் உள்ளது. அவர்கள் அன்னியர்களாகவும், காட்டு மிராண்டிகளாகவும், கடுமையான மொழி பேசுபவர்களாகவும்தான் அறியப்படுகிறார்கள்.[92]

யவனர்கள் மீது இவ்வாறு அடிமனதில் இருந்த சந்தேகம், கடல்கடந்து வந்த அவர்கள் தமிழகத்தில் தங்கிக் கைவினைத் தொழிலாளர்கள் போன்ற பல்வேறு தொழில்களை மேற்கொண்ட போதிலும் தொடர்ந்தது. மதுரைக் கோட்டை வாயில்கள் பெரும் வாட்களைக் கொண்ட யவனர்களால் காக்கப்பட்டது,[93] அதேசமயம், அரசரின் அந்தப்புரம் செவிட்டு ஊமையான மிலேச்சர்களாலும், காட்டான் களாலும் காக்கப்பட்டது.[94] உலோகத் தொழிலாளர்களாக இருந்த யவனர்கள் கடும் கண் யவனர் என்று (அவர்கள் கண் பழுப்பு அல்லது நீல நிறமாக இருந்ததால்) அழைக்கப்பட்டனர். அவர்கள் புலிச்சங்கிலி களை வலுவான இணைப்புகளோடும் விளக்குகளோடும் இணைத்தனர்.[95] புகாரின் அரசவையில் யவனத் தச்சர்கள் பலர் இருந்தனர்.[96] இவ்வாறு, வர்த்தகத்தின் மூலம் குடியேற்றமும் கலாசாரப் பரிவர்த்தனையும் ஏற்பட்டது.

தமிழ் வணிகர்களின் வெளிநாட்டுக் குடியிருப்புகளைப் பற்றிய குறிப்புகள் இலக்கியங்களில் இல்லை. ஈழமும் சாவகமும் தமிழர்கள் அடிக்கடி சென்றுவந்த இடங்கள். இந்த மூன்று இடங்களையும்

ஒன்றிணைக்கும் காரணியாக புத்த மதம் இருந்தது. சேரன் செங்குட்டுவன் கட்டிய கண்ணகி கோவிலில் வழிபாடு செய்ய, இலங்கை மன்னன் கயவாகு வருகை தந்திருந்தார்.[97] தமிழகத்தின் ஒரு பகுதி போல ஜாவா குறிப்பிடப்படுகிறது, இது தொடர்ச்சியான வணிக, கலாசார பரிமாற்றங்களைச் சுட்டுகிறது. ஆனால், தமிழர்கள் தென்கிழக்கு ஆசியாவில் பல இடங்களுக்குப் பயணம் செய்து அங்கு வாழ்ந்து வந்தனர் என்பதற்குச் சான்றுகள் உள்ளன.

தாய்லாந்தில், பொ.யு. மூன்று அல்லது நான்காவது நூற்றாண்டைச் சேர்ந்த தமிழ் பிராமி கல்வெட்டு ஒன்று கண்டறியப்பட்டுள்ளது. இந்தக் கல்வெட்டில் ஒரு பொற்கொல்லர் குறிப்பிடப்பட்டுள்ளார், அது பொறிக்கப்பட்டது அவரின் உரைகல் என்றும் தெரிய வந்துள்ளது.[98] இது தமிழகத்திலிருந்து மக்கள் தென்கிழக்கு ஆசிய நாடுகளுக்குச் சென்று அங்கு வர்த்தகம் செய்ததைக் காட்டுகிறது.

நகரமயமாதல்

வர்த்தகத்தோடு சேர்ந்து வருவது நகரமயமாதல். குறிப்பிட்ட ஒரு சந்தைக்காக மட்டும் உற்பத்தி செய்யாமல், பொருளாதாரம் அதைத்தாண்டி விரிவடையும்போது நகரமயமாதல் நிகழ்கிறது. நகரமயமாதல் நடைபெறுவதற்குப் பல முன்நிபந்தனைகள் உள்ளன. நன்கு வளர்ச்சியடைந்த விவசாயத் துறை, பல்வேறு வகையில் விரிவடைந்த பொருளாதாரம், கட்டடங்கள், நினைவுச்சின்னங்கள் போன்ற கட்டமைப்புகள், பல்நோக்குடைய சமூகக் கட்டமைப்பு ஆகியவையே அவை.[99]

நகர அமைப்பையும் நகரமயமாக்குதல் நடைபெறுவதையும் மீள்கட்டமைப்பு செய்ய உதவும் மூலங்கள் எவை? பல துறைமுகங்களும் உள்நாட்டு நகரங்களும் அக்கால வெளிநாட்டவர் குறிப்புகளில் காணப்படுகின்றன (தாலமி, பெரிப்ளஸ்) அகழ்வாராய்ச்சிகளிலும் கண்டறியப்பட்டுள்ளன. ஆனால், நகரங்கள் எவ்வாறு அமைந்திருந்தன என்பதையும், எவ்வாறு செயல்பட்டன என்பதையும் அறியவும், அக்கால நகர வாழ்க்கையின் சாற்றைப் பருகவும், இலக்கியங்களுக்கே செல்லவேண்டும்.

சங்க இலக்கியங்களில் கூறப்பட்டுள்ள, நான்கு தலைநகரங்களான மதுரை, கரூர் (வஞ்சி), உறையூர், காஞ்சி ஆகியவை இன்றும் இருக்கின்றன. பழைய மதுரையின் சுவடுகள், இன்றைய மதுரைக்குத் தெற்கே காணப்படுகின்றன. திருச்சியின் புறநகராக, காவிரிக்கு அப்பால் உறையூர் அமைந்துள்ளது. பெரும்பாலான துறைமுகங்கள், கடற்கரையோர கிராமங்களாகச் சுருங்கிவிட்டன. ஆனாலும் அங்கும்

குடியிருப்புகள் காணப்படுகின்றன. இது இரண்டு காரணங்களால் நிகழ்ந்திருக்கக்கூடும். ஒன்று, சோழமண்டலக் கடற்கரையில் இயற்கைத் துறைமுகங்கள் இல்லை.

பெரும்பாலும் அரசியல் காரணங்களுக்காக, கரைகளில் வளரத் தொடங்கிய இந்தத் துறைமுகங்கள், அரசியல் மாற்றங்கள் நிகழ்ந்தவுடன் தங்கள் முக்கியத்துவத்தை இழந்து மறைந்தன. இரண்டு, கடல் உள்வாங்குதல், பேரலைகள் போன்ற இயற்கை அழிவுகளாலும் கரைகள் மாற்றமடைந்தன. இதற்குச் சிறந்த எடுத்துக் காட்டு, துறைமுகமாகவும், வர்த்தகத் தலைநகராகவும் விளங்கிய புகார் அழிந்துபட்டதுதான்.

பண்டைக்கால நகரங்கள், அவை மாநகரங்கள் என்று குறிப்பிடப் பட்டிருந்தாலும், மிகப் பெரியதாக இல்லை. உதாரணமாக, சிலப்பதி காரத்தில் சினங்கொண்ட கண்ணகி கோவலனின் கொலைக்குப் பழிவாங்கவேண்டி மதுரையை மும்முறை சுற்றி வந்தாள் என்று குறிப்பிடப்பட்டுள்ளது. இது நகரம் அவ்வளவு பெரியதாக இல்லை என்பதைக் காட்டுகிறது. இருந்தாலும், ஆராய்ச்சியின் நிறைவில் நாம் அறிவது, நகரங்களின் குடியிருப்புகள், கிராமப்புறங்களைவிட வேறுபட்டும் தனித்தன்மையுடையதாகவும் இருந்தது என்பதைத்தான்.

நகரங்களில் மக்கள் நெருக்கமும் வர்த்தக நடவடிக்கைகளும் அதிகமாக இருந்தன. எல்லா நகரங்களும் துறைமுகங்களும் கோட்டைச் சுவர்களால் பாதுகாக்கப்பட்டிருந்தன. அவற்றின் மேல் இருந்து எண்ணெய்க் கொப்பரைகளைக் கவிழ்த்தும், வில்வீரர்கள் தங்கள் அம்புகளைச் செலுத்தியும் எதிரி வீரர்களைத் தாக்கும் வண்ணம் அமைக்கப்பட்டிருந்தன. எல்லா நகரங்களிலும் வீடுகள் 'வானத்தைத் தொடும் அளவுக்கு' அமைக்கப்பட்டிருந்ததாக வர்ணிக்கப்படுகிறது. சாளரங்கள் காற்றோட்டத்துக்காகவும், மொட்டைமாடிகள் நிலா வெளிச்சத்தை அனுபவிக்கும் வண்ணமும் அமைந்திருந்தன. இந்த விவரணைகள் அழகானதாக இருந்தாலும், குறைந்த இடைவெளியில் அடுத்தடுத்து வீடுகள் அமைக்கப்பட்டிருந்திருக்கவேண்டும். சாஞ்சியைப் போன்ற பண்டைய வரலாற்றுச் சிறப்பு மிக்க இடங்களில் இது போன்ற சாளரங்களோடு கூடிய உயரமான வீடுகள் சிற்பங்களாகச் செதுக்கப்பட்டிருக்கின்றன.

ஒரு நகரில் நடைபெறும் நடவடிக்கைகளைப் பற்றிய வர்ணனைகள் முக்கியத் துறைமுகமான புகார், பெரிய தலைநகரான மதுரை ஆகியவற்றைப்பற்றிய குறிப்புகளில் இடம்பெற்றிருக்கின்றன. இரு நகரங்களிலும் பொதுவான அம்சங்கள் பல உண்டு; நகர அமைப்பின்

பிரிவுகள், குடிகள் வாழும் இடம் மற்றும் வணிக நடவடிக்கைகள் நடைபெறும் இடம், தொழில்ரீதியாகவும், வணிகப் பொருட்களின் ரீதியாகவும் பிரிக்கப்பட்டுள்ள வீதிகள், பலமொழிகள் பேசும் வெளிநாட்டவர் என்று பலவும் விவரிக்கப்பட்டுள்ளன.

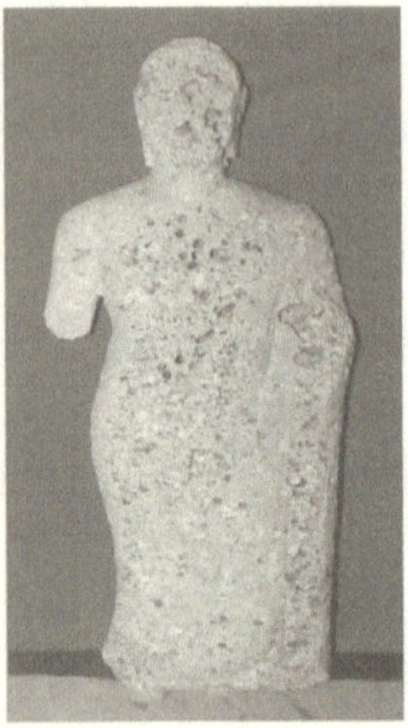

படம் 2.2 பூம்புகார் அகழ்வாராய்ச்சி
(நன்றி : தமிழ்நாடு தொல்பொருள் ஆராய்ச்சி நிறுவனம்)

புகார்

புகார் இரு பிரிவுகளால் ஆனது. கடலின் அருகே இருந்த மருவூர்ப்பாக்கம், உள்ளே சற்று தள்ளி இருந்த பட்டினப்பாக்கம் ஆகியவை அவை. யவனர்களைப் போன்ற வெளிநாட்டு வணிகர்களின் குடியிருப்பு அமைந்திருந்த மருவூர்ப்பாக்கம் வர்த்தகம் நடைபெறும் இடமாகும். இங்கே வண்டிகளில் வியாபாரிகள் வாசனைப் பசைகளையும் சாம்பிராணியையும் வீதிவீதியாகச் சென்று விற்பனை செய்தனர்; நெசவாளிகள் தனிப்பகுதியில் வசித்தனர்; அகலமான வீதிகளில் பட்டாடைகள், பவழம், சந்தனக்கட்டைகள், அகில்மரங்கள், குறையில்லாத முத்துகள், மதிப்புமிக்க ரத்தினங்கள், பொன் ஆகியவை அளவிட முடியாமல் அடுக்கிவைக்கப்பட்டிருந்தன; தானியங்களும் மற்ற பொருட்களும் குவியல் குவியலாக அடுக்கி வைக்கப் பட்டிருந்தன; இனிப்புகள், மீன், கள், வெள்ளை உப்பு, இறைச்சி, எண்ணெய் ஆகியவற்றை மக்கள் விற்க ஏதுவாகத் தனித்தனிப் பகுதிகள் பிரித்துவிடப்பட்டிருந்தன.

பித்தளை-தாமிரக் கொல்லர்கள் போன்ற கைவினைத்தொழிலாளர்கள், நகை வியாபாரிகள், தையல்காரர்கள், தோல் தொழிலாளர்கள், இன்ன பிறர் ஆகியோர் வாழத் தனிப்பகுதிகள் இருந்தன.[100] பட்டினப் பாக்கத்தில் பெருங்குடி வணிகர்களும், வேதங்கள் ஓதும் அந்தணர்களும், வேளாளர்களும், மருத்துவர்களும், சோதிடர்களும் வாழ்ந்தனர். முத்து நகைகளைச் செய்பவர்கள், சங்கு அறுப்பவர்கள் போன்ற கைவினைத் தொழிலாளர்களும் இங்கு இருந்த போதிலும், இங்கு புலவர்கள், நடன மாதுக்கள், அரசவை மகளிர், விலைமாதர்கள் ஆகியோர் தங்கியிருந்தனர். படைவீரர்களும், குதிரை மேல் சவாரி செய்வோரும், யானைகளும் கோட்டைக்கு வெளியில் வாழ்ந்தனர்.[101] கோட்டைப் பாதுகாப்புக்காக இந்த ஏற்பாடு செய்யப்பட்டதாக ஊகிக்கலாம்.

இந்த இரு பகுதிகளுக்கு இடையில் சந்தைத் தெரு அமைந்திருந்தது. அங்கு பொருட்களை விற்பனை செய்பவர்கள், வாங்குபவர்களின் ஓசை கேட்டுக்கொண்டேயிருந்தது.[102] புகாரின் சூழலும் ஆற்றலும் இரவில் துறைமுகத்தின் நிலையைப் பற்றிய விவரணையில் நன்கு வெளிப்படுகிறது.

வண்ணப் பசைகள், மலர்கள், அழகூட்டும் பொடிகள், உணவுப் பொருட்கள் ஆகியவற்றை விற்கும் கடைகளில் அவற்றின் உரிமை யாளர்களான வணிகர்கள் விளக்குகளை ஏற்றி வைத்திருந்தனர். நகைகளைச் செய்யும் திறமையான பொற்கொல்லர்களின் இடத்தில் உள்ள விளக்குகள், இனிப்புப் பொருட்களை விற்பனை செய்யும் வணிகர்களால் வரிசையாக ஏற்றப்பட்ட தீபங்கள், மற்ற உணவுப் பொருட்களை விற்பனை செய்யும் வணிகர்கள் உயரமான இடத்தில் ஏற்றி வைத்த விளக்குகள் ; கள் விற்கும் பெண்கள் ஏற்றி வைத்த விளக்குகள்; மீன்வியாபாரிகளின் விளக்குகள்; கப்பல்களுக்கு வழிகாட்டும் கலங்கரை விளக்கத்தில் எரியும் தீபம்; மீனவர்கள் படகுகளில் ஏற்றி வைத்த விளக்குகள் ; பல்வேறு நாடுகளில் இருந்து வந்தவர்களும், கிடங்குகளின் காவலர்களும் ஏற்றிவைத்தவை போன்ற விளக்குகளால் புகார் ஒளிபெற்று விளங்கியது.[103]

ஐம்பெருங்குழு, எண்பேராயம் போன்ற அதிகாரிகளின் குழுக்களால் பூம்புகார் நிர்வாகம் செய்யப்பட்டது.[104] இந்த நிர்வாக அமைப்பு இந்தப் பிரதேசம் முழுவதும், கிராமக் குடியிருப்புகள் உட்பட, செயல்பட்டது என்பதை ஒரு கல்வெட்டு விளக்குகிறது.[105] பூம்புகாரை ஒரு பேரலை அழித்ததாகவும், அதனால் பெரும் உயிர்ச்சேதம் ஏற்பட்டதாகவும் மணிமேகலை கூறுகிறது. கடற்கோள் அல்லது கடல் கொண்டது என்று இந்நிகழ்வு அழைக்கப்படுகிறது. கடலால் ஏற்படும் சேதங்கள் தமிழ் கலாசாரத்தில் அடிக்கடி பதிவுசெய்யப்பட்டிருக்கிறது. பெருமளவில்

பழங்கால இலக்கியங்கள் அழிந்ததற்கு முக்கியக் காரணமாக இத்தகைய கடற்கோள்கள் கூறப்படுகின்றன. ஒரு துறைமுகமாக பூம்புகாரின் முக்கியத்துவம் குறைந்ததற்கு இது ஒரு காரணமாக இருக்கலாமோ என்ற ஊகத்துடன் இந்தப் பகுதியை நாம் நிறைவு செய்யலாம்.

மதுரை

மதுரை தமிழகத்தின் மிகப் பழமையான நகரம் என்பது ஏற்றுக் கொள்ளப்பட்ட விஷயம். கூடல் என்ற பெயராலும் அழைக்கப்பட்ட இந்நகரம் அதன் கோபுரங்களுக்கும் சிறப்புப் பெற்றது, அதனால் நான்மாடக்கூடல், நான்கு கோபுரங்களைக் கொண்ட நகரம் என்றும் பெயர் பெற்றது. அதுபோலவே கொடிமாடக்கூடல், கொடிகளோடு கூடிய கோபுரங்களைக் கொண்ட நகரம் என்ற பெயரும் இதற்கு உண்டு; அழகிய தேர்களைக் கொண்ட நகராகவும் இது இருந்தது.[106] அஞ்சக்கூடிய கோட்டை வாயில்களால் நான்கு புறமும் சூழப்பட்டு, அகழியால் பாதுகாக்கப்பட்டதாக இருந்தது. அகழிக்கு அடியில் இருந்த சுரங்கம் ஒரு யானை அதன் வழியாகச் சென்று கோட்டை வாசலை அடையும் வண்ணம் அமைக்கப்பட்டிருந்தது.

பெரும் வாட்களைக் கொண்ட யவனரால் கோட்டை காக்கப் பட்டிருந்தது. இந்திரனுடைய திறந்த நகைப்பெட்டியைப்போல் சிறந்ததாக மதுரை விளங்கியது.[107] மதுரை நகர் பெரியதாகவும் மக்கள் நிறைந்தாகவும் 'எப்படி கடல் வற்றாமல், கரையைக் கடக்காமல் இருக்கின்றதோ, அப்படி மக்கள் பொருட்களை எடுத்துச் செல்வதால் குறையாமலும் அதிக அளவில் மக்கள் வருவதால் நெரிசல் அதிகமாகாமலும் கோபுரங்களுடைய மதுரை விளங்கியது... கடலில் கலக்கும் கங்கை போல அளவிடமுடியாமல் இருந்தது, கப்பல்களில் வந்து இறங்கும் பரிசுகளும், மற்ற பல பொருட்களும் அங்கு தினமும் வந்து அடைந்தன'.[108]

நகரின் நடவடிக்கைகள் அதிகமாக இருப்பதன் அடையாளமாக ஓசையின் அளவும் அதிகமாக இருப்பதாகப் புலவர் கூறுகிறார்.

பகல் சந்தையின் வீதிகளில் மாலை வேளையில் ஏற்படும் ஒலி, கோபுரங்கள் உள்ள மதுரையில் திருவிழாக்கள் தொடங்கும்போது ஏற்படும் ஒலியைப்போல இருந்தது... வெளிநாட்டிலிருந்து கப்பல் மூலம் தாங்கள் கொண்டுவந்த பொருட்களை ரத்தினங்களுக்கும் நகைகளுக்கும் ஈடாக வணிகர்கள் பண்டமாற்று செய்தனர். இந்த ஒலியும் நகரிலிருந்து வரும் ஒலிகளும் மாலை நேரக் கடைகளிலிருந்து வரும் ஒலிகளும் சேர்ந்து ஒலித்தது பறவைகள் கூடு திரும்பும்போது ஏற்படும் ஒலியை ஒத்திருந்தது.[109]

நகரத்தின் சமூகத்தில் முக்கியப் பகுதியாக வரைவின் மகளிர் என்று அழைக்கப்பட்ட, பரத்தையர் விளங்கினர். சிலப்பதிகாரம் இவர்களைப் பற்றி, இவர்களது சாதனைகளைப்பற்றி, மதுரையிலும் புகாரிலும் இவர்கள் வாழ்ந்தவிதம்பற்றி விரிவாக விளக்குகிறது. பண்டைத் தமிழகத்தின் சமூக, கலாசார விழுமியங்களைப் பொறுத்தவரை இம்மகளிர் சமூகத்தால் ஒதுக்கப்பட்டவர்களாகக் கருதப்படவில்லை. மாறாக, சமூகத்தில் தமக்கென ஒரு இடத்தைப் பிடித்து, நகர வாழ்வின் தரத்தை உயர்த்தியவர்களாக இவர்கள் கருதப்படுகிறார்கள். கணவர்கள் இல்லாதவர்களாகவும், ஒரு துணையுடன் வாழாதவர்களாகவும் சித்திரிக்கப்பட்டாலும், 'ஒவ்வொரு நாளும் தங்களை விற்கும்' விலைமாதர்களுக்கு ஒருபடி உயர்வாக இவர்கள் கருதப்படுகின்றனர்.

புகாரிலும் மதுரையிலும் பல்வேறு கோவில்கள் இருந்தன. முக்கிய இந்து தெய்வங்களான சிவன், விஷ்ணு, முருகன், பலராமர் ஆகியோருக்குக் கோவில்கள் இருந்தன. மரபுத் தெய்வங்கள், உள்ளூர் தெய்வங்கள், இயற்கை சக்திகள் ஆகியவையும் வழிபடப்பட்டன. இவற்றைத் தவிர, புத்தமதமும், சமணமதமும் தமிழகத்தில் முக்கிய மதங்களாக விளங்கின. உதாரணமாக, மதுரையில் மகாவீரருக்கும் புத்தருக்கும் கோவில்கள் இருந்தன.[110] தமிழ்க் காவியங்களான சிலப்பதி காரத்துக்கும் மணிமேகலைக்கும் இவ்விரு மதங்களே மையமாக அமைந்தன.

●

நகரமயமாக்கலின் பின்புலத்தில் உள்ள காரணிகள் என்ன? நகரங்களின் உயர்வையும் உயிர்நாடியையும் பற்றி இலக்கியங்கள் கூறினாலும், நகர வளர்ச்சியின் அளவை அதிகமாக மதிப்பிடக்கூடாது என்பதையும் நாம் புரிந்துகொள்ளவேண்டும். சங்க இலக்கியங்களில் இருவகை நகரக் குடியிருப்புகள் பற்றித்தான் கூறப்பட்டிருக்கிறது. உள்நாட்டிலுள்ள தலைநகரங்கள், கடற்கரையோரத்தில் உள்ள துறைமுகங்கள். சிலப்பதிகாரத்தில் தங்கள் வாழ்க்கையைப் புதிதாகத் துவங்கும் நோக்கில் புகாரிலிருந்து மதுரை செல்லும் கண்ணகியும் கோவலனும் செல்லும் வழியில் ஒரே ஒரு நகர்தான், அதாவது சோழர் தலைநகரான உறையூர், இருந்ததாகக் குறிப்பிடப்பட்டிருக்கிறது. மற்றபடி, அந்தத் தம்பதி விளைநிலங்களின் வழியாக நீர்நிலைகளையும் கிராமங் களையும் தாண்டித்தான் சென்றார்கள். தமிழகம் பெரும்பாலும் கிராமங்களால் ஆனது, நகரங்கள் மிகக்குறைவு. துறைமுகங்களின் வளர்ச்சிக்கு வர்த்தகமே காரணம். தலைநகரங்கள் அரசு அதிகாரத்தின் பீடமாக இருந்தன.[111]

ஆனால், தமிழகத்தின் நகரமயமாக்குதலின் பொருளாதார இயக்கத்தைப்பற்றியும் ஒருவர் தவறுதலாகக் கணித்துவிடக்கூடாது.

பண்டைய தமிழகம், தொழில்நுட்பரீதியாகப் பல சவால்களைக் கொண்டிருந்தாலும் அதிக அளவு பொருளாதார நடவடிக்கையை மேற்கொண்டிருந்தது. வர்த்தகம், உற்பத்தியிலிருந்து மாறுபட்டு, தனித்தன்மையுள்ள நடவடிக்கையாக உருவாகியது. கடல்வர்த்த கத்தின் வீச்சும் ரோமிலிருந்து சீனாவரையான வெளிநாட்டுச் சந்தைகளின் தொடர்பும் அதிக அளவிலான வர்த்தக நடவடிக்கைக்குச் சான்றாக விளங்குகின்றன.

நகரங்கள் அதிகமில்லை என்பது உண்மையென்றாலும், பலதரப்பட்ட உற்பத்தியாளர்கள் வளரவும் திறன்மிக்க கைவினைத் தொழிலாளர்கள் உருவாகவும் அவை முக்கிய உதவிபுரிந்தன. நகரச் சூழலில் பல்வேறு நாடுகளைச் சேர்ந்த வணிகர்கள் சுதந்தரமாக வாழவும், தடையில்லாமல் வர்த்தகம் செய்யவும் இருந்த நிலை, பல்வேறு மதங்கள் பின்பற்றப்பட்டு வளர்ச்சியடைந்து வந்த நிலை ஆகியவை தமிழக அரசர்கள் வர்த்தகத்தின் மேல் வைத்திருந்த நேர்மறையான எண்ணத்தைக் காட்டுகிறது.

3

தமிழ்ப் பேரரசுகளின் கீழ் அரசு, அரசியல் மற்றும் வெளிநாட்டு உறவுகள்

சங்க காலத்துக்குப் பிறகு 300 ஆண்டுகள் கழித்து நாம் தமிழகம் திரும்புகிறோம். இருண்டு முகமற்றுக் கிடந்த இந்த மர்மமான காலகட்டத்தைப்பற்றி எந்தத் தகவலும் இல்லாததால் அக்காலத்திய வரலாற்றைக் கண்டறிய இயலவில்லை.[1] 'களப்பிரர் இருண்டகாலம்' என்று அழைக்கப்பட்ட இந்த 'காணமற்போன' நூற்றாண்டுகளில் தமிழரல்லாத இனமான களப்பிரர்கள் தமிழகத்தில் ஆட்சி செலுத்தினார்கள். தமிழ் இலக்கியங்களில் தீய சக்திகள் என்று குறிப்பிடப்படும் அவர்களைப் பற்றியும் அதிகம் தெரியவில்லை. பொ.யு. ஆறாம் நூற்றாண்டில் வடக்கில் பல்லவர்களாலும் தெற்கில் பாண்டியர்களாலும் அவர்கள் தோற்கடிக்கப்பட்டு நாட்டை விட்டு விரட்டப்பட்டனர்.

வரலாற்று ஆவணங்கள் இல்லையென்ற காரணத்தால் மட்டுமே இந்தக் காலகட்டத்தில் தமிழகம் தேக்க நிலையை அடைந்தது என்றோ கலாசார வீழ்ச்சியைச் சந்தித்தது என்றோ சொல்ல முடியாது. இந்த இடைப்பட்ட நூற்றாண்டுகளில் சமணமும் புத்தமதமும் தமிழகத்தில் புகுந்தது மட்டுமல்லாமல், அரசர்களால் ஆதரிக்கப்பட்டு ஆதிக்கம் செலுத்தும் சமயங்களாகவும் ஆகிவிட்டிருந்தன. இந்த மதங்களிலிருந்தே தமிழ்ப் பெரும் காப்பியங்களின் ஆசிரியர்கள் தோன்றினார்கள். அதுபோலவே, வர்த்தக, பொருளாதார நடவடிக்கைகள்

இந்தக் காலத்தில் பாதிக்கப்பட்டிருந்தன என்பதை நம்புவதற்கான காரணங்கள் ஏதும் இல்லை. இல்லாதது, பண்டைக்காலத்துக்கும் இடைக்காலத்துக்கும் இடைப்பட்ட தொடர்புச்சங்கிலியில் விடுபட்ட சில கண்ணிகள்தான்.

தமிழ்ப் பேரரசுகளின் கீழ் அரசியல் ஒருங்கிணைப்பு

ஆறாம் நூற்றாண்டில் களப்பிரர்களுடைய ஆட்சி நீக்கப்பட்ட பின் இரு பெரும் அரசுகள் தமிழகத்தில் தலையெடுத்தன. காஞ்சியைத் தலைநகராகக் கொண்டு வடக்கில் பல்லவர்களும், அவர்களுடைய புராதனத் தலைநகரான மதுரையைத் தலைநகராகக் கொண்டு தெற்கில் பாண்டியர்களும் ஆட்சி செலுத்த ஆரம்பித்தனர். அந்த நேரத்தில் சோழர்கள் முற்றிலுமாக ஒடுங்கியிருந்தனர். பத்தாம் நூற்றாண்டில் அவர்கள் தலையெடுக்கும்வரை இந்த நிலை நீடித்தது.

பல்லவர்களின் பேரரசு சிம்மவிஷ்ணுவின் காலத்தில், ஆறாம் நூற்றாண்டுக்கு இடையில் துவங்கியது. சிம்மவிஷ்ணு பல வெற்றிகளை அடைந்ததாகச் சொல்லப்படுகிறது. அதில் இலங்கை மேல் அவர் போரிட்டு வெற்றி கொண்டதும் அடங்கும். பின்னால், தமிழக மன்னர்கள் இலங்கையின் மீது தொடுத்த பல கடற்போர்களுக்கு இது முன்னோடியாக இருந்தது. வெற்றியைத் தொடர்ந்து ஏற்படும் அரசியல், பொருளாதாரரீதியான மாற்றங்களை இது தோற்றுவித்தது. முக்கியமாக, இந்தப் போர்த் துருப்புகளையும் யானைகளையும் கப்பல்கள் மூலம் கடல் கடந்து கொண்டுசெல்லக்கூடிய வல்லமையைப் பறையறிவித்தது.[2] இரண்டு பாய்மரங்கள் கொண்ட கப்பல்கள் பொறிக்கப்பட்ட பல்லவர்களுடைய நாணயங்கள், அரசில் கடல் பயணத்துக்கு இருந்து முக்கியத்துவத்தை விளக்குகிறது.

படம் 3.1 : பல்லவ நாணயங்களில் பொறிக்கப்பட்ட சின்னங்கள் : லித்தோக்ராபிக் பிரதி
(மூலம் : வால்டர் எலியட், காயின்ஸ் ஆஃப் சவுத் இண்டியா)

தமிழக சமூக, அரசியல் நிலையில் நீண்ட கால பாதிப்பை ஏற்படுத்திய நிகழ்வு, பல்லவர்களுடைய ஆட்சிக்காலத்தின் முற்பகுதியில் ஏற்பட்ட இந்து மத மறுமலர்ச்சிதான். முதலாம் மகேந்திரவர்மனின் காலத்தில் (பொ.யு. 590 - பொ.யு. 629) நடந்ததாகச் சொல்லப்படுகிற இந்த நிகழ்வுக்கு ஆவணபூர்வமான வரலாற்றுத் தரவுகள் இல்லை. ஆனால், சைவ நாயன்மார்களின் வாழ்க்கை வரலாற்றின்படி, இந்து சமய மறுமலர்ச்சி திருநாவுக்கரசர் சமண மதத்திலிருந்து சைவத்துக்கு மாறிய காலத்திலிருந்து தொடங்கியது.

பல்லவ அரசனும் அவரைப் பின்பற்றினான். சில பத்தாண்டுகளுக்குப் பிறகு, பாண்டிய மன்னன், மற்றொரு நாயன்மாரான திருஞானசம் பந்தரால் சமணத்திலிருந்து சைவத்துக்கு மாற்றப்பட்டான். இந்த மறுமலர்ச்சி பக்தி இயக்கத்தைத் தமிழகத்தில் தொடங்கி வைத்து, சமண, புத்த மதங்களின் ஆதிக்கத்தால் குன்றியிருந்த இந்துக் கோவில்களின் கட்டுமானத்தை மீண்டும் தொடங்கிவைத்தது.

அப்போதும் சரி இப்போதும் சரி, கோவில், தமிழ்ச் சமூகத்தின் முக்கிய அங்கமாக விளங்குகிறது. கோவில்களைக் கட்டுவதும், அவற்றை ஆதரிப்பதும் ஒரு முக்கிய நடவடிக்கையாக அக்காலத்தில் விளங்கியதால், ஆள்வோருக்கும், சமூகத் தலைவர்களுக்கும் அங்கீகாரத்தை அளித்தது. கோவில்களைக் கட்டுவதென்பது, அற்புதமான கட்டடங்களை உருவாகியது மட்டுமில்லாமல், பல பொருளாதார விளைவுகளை ஏற்படுத்தக்கூடிய ஒரு நடவடிக்கையாகவும் இருந்தது. கோவில் கட்டும் பணிக்குப் பெரும் நிதி ஆதாரங்கள் தேவைப்பட்டன. பல கைவினைத் தொழிலாளர்களுக்கும் சிற்பிகளுக்கும் அங்கு வேலை இருந்தது. பணிகளை வழங்குபவராகவும், நிலச்சுவான்தாராகவும், ஆடம்பரப் பொருட்கள் உட்படப் பல பொருட்களுக்கும் சேவைகளுக்கும் பயனீட்டாளராகவும் விளங்கிய கோவில்கள் ஒரு பொருளாதார நிறுவனமாகவும் திகழ்ந்தன.

கோவில்களை மைய நிறுவனங்களாகக்கொண்டு அவற்றைச் சுற்றி உள்ளூர் நிர்வாகம் செயல்பட்டது. இதன் காரணமாக, உள்ளூர் நடவடிக்கைகளைப் பற்றிய எல்லாத் தகவல்களும் கோவில் கல்வெட்டுகளில் பதிவு செய்யப்பட்டிருந்தன. இதைத்தவிர கோவில் களை மையமாகக்கொண்டு நகரங்கள் அமைக்கப்பட்டன. இது வர்த்தகம் வளர உதவியது. எட்டாம் நூற்றாண்டில், பிற்காலப் பல்லவ மன்னர்களில் ஒருவரான இரண்டாம் நந்திவர்ம பல்லவரின் காலத்தில் வாழ்ந்தவரும் பக்தி இயக்கத்தை முன்னெடுத்துச் சென்ற ஆழ்வார் களில் ஒருவருமான திருமங்கை ஆழ்வார் திருவல்லிக்கேணி (தற்போது சென்னையில் உள்ளது) கோவிலைச் சுற்றி நகரம் வளர்ந்ததைப் பற்றிக் குறிப்பிடுகிறார்.

'திருவல்லிக்கேணியில் கோபுரங்களும், தேனீக்கள் அடைந்த மாடங்களும் உள்ளன; இது பல்லவ அரசன் தொண்டைமானால் கிணறுகள், வெளிச்சுவர்கள், கூடகோபுரங்கள் இன்னும் பல மாளிகை களைக் கொண்டதாக அமைக்கப்பட்டது'[3] என்று ஆழ்வார் தெரிவிக்கிறார். அதேபோல் பல்லவர் காலத்தில் பெருவளர்ச்சி அடைந்த காஞ்சிபுரம் 'குளங்கள் நிறைந்த, மதில் சுவர் சூழ்ந்த, உயரமான கோபுரங்களும் விடுதிகளும் கொண்ட அழகான காஞ்சி' என்று வர்ணிக்கப்படுகிறது.[4]

பல்லவர்களின் ஆட்சியில் சோழமண்டலக் கடற்கரையில் மாமல்லபுரம் ஒரு முக்கியமான துறைமுக நகரமாக உருவாகி வந்தது. அங்கு 'புலன்களை ஈர்க்கக்கூடிய நிதிக்குவியல்கள், யானைகள், நவரத்தினக் குவியல்கள் ஆகியவற்றைப் படகுகள் தாங்கிவந்தன'[5] என்று குறிப்பிடப்பட்டுள்ளது. பின்னால் சோழர்கள் காலத்தில் நாகப்பட்டினம் தலையெடுக்கும் வரை மாமல்லபுரமே பிரதானத் துறைமுகமாக இருந்தது. எட்டாம் நூற்றாண்டின் முற்பகுதியில் பல்லவ அரசன் இரண்டாம் ராஜசிம்மனின் புகழ் தூர தேசங்களுக்கும் பரவியிருந்தது. அவருடைய தூதர்கள் சீனச் சக்கரவர்த்தியைச் சந்தித்ததாகக் குறிப்புகள் உள்ளன. இரண்டாம் நரசிம்மவர்மன் ஷா-லி-ந-லோ-செங்-கிய-ப-தொ-ப-ம, ஶ்ரீ நரசிம்ம போத்தவர்மன் என்று சீன நூல்களில் குறிப்பிடப்படுகிறார்.

அவர்களுக்கிடையேயான ஒப்பந்தத்தின்படி சீன அரசர் அரேபியர் களுக்கும் திபெத்தியர்களுக்கும் எதிரான போரில் பயன்படுத்துவதற்கு யானைகளையும் காலாட்படைகளையும் பல்லவ அரசன் தருவதாகவும் அதற்குப் பதிலாக நரசிம்மவர்மன் புத்தர் கோவிலொன்றை சீனப் பயணிகள் பயன்படுத்துவதற்காக அவர் அரசில் கட்டவேண்டும் என்றும் முடிவுசெய்யப்பட்டது.[6]

சிறந்த பல்லவ அரசர்களின் வரிசையில் கடைசியாக வந்தவர்களில் ஒருவர் இரண்டாம் நந்திவர்ம பல்லவர். சுமார் அறுபத்து ஐந்து ஆண்டுகள் அவர் ஆட்சி நீடித்தது. இதில் குறிப்பிடத்தக்க விஷயம் தலைநகரில் இருந்த முக்கிய அதிகாரிகள், கற்றறிந்த அந்தணர்களின் அவை மற்றும் மக்களால் அவர் தமது பன்னிரண்டாவது வயதில், 731ம் ஆண்டு, அரசாளத் தேர்ந்தெடுக்கப்பட்டவர். அச்சமயம் பல்லவர்களின் நேரடிக் கிளை அழிந்து பேரரசைக் குழப்பத்தில் ஆழ்த்தியிருந்தது. பல்லவ குலத்தின் இன்னொரு கிளையில் பிறந்து, தற்போது வியட்நாம் என்று அழைக்கப்படும், சம்பா என்னுமிடத்தில் ஆட்சி செலுத்திக் கொண்டிருந்தனர் அவர்கள்.[7]

காஞ்சியிலுள்ள வைகுண்டப் பெருமாள் கோவிலின் சுற்றுச் சுவரில் அவரது மகுடாபிஷேகத்தைப் பற்றிய குறிப்புகள்

பொறிக்கப்பட்டிருக்கின்றன. இந்த நிகழ்ச்சிகளில் நமது ஆர்வத்தைத் தூண்டும் விஷயங்கள் தமிழக அரசுகளுக்கும் தென்கிழக்கு ஆசிய இந்து அரசுகளுக்கும் இருந்த தொடர்பும், நாடு அரசரில்லாமல் தவித்தபோது உள்ளூர்ப் பிரமுகர்கள் ஒன்று கூடி அந்தச் சிக்கலைத் தீர்த்ததும்தான்.

இடைக்காலத் தமிழக வரலாற்றில் இந்த நான்கு நூற்றாண்டு பல்லவ ஆட்சி, தமிழக அரசியலையும் வர்த்தகத்தையும் பற்றிய பல முக்கிய அம்சங்களைத் தன்னுள் பொதிந்து வைத்திருந்தது. இவற்றில் வலுவான உள்ளூர் நிறுவனங்கள், உள்நாட்டு நிர்வாக அமைப்பு களுக்கும் வர்த்தக நிறுவனங்களுக்குமான தொடர்பை ஊக்கப்படுத்திய கோவில் கட்டும் நடவடிக்கைகள், வணிக மற்றும் கலாசார ரீதியாகவும், ராணுவ ரீதியாகவும் தென் கிழக்கு நாடுகளின் அரசுகளுடன் ஏற்படுத்திக்கொண்ட உறவுகள் ஆகியவை அடங்கும்.

பத்தாம் நூற்றாண்டில் பல்லவ அரசு வலிமையிழந்தது. அதற்குப் பதிலாக, பத்தாம் நூற்றாண்டின் மத்தியிலிருந்து பனிரெண்டாம் நூற்றாண்டின் இறுதிவரை சோழப் பேரரசு தமிழகத்தில் ஆதிக்கம் செலுத்தி பதின்மூன்றாம் நூற்றாண்டில் சீர்குலைந்தது. இடைப்பட்ட இந்தக் காலகட்டத்தில் சோழர்கள், பல்லவர்கள் மற்றும் பாண்டியர்களின் ஆதிக்கத்தில் இருந்து விடுபட்டு, பதினோராம் நூற்றாண்டின் ஆரம்பத்தில் தென்னகம் முழுவதையும் தமது ஆட்சிக்குக் கீழே கொண்டுவந்தனர். தென்னிந்தியாவின் மேற்குப் பகுதியில் தமக்கென ஒரு தனிப்பட்ட அடையாளத்தை உருவாக்கிக் கொண்ட சேரர்கள் ஆட்சி புரிந்தனர். தீபகற்பத்தின் தென்கிழக்குப் பகுதியான தமிழகம் சோழ, பல்லவ அரசர்களின் கைவசம் இருந்தது. இதில் சோழமண்டலம் என்று அழைக்கப்பட்ட தெற்குப் பகுதியில் சோழர்களும் தொண்டைமண்டலம் என்று அழைக்கப்பட்ட வட பகுதியில் பல்லவர்களும் ஆட்சி செய்தனர்.

சோழர் அரசர்களுள் முதலாவது பேரரசர் பத்தாம் நூற்றாண்டின் இறுதியில் ஆட்சி பீடம் ஏறிய முதலாம் ராஜராஜ சோழர். அவரது ஆட்சியில்தான் சோழ அரசு பாண்டியர்களையும் சேரர்களையும் தோற்கடித்து ஒரு பேரரசாக மாறியது. மைசூர் அரசின் சில பகுதிகளும் அவரால் வெல்லப்பட்டன. இலங்கையின் அரசியல் மற்றும் ராணுவ விவகாரங்களில் அடிக்கடி தலையிடுகிற தமிழக அரசுகளின் வழக்கத்தையொட்டி இலங்கைத் தீவின் வட பகுதியின் மீது படையெடுத்துச் சென்று அதை ராஜராஜர் வெற்றிகொண்டார். இதன்மூலம் தமிழ் வர்த்தகக் குழுக்கள் இலங்கையில் அதிகரித்தன.

அவரது மகனான முதலாம் ராஜேந்திர சோழரின் காலத்தில் சோழப் பேரரசு மேலும் பல வெற்றிகளைக் கண்டது. அவரது படையெடுப்பு

வடக்கில் கங்கை நதிக்கரை வரை நிகழ்ந்தது. அதனால் அவர் கங்கை கொண்டான் என்று அழைக்கப்பட்டார். மலாய் தீபகற்பப் பகுதியில் ஆட்சி செய்த சைலேந்திர அரசுக்கு எதிராக ஒரு கடற்படையையும் அவர் அனுப்பினார். முதலாம் ராஜேந்திரரின் பேரரான முதலாம் குலோத்துங்கர் அரியணை ஏறியபோது (பொ.யு. 1070 முதல் 1122 வரை) கீழைச் சாளுக்கிய நாடும் சோழர்களின் கீழ் வந்தது. இதனால் சோழப் பேரரசு வட ஆந்திரக் கடலோரம் வரை நீண்டிருந்தது.

அரசியல் ரீதியாக ஒரு புறம் தம்மை ஸ்திரப்படுத்திக்கொண்டே, நிர்வாகச் சீர்திருத்தத்திலும் சோழர்கள் அக்கறை செலுத்தினர். வரிகளைத் திறம்பட வசூலிக்கப் புதிய வருவாய்ப் பிரிவுகளை அமைத்தனர். (உள்நாட்டு நிர்வாகம் என்ற பகுதியில் இதைப் பற்றி விரிவாகப் பார்க்கலாம்). சோழ அரசின் நிர்வாகம் தாம் ஆட்சி செய்த பகுதிகளில் வருவாய் ஈட்டுவதையும் உள்ளூர் நிர்வாக அமைப்பு களைத் திறம்பட நிர்வகிப்பதிலேயும் கவனம் செலுத்தியது. ஆனால் அரசர்கள், நாடுகளை வெற்றிகொண்டு தங்களுடைய ஆட்சிப் பகுதிகளை விரிவடையச் செய்யும் கொள்கையைப் பின்பற்றினார்கள். இதற்குப் புதிய பகுதிகளைத் தங்கள் நாட்டுடன் சேர்த்துக்கொண்டு வருவாய்க்கான ஆதாரங்களைப் பெருக்குவது முக்கியக் காரணமாக இருந்தது. தமிழ் வணிகக் குழுக்களின் வர்த்தகத்தை, குறிப்பாக இந்தியப் பெருங்கடலில் பயணம் செய்து வெளிநாடுகளோடு செய்யும் வர்த்தகத்தை, பெருக்குவதற்கும் பாதுகாப்பதற்கும் இருந்த தேவையை சோழ மன்னர்கள் உணர்ந்திருந்தனர்.

இதுதான் தூரக் கிழக்கு நாடுகளோடு அவர்களின் உறவை நிர்ணயித்தது. சுமத்ராவில் இருந்த ஸ்ரீவிஜய அரசு (தற்போதைய பாலேம்பாங்), சீனா மற்றும் அண்மையிலுள்ள இலங்கை ஆகியவை இதில் குறிப்பிடத்தக்க நாடுகளாகும். இந்த நாடுகளோடு சோழர்களின் உறவுகள் ராஜதந்திரத்தையும் சுமுக உறவையும் சில சமயம், நாம் அடுத்த பகுதியில் பார்க்கப்போவதுபோல், ராணுவ நடவடிக்கை களையும் அடங்கியதாக இருந்தது.

உள்ளூர் நிர்வாகமும் நிர்வாக சபைகளும்

தமிழ்ப் பேரரசுகளின் அரசியல்ரீதியான ஒருங்கிணைப்புக்கு முன்னரே தமிழகத்தில் ஒரு தனித்த, சிக்கலான நிர்வாக அமைப்பு உருவாகி இருந்தது. இந்தப் பகுதியின் பொருளாதாரம் பெரும்பாலும் விவசாயத்தையே சார்ந்து இருந்தது. இரு முக்கிய இயற்கை வளங்களான நிலத்தையும் நீரையும் சரிவர நிர்வகிப்பது பொருளாதாரத்துக்கும் சமூகத்துக்கும் முக்கியமான வேலையாக இருந்தது. இதனுடன்

தொடர்புடைய இன்னொரு பிரச்னை விவசாயத்திலிருந்து வரும் வருமானத்துக்கு வரி வசூலிப்பது. வளங்களை நிர்வகிப்பதற்கும் வரி வசூலிப்புக்கும், உள்ளூர் நிர்வாக அமைப்பின் கட்டமைப்பு உருவாக்கப்பட்டது.

உள்ளூர் சபைகள்[8]

நிர்வாக அமைப்புகளின் அடித்தளத்தில் ஊர் என்று அழைக்கப்பட்ட கிராம அளவிலான அமைப்பு இருந்தது. அதற்கு மேலே துணை மண்டல அளவில் நாடு என்று அழைக்கப்பட்ட அமைப்பும், அதை அடுத்து மாவட்ட, மண்டல அளவில் கோட்டம் என்று அழைக்கப் பட்ட அமைப்பும் இருந்தன. கிராம மற்றும் நாடு அளவிலான அமைப்புகள் உள்ளூர் சபைகளினால் நிர்வகிக்கப்பட்டன. இது போன்ற உள்ளூர் சபைகளும் பரவலாக்கப்பட்ட நிர்வாக அமைப்பும் பல்லவர், இடைக்காலப் பாண்டியர் காலத்துக்கு முன்பே நடைமுறையில் இருந்தன. வலுவான அரசர்களும் மையத்தில் அதிகாரம் குவிந்து கிடக்கும் அரசுகள் இல்லாத நிலையில், வளங்களைச் சரியான முறையில் பயன்படுத்திக்கொள்ளவும், சிறந்த ஆட்சிமுறையை வழங்கவும் இந்த முறை உதவியாக இருந்தது.

பல்லவர் ஆட்சிக்காலத்தில், பிராமணர்களுக்கு நிவந்தங்களாக அளிக்கப்பட்ட நிலங்களைக் கொண்டு அமைந்த 'பிரம்மதேயம்' என்ற கிராமங்களால் ஒரு புது வகையான கிராமங்கள் உருவாக்கப்பட்டன. இந்தக் கிராமங்களுக்கும் தனி சபை இருந்தது. இந்தப் புது வகை கிராமங்கள் உருவாக்கப்பட்டதன் பின்னணியில் பல நோக்கங்கள் இருந்தன. ஒருபுறம், பயிரிடப்படுகிற நிலங்கள் அதிகரித்தன, அதனால் விவசாயம் அதிகரித்தது. அதே சமயம், நில சம்பந்தமான பரிவர்த்தனைகள் அதிகரித்ததால், நிலங்களின் மதிப்பும் அதிகரித்தது. இதனால் பணப்புழக்கம் பல்வேறு பகுதிகளிலும் அதிகரித்தது. கொள்கையளவில், பிராமணர்களுக்கும் பிராமணியக் கொள்கை களுக்கும் பெருமதிப்பு இருந்ததால், பிராமணர்களுக்கு நிலங்கள் வழங்கியது அரசர்களின் தகுதியை அதிகரித்தது.

சில வரலாற்றாசிரியர்களின் கூற்றுப்படி, பிரம்மதேயங்களை உருவாக்கியது அரசியல்ரீதியான ஒரு காரணத்துக்கும் கூடத்தான். இதுபோன்ற கிராமங்கள், பல்லவர்கள் ஒரு வலுவான அரசைத் தமிழகத்தில் நிறுவ முயன்றுகொண்டிருந்தபோது உருவாக ஆரம்பித்தன. தமிழ் வரலாற்றில் ஒரு பேரரசைத் தோற்றுவித்த சோழர்களின் காலத்தில் அவை அதிகமாக உருவாக்கப்பட்டன. ஆக, அரசர்களுக்குத் தங்கள் ஆதரவை அளித்த புதிய வகை கிராமங்கள்,

பழைய நாடு அல்லது ஊர் சபைகளின் தன்னாட்சியையும் அதிகாரங்களைக் குறைத்தன. இதன் காரணமாக, ஊர் என்பது பிராமணர் அல்லாதார் வாசிக்கும் கிராமங்களாகவும் பிரம்மதேயம் பிராமணர்கள் அதிகமாக வாழும் இடமாகவும் மாறியது.

நான்காவது நிர்வாக அமைப்பு, நகரம் என்று அழைக்கப்பட்ட நகரச் சந்தை மையம். அதற்கும் சொந்தமான சபை இருந்தது. உள்ளூர் வணிகத்தையும் வர்த்தகர்களையும் கவனிக்கும் அமைப்பாக நகரம் இருந்தாலும், அருகிலுள்ள சிற்றூர்களில் இருந்த விவசாய நிலங்களின் மேல் நிர்வாக உரிமையும் அவற்றுக்கு இருந்தது. இதன்மூலம், நகரம், கிராமம் என்ற வேறுபாடு தெளிவாக இல்லாத நிலை இடைக் காலத்தில் நிலவியதைப் புரிந்துகொள்ளலாம்.

பல்லவர்கள் ஆட்சியில் குறைவாகவே இருந்த நகரங்கள், சோழர்கள் ஆட்சியில் அதிகரித்து வந்ததைப் பார்க்கும்போது, சோழர் ஆட்சியில் நகரங்களும் வர்த்தகமும் வளர்ச்சியடைந்ததைத் தெரிந்து கொள்ளலாம். ஆக, நகரங்கள், அதிகரித்துவந்த வர்த்தக, வணிக நடவடிக்கையின் குறியீடுகளாகத் திகழ்ந்தன. அவற்றின் செயல்பாடுகள் அடுத்த அத்தியாயத்தில் விரிவாக விளக்கப்படும்.

ஒவ்வொரு நிர்வாக அமைப்பின் உள்ளூர் சபைகளுக்கும் அந்தந்த நிலவியல் அமைப்பைச் சேர்ந்த பெயரே வழங்கப்பட்டு வந்தது, அதாவது அவை ஊர், நாடு, நகரம் என்ற பெயர்களில் அழைக்கப் பட்டன. அந்த சபைகளின் உறுப்பினர்கள் ஊரார், நாட்டார், சபையார், நகரத்தார் என்று அழைக்கப்பட்டனர்.[9] அதாவது ஊர், நாடு, சபை, நகரம் போன்றவற்றின் மக்கள் அந்தந்தப் பெயர்களால் அழைக்கப் பட்டனர். பொதுவாக, உரிய வயதை எட்டிய எல்லா ஆண்களும் சபையின் உறுப்பினர்களாக இருந்தனர். அதன்காரணமாக, சபையில் எடுக்கப்படும் முடிவுகள் ஒட்டுமொத்த கிராமம் அல்லது நகரத்தின் ஒப்புதலைப் பெற்றதாக இருந்தது.

சபைகளில் சற்று சிக்கலான அமைப்பை உடைய வாரியம் என்ற பிரிவு இருந்தது. அது கோவில் அல்லது நீர் மற்றும் நில வளங்களை நிர்வகிக்கும் பொறுப்பில் இருந்தது. தவிர, ஆளுங்கணத்தார் என்ற ஆட்சி முறைக் குழுவும் சபைகளில் இருந்தது. நகர அமைப்பிலும் வாரியமும் குழுக்களும் இருந்தன. உள்ளூர் கோவிலின் நிதி, நிர்வாகப் பொறுப்பு சபைகளிடமே இருந்தது, பொதுவாக ஊர், நாடு, நகரம் ஆகியவை ஒன்றிணைந்து உள்ளூர் கோவிலின் செயல்பாடுகளைக் கவனித்தன.

இதிலிருந்து நமக்கு எழும் கேள்வி, பரப்பளவிலும் அதிகாரத்திலும் வேகமாக வளர்ந்துவந்த அரசு தன்னாட்சி பெற்ற, அதிகாரம்

பகிர்ந்தளிக்கப்பட்ட அமைப்புகளை ஏன் ஆதரித்து அவற்றின் வளர்ச்சிக்கு உறுதுணையாக இருந்தது? இதற்குப் பல காரணங்கள் இருக்கலாம். முதன்மையாக, உள்ளூர் நிறுவனங்களை ஒழிப்பது அரசியல் ரீதியாக அரசர்களுக்குச் சிறந்த வழியாக இருந்திருக்காது. சிலப்பதிகாரத்தின் காலத்திலிருந்தே செயல்பட்டு வந்த உள்ளூர் நிறுவனங்கள் வளர்ச்சிக்கு உறுதுணையாக இருந்தன. தமிழகத்தின் பல பகுதிகள் பிரிந்தும் நிலையில்லாத தன்மையையும் கொண்டிருந்ததால் இவற்றின் தேவை அதிகரித்திருந்தது. மக்கள் அனைவருக்கும் பிரதிநிதித்துவம் தந்தும் எல்லா முடிவுகளையும் அவர்களை ஏற்கச் செய்தும், ஜனநாயக முறைப்படிச் செயல்பட்டு வந்த சபைகள் வேறெந்த நிர்வாக அமைப்பையும்விட சமத்துவம் கொண்டதாக இருந்தன.

உள்ளூர் மக்களுக்கு சுயமாகவும் சுதந்தரமாகவும் முடிவெடுக்கும் உரிமையை அளித்த இந்த நிறுவனங்களை ஒழிப்பது அரசியல் ரீதியாகப் பல சிக்கல்களையும், அரசர்களின் தகுதியைப் பற்றிய பிரச்னைகளையும் உருவாக்கக்கூடும். பிரம்மதேய கிராமங்களை உருவாக்குவதில் குறுக்கீடுகள் இருந்தபோதிலும், ஊர், நாடு, சபை, நகரம் ஆகியவற்றின் நிர்வாகத்தில் எந்தவிதத் தலையீடும் இல்லை.

நடைமுறையில், அப்போது நிலவிய தகவல் தொடர்பு முறைகளையும் தொழில்நுட்ப முறைகளையும் வைத்துப் பார்க்கும் போது உள்ளூர் சபைகள் சிறப்பான நிர்வாகத்தையே தந்துகொண்டிருந்தன. பரப்பளவில் வேகமாக வளர்ந்துகொண்டிருக்கும் ஒரு பேரரசு, மையத்திலிருந்து செயல்பட்ட நிர்வாகக் கட்டுப்பாடுகளை நாடு முழுவதும் செயல்படுத்தியிருக்க முடியாது. எனவே, மத்திய ஆணையம் வரிகளை விதித்து, கண்காணிக்கும் அமைப்பாக இருந்த போது, உள்ளூர் அமைப்புகள் வரி வசூலைக் கவனித்துக் கொள்வது நிர்வாகச் செலவுகளைக் குறைக்கும் சிறந்த வழியாக இருந்தது.

இந்த நிர்வாக சபைகள் நீதி வழங்கும் அதிகாரத்தையும் பெற்றிருந்தன. பதினோராம் நூற்றாண்டுக்குச் சொந்தமான இரு கல்வெட்டுகளைப் பற்றி இங்கு குறிப்பிடவேண்டும். தென்னாற்காடு மாவட்டத்தில் உள்ள ஜம்பை என்ற ஊரில் இருந்த வர்த்தகர் ஒருவன்,[10] அவன் மனைவியைத் தாக்க வந்த ஒருவனைக் கொன்ற குற்றத்துக்காக உள்ளூர்ச் சபைக்குப் பொன்னால் அபராதம் கட்டியதைப் பற்றி ஒரு கல்வெட்டு கூறுகிறது. மற்றொன்று, அதே ஊரில், வரியைக் கொடுக்கவேண்டித் துன்புறுத்தி, ஒரு பெண்ணைத் தற்கொலைக்குத் தூண்டியதாக உள்ளூர் அதிகாரி ஒருவர் குற்றம் சாட்டப்பட்டு, நகர சபைக்கு அபராதம் செலுத்தியதாகக் கூறுகிறது.[11]

கிராம அளவில், அரசின் அதிகாரங்களைக் கண்காணிப்பதும் கருத்தில் கொள்ளவேண்டிய முக்கியமானவற்றில் ஒன்றாக இருந்தது. நிறுவனப்

பொருளாதாரத்தில் பயன்படுத்தப்படும் வார்த்தைகளை வைத்துப் பார்க்கும்போது, அரசிலும் சமூகத்திலும் அனைத்துத் தளங்களிலும் உள்ள அமைப்புகளில், தன்னாட்சி பெற்ற உள்ளூர் சபைகள்தான் ஆகக் குறைந்த நடைமுறைச் செலவு பிடிக்கும் அமைப்பாக இருந்தது. அதிகச் செலவு பிடித்த, அளவில் பெரியதாக அதேசமயம் அக்கால தகவல் தொடர்பு முறைகள் இருந்த நிலையால் திறம்படச் செயல்பட முடியாமல் இருக்கும் அதிகார வர்க்கத்தின் தேவையை அரசுக்கு இல்லாமல் செய்தன இந்தச் சபைகள்.

உள்ளூர் சபைகளுக்கு அங்குள்ள நிலைமைகளும் மக்களின் விருப்பங்களும் தெரியுமாதலால், மக்கள் ஏற்றுக்கொள்ளும் வகையில் செயல்பட அவற்றால் முடிந்தது; எனவே சிறந்த நிர்வாக அமைப்பாக அவை இருந்தன. சோழர்களைப் போன்ற பெரிய அரசுகளைக் கடந்தும் உள்ளூர் சபைகள் செயல்பட்டு வந்தன என்பது பண்டைக்காலத்தில் அவற்றுக்கு இருந்த அவசியத்தை உணர்த்துகிறது.

வருவாய் நிர்வாகமும் வரிவிதிப்பும்[12]

அரசின் வரி வசூலிக்கும் உரிமை தெளிவாக ஏற்றுக்கொள்ளப்பட்டது, வருவாயை நிர்வகிப்பது அரசின் கொள்கை மற்றும் செயல்பாட்டின் முக்கிய அம்சமாக இருந்தது. சோழ அரசு வருவாய் நிர்வாகத்தை சீர்திருத்தி, பழைய வருவாய் பிரதேசங்களுக்குப் பதிலாக மண்டலம் என்ற புதிய வருவாய்ப் பிரிவுகளையும், வளநாடு என்ற புதிய வருவாய் மாவட்டங்களையும் உருவாக்குவதில் முன்னிலை வகித்தது. மண்டலம் என்பது ஆகப் பெரிய வருவாய் மேலாண்மைப் பகுதியாகும். அங்குள்ள அதிகாரி, வசூலிக்கப்பட்ட வருவாய்க்கான பதிவேட்டையும் நிர்வாகத்தையும் கவனித்து வந்தார். செயல்முறையில், மத்திய கருவூலத்துக்கும் உள்ளூர் நிர்வாகத்துக்கும் இடையில் இது செயல்பட்டு வந்தது.

இதன்மூலம் வருவாய் வசூலிப்பதில் அதிக பொறுப்பும் கட்டுப்பாடும் இருந்தது. நாடு என்ற பிரிவின் வருமானத்தைப் பற்றிய விஷயங்களை நாட்டார் என்ற உள்ளூர் சபை முடிவு செய்தது. வருவாய் வசூலிப்பதில் அடிப்படை அமைப்பாக கிராமங்கள் இருந்தன. ஊர், சபை, நகரம் போன்ற அமைப்புகள் வரி வசூல் செய்வதற்கான பொறுப்பில் இருந்தன.[13]

வரி விகிதம் பொருட்களின் மதிப்பில் ஆறில் ஒரு பங்காக இருக்க வேண்டும் என்று அறநூல்கள் கூறுகின்றன. ஆனால், நடைமுறையில், வரி விகிதம் மிக அதிகமாக, கிட்டத்தட்ட 40% ஆக இருந்தது. அரசுக்குத் தரப்படுகிற வரிகளைத் தவிர பலவிதமான வரிகள் உள்ளூர்

நிர்வாகத்தால் வசூலிக்கப்பட்டன என்பதையும் இங்கே கருத்தில் கொள்ளவேண்டும். பொதுவாக, உற்பத்தியில் மூன்றில் ஒரு பங்காக வரி விகிதம் இருந்தது.[14]

நில வரி, நிலத்திலிருந்து வரும் உற்பத்தியைப் பொறுத்தே நிர்ணயம் செய்யப்படுவதால், நிலையான ஒரு வரி விகிதம் அதற்கு இல்லை. எனவே, நில அளவீட்டு முறையை அடிப்படையாகக் கொண்ட, ஒரு நவீனமான மதிப்பீட்டு முறை நில உற்பத்தியைக் கணக்கிடு வதற்காகவும், வரியை நிர்ணயிப்பதற்காகவும் பின்பற்றப்பட்டது.[15] விளைநிலங்களில் மதிப்பீடு அதிகமாகவும் விவசாயம் நடைபெறாத நிலங்களில் மதிப்பீடு குறைவாகவும் இருந்தது. நிலத்தின் மீதும், விவசாயிகள் மீதும் விதிக்கப்படும் வரிகள், நிலத்தில் நீர் பாய்ச்ச வேண்டியிருப்பதால் ஒரு பொதுவான இடத்திலிருந்து பெறப்படும் நீருக்கான வரி என்று பல வரிகள் சேர்ந்ததாக நில வரி இருந்தது.

உள்ளூர்க் குளங்களையும் ஏரிகளையும் தூர்வாருவதற்காகவும், பராமரிப்பதற்காகவும் உள்ளூர் சபைகள் வரி வசூலித்தன. ஆட்களைப் பணியமர்த்துவதற்காகவும் அரசு அதிகாரிகள் பணி நிமித்தமாக வரும்போது அவர்களுக்குத் தரவேண்டிய உணவுக்காகவும் தரவேண்டிய பணம் நிலவரியின் ஒரு பகுதியாக இருந்தது.

வரிகள் அரசியல் ரீதியாக யதார்த்தமானவையாகவே இருந்தன. இது அரச தர்மத்தின் காரணமாக இல்லாமல் நிர்வாகத்தின் அடிப்படையில், நடைமுறையில் எது சாத்தியமோ அதைப் பொறுத்துச் செயல்படுத்தப் பட்டது. மிக அதிகமான வரி விதிப்பு பல சிக்கல்களைக் கொண்டுவரும் என்பதும் தெரிந்திருந்தது. வரி வசூல் செய்பவர்களின் தனிப்பட்ட அத்துமீறல்களும் மிரட்டல்களும் புகார்களாகப் பதிவு செய்யப் பட்டிருக்கின்றன.[16]

ஆனால் திறம்படச் செயல்பட்ட சோழர் ஆட்சியில் இது போன்ற சம்பவங்கள் மிகச் சில இடங்களில்தான், நடைபெற்றிருக்கின்றன. அதிக வரி வசூலிப்பும் மிரட்டல்களும் சீர்குலைந்த ஓர் அரசின் தன்மைகள், ஒரு அரசு துண்டுபடும்போதும் அதன் மைய அதிகாரம் பலவீனப்படும்போதும்தான் இந்த நிலைமைகள் உருவாகின்றன. இது போன்ற நிகழ்வுகள் பதிமூன்றாம் நூற்றாண்டுக்குப் பிறகுதான் பதிவு செய்யப்பட்டிருக்கின்றன. அப்போது மக்கள் போராட்டங்கள் வெடித்தன. தங்களது இருப்பிடத்தை விட்டு புதிய இடங்களைத் தேடி வெளியேறும் நிலைக்கும் மக்கள் தள்ளப்பட்டனர்.

வணிக நடவடிக்கைகளுக்காகவும் தொழில் செய்வதற்காகவும் வசூலிக்கப்பட்ட வரிகள் வருவாய்க்கான இரண்டாவது பெரிய ஆதாரமாக அமைந்தன. வர்த்தக, வணிக நடவடிக்கைகளைப் பற்றிப்

படிக்கும்போது இதற்குச் சிறப்பான இடம் உண்டு. இது முழுமை யாகவும், விவசாயம் தவிர்த்த மற்ற பொருளாதார நடவடிக்கைகள் (கிட்டத்தட்ட) எல்லாவற்றிலும் இந்த வரிகள் விதிக்கப்பட்டன. ராஜபாட்டைகளில் கொண்டு செல்லப்படும் பொருட்கள் மீது சுங்கம் வசூலிக்கப்பட்டது.

கடைகளில் வணிகம் செய்யப்பட்ட பொருட்கள் மீதும், எடையைப் பொறுத்தோ அளவைப் பொறுத்தோ வரிகள் வசூலிக்கப்பட்டன. வணிகர்கள் தனிப்பட்ட முறையிலும் வரி செலுத்தவேண்டும். உள்ளூர் வியாபாரிகளான செட்டிகள் மீதும் வெளிநாட்டு வணிகர்கள் மீதும், குறிப்பாக சோனகர்கள் என்று அழைக்கப்பட்ட அரேபியர்கள் மீதும் வரி விதிக்கப்பட்டது. இதன்மூலம் வெளி நாட்டு வணிகர்கள் தமிழகத்தில் தங்கி வர்த்தகம் செய்து வந்தனர் என்ற செய்தியை அறிந்துகொள்ளலாம். பொற்கொல்லர்கள், நெசவாளிகள், எண்ணெய் எடுப்போர், கொல்லர்கள், குயவர்கள் ஆகியோர் மீதும் அவர்களின் தொழில்களுக்கான வரிகள் விதிக்கப்பட்டன. ஆடு மேய்ப்போர், சலவைத் தொழிலாளிகள், மீனவர்கள் ஆகியோரும் வரி விதிப்புக்குத் தப்பவில்லை. தொழில்செய்வதற்கான கருவிகளாக இருந்த கொல்லர்களின் உலை, நெசவாளிகளின் தறி, செக்கு ஆகியவற்றின் மீதும் வரி விதிக்கப்பட்டது.

விதிக்கப்பட்ட வரிகளின் வீச்சிலிருந்து மத்தியிலும், உள்ளூரிலும் இருந்த நிர்வாகம் எந்த அளவுக்கு எல்லாப் பொருளாதார நடவடிக்கை களிலும் தலையிட்டது என்பதை அறிந்துகொள்ளலாம். ஊர் மற்றும் நகரத்தில் வசூலிக்கப்பட்ட வரிகளின் பட்டியல் இதற்குச் சான்றாக விளங்குகிறது. பதினொன்றாம் நூற்றாண்டுக் கல்வெட்டு ஒன்று ஊரால் வசூலிக்கப்பட்ட பல வரிகள் அரசனின் பிறந்த நாளில் சிறப்பு வழிபாடுகள் செய்வதற்காகப் பயன்படுத்தப்பட்டது என்று தெரிவிக்கின்றது. இதில் ஊருக்குச் செலுத்தவேண்டிய வரிகள், கோவிலுக்குச் செலுத்தவேண்டிய வரிகள், மீன்பிடிக்கச் செலுத்த வேண்டிய வரிகள், ஆறுகளைப் பயன்படுத்தச் செலுத்தவேண்டிய வரிகள், பொற்கொல்லர்மீது விதிக்கப்பட்டவை, பல சிறிய வரிகள்; நெய்யப்பட்ட துணிகளின்மேல் விதிக்கப்பட்டவை;

வசூலிக்கப்பட்ட வரியில் 10% பொதுப்பணிக்காக ஒதுக்கப்பட்டது; நிலவரி, படைவீரர்களுக்குக் கொடுப்பதற்காக வரி; வலங்கை இடங்கை சாதிகளுக்கானவை;[17] மாதாந்திர வரி' ; பணியாளர்கள் ஒவ்வொருவருக்கும் கொடுக்க வேண்டிய 10 காசுகள் என்று பல்வேறு வரிகள் இதனுள் அடக்கம்.[18] சோழர்களின் காலத்துக்குப் பிறகும் இந்த வரிகளின் அளவு மாறாமல் தொடர்ந்தது. சோழர்களின் நிர்வாக அமைப்பு இப்படியாக இன்னும் இரண்டு நூற்றாண்டுகள் நிலைத்திருந்தது.

பதின்மூன்றாம் நூற்றாண்டைச் சேர்ந்த கல்வெட்டு இதை உணர்த்துகிறது.

விவசாய மற்றும் தரிசு நிலங்களுக்கு நெல்தானியமாகக் கொடுக்கப் பட்ட வரிகள், பொன்னின் மேல் விதிக்கப்பட்ட வரிகள், பணம் மூலமாகச் செலுத்தப்பட்ட வரிகள் ; தறிகளுக்காகச் செலுத்தப்பட்ட வரிகள்; பொற்கொல்லர்கள் அளித்தது ; ஊர்க் கணக்குகளைப் பராமரிக்கக் கொடுக்கப்பட்ட வரிகள்; தனிப்பட்டவர்களாலும் வணிகர் களாலும் கொடுக்கப்பட்ட வரிகள்; செக்குகளின் மீது விதிக்கப்பட்ட வரிகள் ; பொதுவான கால்நடை கொட்டில்களையும் குளங்களையும் பயன்படுத்துவதற்குக் கொடுக்கப்பட்ட வரிகள்; நாடு மற்றும் ஊரால் வசூலிக்கப்பட்ட மற்ற வரிகள் ஆகியவை இதில் அடக்கம்.[19]

நகரத்தால் வசூலிக்கப்பட்ட வரிகளும் இது போன்று விரிவாக இருந்தன. கடையில் விற்கப்படும் பூக்கள், எலுமிச்சை மரங்கள், உலர்ந்த பயிர்கள், சிவப்பு அல்லி மலர்கள், பாக்கு, வெற்றிலை, குங்குமப்பூ, இஞ்சி, கரும்பு ஆகிய பொருட்கள் மீது வரி விதிக்கப் பட்டது. தவிர வர்த்தகர்கள் மீதும் தொழில்முறைக் கலைஞர்கள் மீதும் வரி விதிக்கப்பட்டது.[20]

நிலவரியும் வணிக வரிகளும் மத்திய கருவூலத்தில் சேர்க்கப்பட்டன. வரி வசூலைக் கண்காணிக்கவும் தணிக்கை செய்யவும், கிராமத்துக்கு மேலுள்ள நிர்வாக அமைப்புகளில் அதிகாரிகள் நியமிக்கப்பட்டனர். ஆனால், பணியாளர்கள்மேல் விதிக்கப்பட்ட வரிகளும், மற்ற உள்ளூர் வரிகளும் கிராம நிர்வாகத்தின் கீழ் வந்தன. மத்திய அரசு உள்ளூர் சபைகளின் மீதும் கோவில்களின் மீதும் வரி விதித்தது. இது வருவாயைப் பகிர்ந்து கொள்ளும் வழியாக அமைந்திருந்தது. உள்ளூர் நிர்வாகம் வரிவிலக்குகளை, குறிப்பாகக் கோவில்களுக்கு, அளிக்கவும் அதிகாரம் பெற்றிருந்தது,

வரி வசூலைக் கண்காணிப்பதும் தணிக்கை செய்வதும் மிகுந்த கவனத்துடன் செயல்படுத்தும் நடவடிக்கைகளாக இருந்தன. வரி வசூலைப் பொறுத்தவரை அரசு அதிகாரிகள் நிர்வாக சபைகளோடுதான் தொடர்பு கொண்டிருந்தனர். சபைகள்தான் வரி வசூலில் நிகழும் தவறுகளுக்குப் பொறுப்பாளியாக இருந்தன. இந்த அமைப்பு பதின் மூன்றாம் நூற்றாண்டிலும், சோழ அரசு வீழ்ச்சியடைந்த பிறகு, தொடர்ந்தது. எல்லா நிர்வாக சபைகளும் - ஊர், நாடு, நகரம் ஆகியவை, வரி வசூலைப் பொறுத்தவரை அரசின் கண்காணிப்பிலேயே இருந்தன.

இது போன்ற, ஒருங்கிணைந்த நிறுவன ரீதியான அமைப்பு நடைமுறையில் இருந்தது, 1200ல் தனிப்பட்ட உரிமையாளர்கள் பல்வேறு இடங்களில் இருந்து கடன் வாங்கியும் வரிகளைச் செலுத்த முடியாதபோது,

அவர்களுடைய நிலங்களையும் வீட்டு மனைகளையும் கோவிலுக்கு விற்றுத் தேவையான பணத்தைத் திரட்டினர்.[21] 1003ல் தென்னாற்காடு மாவட்டத்தில் உள்ள திருநாவலூர் நகரத்தின் கணக்குகளும் மற்ற தேவதான கிராமங்களின் கணக்குகளும் சரிபார்க்கப்பட்டபோது நெல்லாகவும் பொன்னாகவும் கொடுக்கப்படவேண்டிய வரிகள் செலுத்தப்படவில்லை என்பது தெரியவந்தது. திருநாவலூரைச் சேர்ந்த நகரத்தார் அதை நெல்லாகவும் பொன்னாகவும் செலுத்தவேண்டியிருந்தது.[22]

1125ல் தென்னாற்காடு மாவட்டத்தில் உள்ள திருவடி சபை வரி வசூலில் உள்ள இழப்பை ஈடுகட்டுவதைப் பற்றி விவாதிக்கக் கூடியது, பின் பொது நிலத்தை ஒரு வணிகருக்கு விற்பதாக முடிவு செய்தது.[23] நிறைவாக, 1267-68ல் விசாலூர் (தற்போதைய குடுமியான்மலை) சபை அரசர் மற்றும் நாட்டாரின் கட்டளைப் படி நிலத்தை 64000 காசுகளுக்கு விற்பனை செய்தது. அங்குள்ள ஊரார் நீண்ட நாள்களாக வரி காட்டாமல் இருந்தது மட்டுமல்லாமல், கோவில் திருப்பணிக்காக அவர்களிடம் தரப்பட்ட 50000 காசுகளுக்கும் சரியான கணக்கைக் காட்டாமல் இருந்தனர்.[24]

வரி வசூலும் வருவாய் நிர்வாகமும் நான்கு நிலைகளைக் கடந்து வளர்ந்தது. இந்த வளர்ச்சி மூன்று நூற்றாண்டுகளாக உயர்ந்தும் பின் வலுவிழந்தும் இருந்த சோழ அரசின் காலத்தை ஒட்டியே இருந்தது. புரவி வரி, பத்தாம் நூற்றாண்டில் வருவாய்த் துறையின் கீழ் விரிவாக்கப்பட்டும் பின் ஒருங்கிணைக்கப்பட்டும் இருந்தது. பதினோராம் நூற்றாண்டில், முதலாம் ராஜராஜர், ராஜேந்திரரின் காலத்தில் வருவாய் வசூல் அதிகபட்சமாக உயர்ந்தது. இதற்கு வருவாய் நிர்வாகத்துக்குப் பொறுப்பான அதிகாரிகளின் எண்ணிக்கையும் உயர்ந்தது ஒரு காரணமாகும்.

அரசின் வருவாய் இக்காலகட்டத்தில் பெருமளவு அதிகரித்ததற்குச் சான்றாக இவ்வரசர்களால் அதிகச் செலவில் கட்டப்பட்ட பெரும் கோவில்கள் விளங்குகின்றன. சோழ அரசர்களின் வலிமை முதலாம் குலோத்துங்கர் காலத்தில் இருந்து குறையத் துவங்கியது. அவர் ஆட்சிக்காலத்துக்கு (1070) அடுத்து வந்த நூற்றாண்டில் அதிகாரிகளின் எண்ணிக்கை குறைந்து, வசூலில் ஏற்பட்ட குறைவுக்கும் அது காரணமாக இருந்தது. பன்னிரண்டாம் நூற்றாண்டின் நான்காவது கால்பகுதியில் சோழ அரசு ஒடுங்கியபோது, வருவாய் வசூலும் மத்திய வருவாய் நிர்வாகமும் பெரும் வீழ்ச்சியடைந்தன.[25]

தென்கிழக்கு ஆசியாவுடனும் சீனாவுடனுமான கலாசார, வர்த்தகத் தொடர்புகள்

பல்லவர்களின் காலத்திலிருந்து தென்கிழக்கு ஆசியாவிலிருந்த அரசுகளுடனான ராஜரீக, வர்த்தகத் தொடர்புகள் தமிழக அரசுகளின்

வெளியுறவுக் கொள்கையில் முக்கியப் பங்கு வகித்தன. அந்நாடுகளின் மீது அவ்வப்போது நடைபெற்ற படையெடுப்புகளும் அரசியல், வர்த்தக ரீதியான பலனை அளித்தாலும், குறுகிய கால நோக்கில் அதன் பலன் குறைவாகவே இருந்தது.

இந்து அரசுகள்

பொ.யு. நான்காம் நூற்றாண்டின் மத்தியிலிருந்து, பல தென்கிழக்கு ஆசிய நாடுகளில், கிழக்கில் தாய்லாந்தில் இருந்து வியட்நாம் வரை, தெற்கில் இந்தோனேசிய தீவுகள் வரை இந்தியா வம்சாவளியைச் சேர்ந்த இந்து அரசுகள்[26] ஆட்சி செய்து வந்தன. இதனால் இந்தப் பிரதேசம் அகண்ட இந்தியாவாகத் தோற்றமளித்தது.[27] அங்கேயெல்லாம் அரசர்கள் மட்டுமல்லாமல், படைத்தளபதிகள், புரோகிதர்கள், பிராமணர்கள், வர்த்தகர்கள், கைவினைக் கலைஞர்கள் ஆகியோரும் இந்தியர்களாக, இந்தியாவிலிருந்து குடிபெயர்ந்தவர்களாக இருந்தனர். அந்தப் பிரதேசத்தில் கண்டறியப்பட்ட பல்வேறு கல்வெட்டுகளிலிருந்து இந்த விவரங்கள் நமக்குத் தெரியவந்துள்ளன.

இந்தக் குடியேற்றம் படையெடுப்புகளால் மட்டுமே ஏற்பட்டதல்ல. சைலேந்திரப் பேரரசு மீதும், தென்னிந்தியாவுக்கு அருகில் உள்ள இலங்கையின் மீதும் நடத்தப்பட்ட கடல் படையெடுப்புகள், அவற்றிலிருந்து கிடைத்த வெற்றிகள் குறைந்த காலத்திற்கே நீடித்தன. அவற்றை காலனிகளாக்குவதும் ராணுவ ரீதியாக அவற்றைக் கட்டுப்பாட்டுக்குள் வைத்திருப்பதும் நீண்ட நாள் நீடிக்காது என்பது தெளிவாகத் தெரிந்தது. வர்த்தக, கலாசார ரீதியாகச் செய்யப்பட்ட விரிவாக்கம் நீண்ட நாள் நீடித்து நின்றது. இந்தக் கலாசார பரிமாற்றத்தின் அடையாளமாக இன்றும் நிலைத்து நிற்பது கம்போடியாவிலுள்ள அங்கோர் ஆலயம். காம்போஜ மன்னன் இரண்டாம் சூரியவர்மனால் பன்னிரண்டாம் நூற்றாண்டில் கட்டப்பட்டது இந்த ஆலயம். இதைப் போல, தென்கிழக்கு ஆசியா எங்கும் பல்வேறு அடையாளச் சின்னங்கள் இதற்கான சான்றாக விளங்குகின்றன.

அரசர்கள் இந்துக்களாக இருந்ததால், ஆரம்ப நாட்களில் இந்து மாதம் தென்கிழக்கு ஆசிய நாடுகளில் வேகமாகப் பரவியது. அந்த அரசர்களின் ஆதரவில் இருந்த இந்து மத குருக்கள் செய்த மத போதனையும் இதற்கு ஒரு காரணம். உள்நாட்டு சமூக, கலாசாரம், இந்து மத நம்பிக்கைகளையும் விழுமியங்களையும் எளிதாக ஏற்றுக் கொண்டது இன்னொரு காரணம். அதன்பின் புத்தமதம் காலூன்றத் தொடங்கி பர்மாவிலிருந்து வியட்நாம் வரை தென்கிழக்கு ஆசியாவில் ஒரு முக்கியமான மதமாக உருவெடுத்தது. இதற்கு விதிவிலக்கு,

இஸ்லாமிய மதத்தைத் தழுவிய மலேசியாவும் இந்தோனேசியாவும் தான்.

ஆயிரம் ஆண்டுகளுக்கு மேலாக, இந்த அரசுகள் இந்தியாவுடன் மத ரீதியாகவும் கலாசார ரீதியாகவும் நெருங்கிய தொடர்பு வைத்திருந்தன. ஆனால் இந்தப் பகுதியில் சீனா மிகப் பெரிய பேரரசாக விளங்கியது. சம்பா, காம்போஜா, சைலேந்திர, ஸ்ரீவிஜய நாடுகளிலிருந்து அடிக்கடி தூதர்கள் சீனாவுக்குச் சென்று வந்தார்கள். அது சீனப் பேரரசின் அரசியல் மற்றும் பொருளாதார அளவிலான வல்லரசு நிலையை மறைமுகமாக அங்கீகரிப்பதுபோல் இருந்தது. 1015ல் முதலாம் ராஜராஜரின் சார்பாகவும், 1033ல் முதலாம் ராஜேந்திரரின் சார்பாகவும் 1077ல் முதலாம் குலோத்துங்கரின் சார்பாகவும் சோழப் பேரரசிலிருந்து சீனாவுக்குச் சென்ற தூதுக்குழுக்கள், அந்தப் பிராந்தியத்தில் அரசியல், பொருளாதார ரீதியாக சீனா வகித்த பிரதானமான நிலையை உறுதி செய்கின்றன.

தென்கிழக்கு ஆசியாவில் இந்தியாவின் தாக்கம், அந்தப் பகுதியில் பல்வேறு இடங்களில் கிடைத்த கல்வெட்டுகளால் தெளிவாகத் தெரிகிறது. பெரும்பாலான கல்வெட்டுகள் சமஸ்கிருதத்தில் உள்ளன. கிட்டத்தட்ட முப்பது கல்லிலும், மற்றவை வேறு பொருட்களிலும், அதாவது களிமண்ணால் ஆன பட்டயங்களிலும் பொன் இலைகளிலும் பொறிக்கப்பட்டிருக்கின்றன. இவை வியட்நாம், லாவோஸ், மலேசியா, இந்தோனேசியா, தாய்லாந்து ஆகிய நாடுகளில் கிடைத் திருக்கின்றன.[28]

பெரும்பாலானவை மன்னர்களால் அளிக்கப்பட்ட மதரீதியான கொடைகள்; மற்றவை அரசர்களின் பெருமையைப் பேசுபவை; சில புத்தரின் போதனைகளைக் கொண்டுள்ளன. சமஸ்கிருதத்தினாலும், சமஸ்கிருதத்தை அடிப்படையாகக் கொண்ட பிராகிருதத்தினாலும் எழுதப்பட்ட இந்தக் கல்வெட்டுகள், இந்தப் பகுதியில் நிலவிய இந்தியாவின் தாக்கத்தை, குறிப்பாக இந்து மற்றும் புத்த மதங்களின் தாக்கத்தைக் காட்டுகின்றன. தமிழின் வலுவான தாக்கம், அந்தக் கல்வெட்டுகளில் பயன்படுத்தப்பட்ட எழுத்துருக்களிலிருந்து தெரிகிறது. மிகக் குறைந்த விதிவிலக்குகளைத் தவிர பெரும் பாலானவை ஆறு, ஏழாம் நூற்றாண்டைச் சேர்ந்த தெற்கு பிராமியாலும் பல்லவ கிரந்தத்தாலும் எழுதப்பட்டுள்ளன.

உள்ளூர் மொழியொலிகளுக்கு ஏற்றவாறு சில சமயம் மாறுபடுத்தப் பட்டு, பெரும்பாலான கல்வெட்டுகளில் பயன்படுத்தப்பட்டுள்ள தெற்கு பிராமியும் பல்லவ கிரந்தமும் தென்கிழக்கு ஆசிய சமூகம் தமிழ் எழுத்துருக்களை நூறாண்டுகளுக்கு மேல் கொஞ்சம் கொஞ்சமாகப்

பயன்பாட்டுக்கு எடுத்துக்கொண்டிருக்கவேண்டும் என்பதையும் இதற்கு, இந்த அரசுகளில் இருந்த பெருவாரியான தமிழ் சமூகம் காரணமாக இருக்கலாம் என்பதையும் காட்டுகிறது. தவிர, அரசர்களால் நியமிக்கப்பட்ட தமிழர்களைத் தவிர, குடியேறியவர்களில் பலர் இந்த நாடுகளில் வர்த்தகம் செய்துவந்தவர்கள் என்பதையும் இது சுட்டுகிறது.

மேற்குறிப்பட்ட அனுமானத்தைச் சில இடங்களில் கிடைக்கும் தமிழ்க் கல்வெட்டுகளும் உறுதி செய்கின்றன. சம்ஸ்கிருதக் கல்வெட்டு களைப்போல அதிக அளவில் இல்லையென்றாலும், சுமார் ஏழு இடங்களில் தமிழ்க் கல்வெட்டுகள் தென்கிழக்கு ஆசியாவில் கிடைத்துள்ளன.[29] பொ.யு. மூன்று அல்லது நான்காவது நூற்றாண்டி லிருந்து பதிமூன்றாம் நூற்றாண்டு வரையான ஆயிரம் ஆண்டு காலத்தைக் கொண்டதாக இவை உள்ளன. இது தமிழகத்துக்கும் தென் கிழக்கு ஆசியாவுக்கும் இடையே இருந்த நீண்ட கால கலாசார வர்த்தகத் தொடர்புக்கான ஆதாரமாக உள்ளது. இவற்றில் மிகப் பழமையானது தாய்லாந்தில் கிடைத்த தமிழ் பிராமியால் ஆன பொற்கொல்லரின் உரைகல்லில் (இரண்டாவது அத்தியாயத்தைப் பார்க்க) செதுக்கப் பட்டுள்ளது.

மற்ற ஆறு கல்வெட்டுகள் ஒன்பதிலிருந்து பதிமூன்றாம் நூற்றாண்டு வரையானது. அதில் மூன்று தமிழகத்தின் வர்த்தகக் குழுக்களைப் பற்றிக் குறிப்பிடுகிறது. தெற்குத் தாய்லாந்திலுள்ள, மலாய் தீபகற்பத்தின் வடக்குக் கரையில் கேந்திரமான இடத்தில் இருக்கும், தகோபா என்ற இடத்தில் உள்ள கல்வெட்டு, ஸ்ரீ அவனிநாரணம் என்ற குளத்தைப் பற்றிக் குறிப்பிடுகிறது. மணிக்கிராமம் குழு மற்றும் சில குழுக்களின் பாதுகாப்பில் இது உள்ளது என்று அந்தக் கல்வெட்டு தெரிவிக்கிறது. அவனிநாரணன் என்பது ஒன்பதாம் நூற்றாண்டில் ஆண்ட பல்லவ அரசனான மூன்றாம் நந்திவர்மனின் விருதுப் பெயர்களில் ஒன்று என்பது குறிப்பிடத்தகுந்ததாகும்.

மேலும் பொதுப் பணிகளுக்கும் இடங்களுக்கும் அரசனுடைய அல்லது அரச குடும்பத்தினுடைய பெயர்களை வைக்கும் தமிழக வழக்கம் இங்கும் பின்பற்றப்பட்டிருப்பதை நாம் காண்கிறோம். இந்தக் குளம் மணிக்கிராமம் குழுவின் பொறுப்பில் விடப்பட்டிருப்பது அந்தக் குழு உறுப்பினர்கள் தகோபாவில் செயல்பட்டுக்கொண்டு இருந்ததையும் உள்ளூர் சமூகத்தில் அவர்களுக்கு இருந்த முக்கியமான இடத்தைப் பற்றியும் தெரிவிக்கிறது.

சுமத்ராவில் இருக்கும் பருஸ் என்ற இடத்தில் உள்ள பதிநான்காம் நூற்றாண்டுக் கல்வெட்டும் பர்மாவில் பாகான் என்ற இடத்தில் உள்ள பதின்மூன்றாம் நூற்றாண்டுக் கல்வெட்டும் திசை ஆயிரத்து ஐநூற்றுவர்

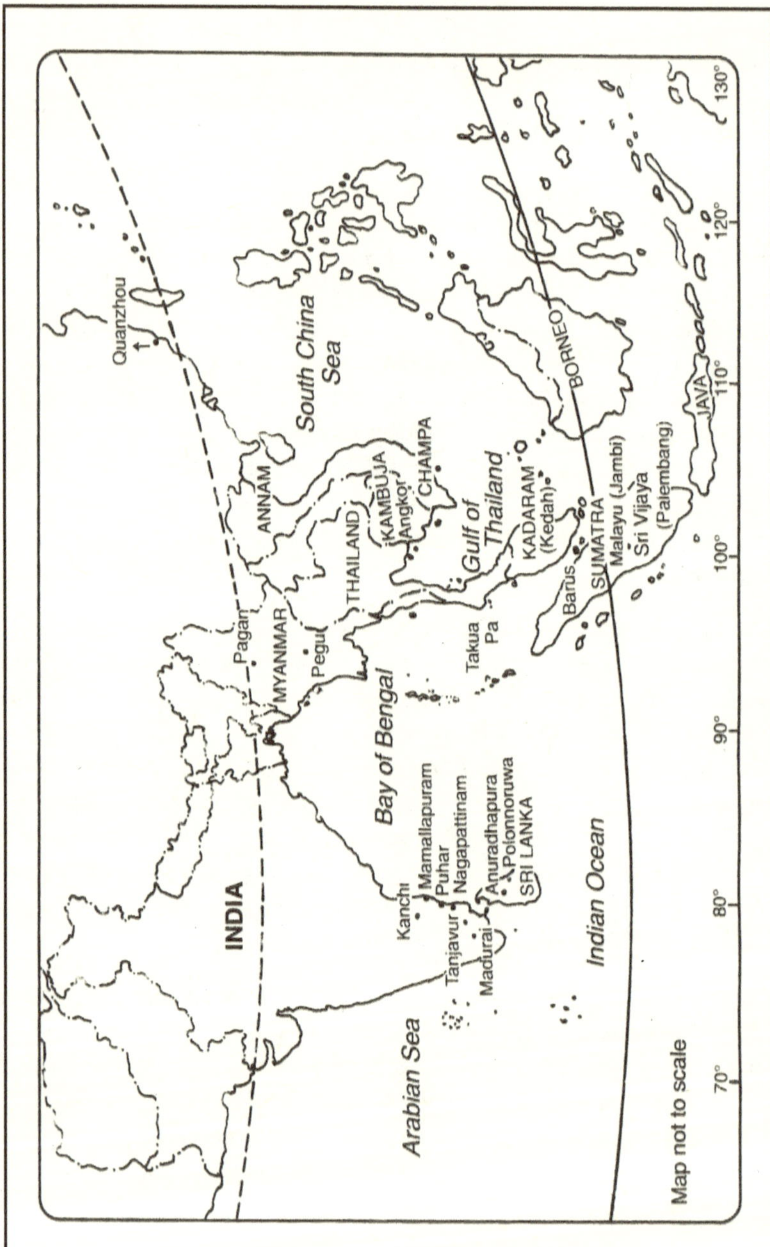

வரைபடம் 3.1 தமிழகமும் தென்கிழக்கு ஆசியாவும்

என்ற வர்த்தகக் குழுவைப் பற்றிக் குறிப்பிடுகிறது. ஆயிரம் திசைகளில் செல்லும் ஐநூறு பேர் என்பது அய்யவோல் அல்லது ஐஹோல் குழு அவர்கள் தங்களைத் தானே அழைத்துக்கொள்ளும் பெயராகும். அவர்கள் நானாதேசிகள், அதாவது பல தேசங்களிலும் இருப்பவர்கள் என்றும் அழைக்கப்படுகிறார்கள். பருஸ் கல்வெட்டு இரு தனிமனிதர்களுக்கு விதிக்கப்பட்ட வரிகளை, கற்பூரத்தின் மதிப்பின் அடைப்படையில் கப்பல் தலைவரும் அவருடைய மாலுமிகளும் கொடுக்கவேண்டியதைப் பற்றிக் குறிப்பிடுகிறது.

பாகனில் உள்ள கல்வெட்டு நானாதேசிகளால் விண்ணகரம் அதாவது விஷ்ணு கோவில் ஒன்றில் கட்டப்பட்ட கூடத்தைப் பற்றிக் குறிப்பிடுகிறது. இது போன்று வர்த்தகக் குழுக்கள் கோவில்கள், குளங்கள் போன்ற பொதுப்பணிகளில் ஈடுபட்டு வந்தது, தென்கிழக்கு ஆசிய நாடுகளில் அவர்கள் நீண்ட காலம் வசித்து வந்ததை எடுத்துக்காட்டுகிறது.

பௌத்தப் பேரரசுகள் சீனா

இந்தியா, சீனா, தென்கிழக்கு ஆசிய நாடுகள் ஆகியவற்றை இணைக்கும் பாலமாக புத்த மதம் இருந்தது. இதனால் அதிகரித்த பௌத்த யாத்திரிகர்களின் இந்தியா வருகை, இந்தியாவிலும் சீனாவிலும் நிலவிய அரசியல், பொருளாதாரச் சூழ்நிலைகளைப் பற்றி அறிந்துகொள்ள உதவுகிறது. இந்திய சீனத் தொடர்புகள், சீனாவுக்கு வருகை தந்த இந்தியத் தூதர்கள் ஆகிய விவரங்களை சீனர்களின் குறிப்புகள் மூலம் தெரிந்துகொள்ள முடிகிறது. தென்னிந்தியாவைப் பற்றியும், பல்லவர்களின் தலைநகரான காஞ்சிபுரத்தைப் பற்றியும் (இது உறுதிசெய்யப்பட்ட தகவலாக இல்லாவிட்டாலும்கூட) முதன் முதலில் பொ.யு. முதல் நூற்றாண்டின் நூல் ஒன்றில் குறிப்பிடப் பட்டுள்ளது. அந்நூல் முத்துக்களும் கண்ணாடிகளும் இந்தப் பிரதேசத்தில் அதிகம் கிடைக்கின்றன என்று கூறுகிறது.[30]

பௌத்த யாத்திரிகர்கள் இந்தியாவுக்கு பொ.யு. ஐந்தாம் நூற்றாண்டி லிருந்து வருகை தரத் துவங்கினர். ஆறாம் நூற்றாண்டின் ஆரம்பத்தில், பொ.யு. 501 வாக்கில், யானைகளும் மற்ற வனவிலங்குகளும் முத்துகளும், வைரங்களும், வேலைப்பாடு நிறைந்த மஸ்லின் துணிகளும், வாசனைச் செடிகளும், கரும்பு மற்றும் பல பொருட்களும் நிறைந்த தென்னிந்தியாவிலிருந்து சீனாவுக்கு ஒரு தூதுக்குழு வந்ததைப் பற்றிச் சீனக்குறிப்பு ஒன்று தெரிவிக்கிறது.[31] இங்கு பட்டியலிடப்பட்ட பொருட்களை வைத்துப் பார்க்கும்போது, இவற்றை வர்த்தகம் செய்வதில் சீனர்களுக்கு உண்டான ஆர்வம் தெரிகிறது.

பொ.யு. 720ல் ராஜசிம்ம பல்லவ நரசிம்மவர்மன் அனுப்பிய தூதுக்குழு பற்றிய விவரமும் சீனக் குறிப்புகளில் மட்டுமே உள்ளன.[32]

எட்டாம் நூற்றாண்டுக்குப் பிறகு, இந்திய சீனா உறவுகள் ஒரு முடிவுக்கு வந்துவிட்டன. டான் வம்ச அரசர்கள் ஆண்ட கடைசி நூறு வருடங்களில் பல குழப்பங்கள் நிலவியதால், பௌத்த யாத்திரிகர்கள் சுதந்தரமாக இந்தியா வந்து சென்ற பாதை கிட்டத்தட்ட அடைபட்டு விட்டது. அதன்பின்னர் பொ.யு. 960ல் சாங் வம்சம் ஆட்சிக்கு வந்த பிறகு நிலைமை சற்று சீரடைந்ததால், இந்தியாவுடனான அரசியல் மற்றும் பொருளாதார உறவுகளில் முன்னேற்றம் ஏற்பட்டது. சீன வரலாறு, சோழ அரசர்கள் சீனச் சக்கரவர்த்திக்கு அனுப்பிய மூன்று தூதுக்குழுக்களைப் பற்றிக் குறிப்பிடுகிறது. அவற்றில் முதலாவது, முதலாம் ராஜராஜர், 'லோ-ட்ஸா-லோ- ட்ஸா' என்ற பெயரால் சீனாவில் அழைக்கப்பட்டவர்,

1015ல் அனுப்பி சீன அவையை அடைந்த குழு. இது முத்து, தந்தம், சாம்பிராணி ஆகிய பொருட்களை அதிக அளவில் எடுத்துச் சென்றது.[33] இரண்டாவது, 1033ல் முதலாம் ராஜேந்திரர் 'ஷி -லோ-லோ-ச யின்-டோ-லோ-சூலோ' அனுப்பியது. முதலாம் குலோத்துங்கர் 'தி-ஹு-வா-கியா-லோ' அனுப்பிய மூன்றாவது தூதுக்குழு சீனாவை 1077ஆம் ஆண்டு அடைந்தது. கண்ணாடிப் பொருட்கள், கற்பூரம், பட்டாடைகள், காண்டாமிருகத்தின் கொம்புகள், தந்தம், குங்கிலியம், வாசனைப் பொருட்கள், மற்றும் பல ஆடம்பரப் பொருட்களை சீனச் சக்கரவர்த்திக்குப் பரிசாக தூதர்கள் எடுத்துச் சென்றனர். இதற்குப் பதிலாக அதிக அளவு தாமிரம் அவர்களுக்கு வழங்கப்பட்டது.[34]

சீனர்கள், இந்தத் தூதுக்குழுக்கள் எல்லாம் ஒரு சிற்றரசரால் அவர்களது சக்கரவர்த்திக்கு அனுப்பப்பட்டது என்று நினைத்தாலும், சோழ அரசர்களின் முக்கிய நோக்கம் சீன அரசர்களுடன் நட்புக் கொண்டு, தமிழ் வர்த்தகர்களின் வணிகத்தை அதிகரிப்பதுதான். தென்கிழக்கு நாடுகள் அனைத்தும் சீனாவின் அரசியல் பொருளாதார வல்லரசுத் தன்மையை அங்கீகரித்ததால், இந்த நடவடிக்கையை மேற்கொள்வது சோழர்களுக்கு முக்கியமானதாக இருந்தது. சீனாவுடன் நட்புறவு பேணுவதில் சோழர்களுக்கிருந்த ஆர்வம், காண்டனில் உள்ள தாவோ மடாலயம் ஒன்றில் இருக்கும் 1079ஆம் ஆண்டுக் கல்வெட்டு ஒன்றின் மூலம் மேலும் உறுதியாகிறது. அந்தக் கல்வெட்டின் படி, அந்த மடாலயத்துக்கு 600,000 காசுகள் வழங்கிய முதலாம் குலோத்துங்கர் சிறந்த நன்கொடையாளர் என்று புகழப்படுகிறார்.[35]

சீனக் குறிப்புகள், இந்தியாவுடனான வர்த்தகத்தில், தமிழ் (அல்லது இந்திய) வர்த்தகர்களின் முக்கியமான பங்களிப்பைப் பற்றிக் குறிப்பிட

வில்லை. இதனால் முந்தைய வரலாற்றாசிரியர்கள், இந்தியப் பெருங்கடலில் வர்த்தகம், அரேபியர்களாலும், மற்ற கடலோடும் நாடுகளாலும் கட்டுப்படுத்தப்பட்டு வந்தது என்று குறிப்பிடுகின்றனர். ஆனால், வணிகர்களின் பங்களிப்பைப் பொறுத்தவரை தென்கிழக்கு ஆசியாவில் கண்டெடுக்கப்பட்ட ஏழாவது கல்வெட்டு முக்கிய இடம் வகிக்கிறது. இடைக்காலத்தில் மிகவும் புகழ்பெற்ற குவான்ஸௌ என்ற இடத்தில் கண்டெடுக்கப்பட்ட இந்த பதின்மூன்றாம் நூற்றாண்டுக் கல்வெட்டு, அங்கு கட்டப்பட்ட சிவன் கோவிலைப் பற்றிக் குறிப்பிடுகிறது.

அந்தக் கோவில் திருக்கானிச்சுரம் என்று குறிப்பிடப்படுகிறது. சீன அரசரான கானின் பெயரில் அமைந்துள்ள இந்தக் கோவில், அரசர்களின் பெயர்களைப் பொது இடங்களுக்கு வைக்கும் தமிழ் மரபின் இன்னொரு சான்றாக விளங்குகிறது. பல இந்துப் பொருட்கள் இந்த இடத்தில் கண்டெடுக்கப்பட்டுள்ளன. தமிழர்கள் பலர் குவான்ஸௌவில் அக்காலத்தில் வாழ்ந்துவந்ததை இது காட்டுகிறது.[36] தமிழகத்துக்கும் சீனாவுக்கும் இடைக்காலத்தில் ஏதாவது நேரடித் தொடர்பு இருந்ததா என்ற வரலாற்றாசிரியர்களின் கேள்விக்கும் இது பதிலாக உள்ளது.

ஸ்ரீவிஜயத்தின் சைலேந்திரப் பேரரசு

தென்கிழக்கு ஆசிய நாடுகளோடு தமிழகத்துக்கு நெருங்கிய தொடர்பு இருந்த போதிலும், சைலேந்திரர்களின் ஸ்ரீவிஜயப் பேரரசும் இலங்கையும் அரசியல் ரீதியாகவும் பொருளாதார ரீதியாகவும் முக்கியத்துவம் வாய்ந்தவை. சுமத்ராவின் பழைய ஸ்ரீவிஜயப் பேரரசை வீழ்த்திவிட்டு, எட்டாம் நூற்றாண்டில் சைலேந்திரர்கள் ஜாவாவிலிருந்து சுமத்ராவரை, மலாய் தீபகற்பம் முழுவதையும் தமக்குக் கீழ் கொண்டுவந்து ஒரு பேரரசை உருவாக்கினார்கள். சீனர்கள் இதை சான்-போ-ஸி என்றும், அரேபியர்கள் ஸபாக் அல்லது ஸபாஜ் என்றும் குறிப்பிடுகிறார்கள்.

அவர்கள் அமைந்திருந்த இடத்தைக்கொண்டும் கடல் பலத்தைக் கொண்டும் சீனாவுக்கும் மேற்காசியாவுக்குமான வர்த்தகத்தை சைலேந்திரர்கள் தம் கட்டுப்பாட்டுக்குள் கொண்டுவந்தனர். மலாய் கடற்கரையில் அமைந்திருந்த, கடாரம் என்று தமிழர்களால் அழைக்கப்பட்ட கேடா இடைக்காலத்திலும் , மலாக்கா பின்னாளிலும் முக்கியத் துறைமுகங்களாக விளங்கின. இந்தியப் பெருங்கடல் வர்த்தகத்தில் சேமிப்புக் கிடங்குகளாகவும், வர்த்தகத்தைக் கட்டுப்படுத்தக்கூடிய கேந்திரங்களாகவும் இவை இருந்தன.

தென்கிழக்கு ஆசியாவில் மிகப் பெரிய அரசாக இருந்த சைலேந்திரப் பேரரசுடன் முதலாம் ராஜராஜர் சுமூக உறவு கொண்டிருந்தார். இந்த

நல்லுறவினால், சைலேந்திரப் பேரரசர் நாகப்பட்டினத்தில் அவர் பெயரைக் கொண்ட சூடாமணி விகாரம் என்ற புத்த விகாரத்தைக் கட்டினார். இந்த விகாரத்தைப் பரமரிப்பதற்காக ராஜராஜர் 1006ல் ஒரு கிராமத்தை இறையிலியாக வழங்கினார்.[37] இந்த விகாரம் கட்டப் பட்டது, இந்திய தென்கிழக்கு ஆசிய நாடுகளிடையே வளர்ந்துவந்த வர்த்தகத்தின் ஒரு சின்னமாகும் என்றும் இந்த வர்த்தகத் தொடர்பைப் பற்றி சீனர்கள் அறிந்திருந்ததின் அடையாளமாகும் என்று கூறுவது உண்டு.[38]

முதலாம் ராஜேந்திரர் காலத்தில் இந்த உறவில் மாற்றம் நிகழ்ந்து, கடாரத்தைத் தாக்க அவர் 1017-18 ல் தமது கடற்படையை அனுப்பினார். பல வருடங்கள் நடந்த இந்தப் போர்களில், சோழர் படை கடாரத்தையும் மற்ற முக்கியத் துறைமுகங்களையும் கைப்பற்றி, ஏராளமான செல்வத்தையும் கையகப்படுத்தியது. இந்த வெற்றி விரிவாகக் கல்வெட்டுகளின் பொறிக்கப்பட்டு[39] ராஜேந்திரருக்கு கடாரம் கொண்டான் என்ற பட்டப் பெயரையும் ஈட்டித் தந்தது. இந்தப் படையெடுப்புக்குச் சரியான காரணம் எதையும் வரலாற்றாசிரியர் களால் கண்டுபிடிக்க முடியவில்லை. ஆனால் பெரும்பாலானோரின் கருத்துப்படி, இதற்கான காரணம் சைலேந்திரர்கள் அவர்களிடம் கேந்திரமான இடங்களில் அமைந்திருந்த துறைமுகங்களைக் கொண்டு, கிழக்கு நாடுகளின் வர்த்தகத்தைக் கட்டுப்படுத்த முயன்றதால், அதை எதிர்த்துத் தமிழக வர்த்தகர்களின் நலனைப் பாதுகாக்கவே இந்தப் படையெடுப்பு நிகழ்த்தப்பட்டது என்பதாகும்.

இந்தப் படையெடுப்பில் கிடைத்த செல்வம் அரசரின் புகழை மேலும் கூட்டியது. பதினொன்றாம் நூற்றாண்டில் ஆட்சி செய்த பிற்காலச் சோழ அரசர்களான வீரராஜேந்திரரும் முதலாம் குலோத்துங்கரும் கடற்படைகளை அனுப்பி கடாரத்தை வெற்றி கொண்டதாகக் கூறப்படுகிறது.[40]

சோழர்களின் கடற்படையெடுப்பு, நீண்ட கால நோக்கில் கடல்வழி வர்த்தகத்தை மாற்றி, தமிழக வணிகர்களுக்கு அனுகூலமாகத் திருப்பி விட்டதா? அரசியல்ரீதியாக எந்த மாற்றமும் நிகழவில்லை. சைலேந்திரர்களின் ஸ்ரீவிஜயப் பேரரசு பதின்மூன்றாம் நூறாண்டு வரை, ஜாவா அரசர்களால் வெற்றி கொள்ளப்படும் வரை தொடர்ந்தது. மேலே பார்த்ததுபோல், பதினொன்றாம் நூற்றாண்டைச் சேர்ந்த ஐநூற்றுவர் என்ற வர்த்தகக் குழுவின் சுமத்ரா கல்வெட்டு தமிழ் வர்த்தகக் குழுக்கள் துறைமுகங்களில் தங்கள் நடவடிக்கையை மேற்கொண்டதன் சான்றாக விளங்குகிறது. ஆனால் சோழர்கள் நடத்திய கடல் தாக்குதல், தமிழர் வர்த்தகத்தின் அளவை அதிகரித்ததா என்பது கேள்விக்குறி.

இலங்கை

இலங்கையுடனான தமிழகத்தின் உறவுகள் மிகுந்த சிக்கலானதாகவும், அவ்வப்போது அரசியல் கூட்டணிகள் அமைந்துகொண்டும் பலமுறை இரு நாடுகளுக்கிடையே போர்கள் நடைபெற்றுக்கொண்டு, கொந்தளிப்பானதாகவும் இருந்தது. சோழர்களின் ஆட்சிக்கு முன்னால், தமிழ் அரசுகள் பல முறை இலங்கை மீது படையெடுத்திருக்கின்றன. பல்லவ அரசர்கள் சிம்மவிஷ்ணுவும் முதலாம் நரசிம்மவர்மரும் இலங்கைக்குக் கடற்படையை அனுப்பியிருக்கின்றனர். நரசிம்மவர்மர் இளவரசர் மானவர்மனை இலங்கை அரியணையில் அமர வைப்பதற்காகப் படையெடுத்தார்.

ஆனால் அந்தப் படையெடுப்புக்குப் பின் மானவர்மர் ஆட்சியிலிருந்து நீக்கப்பட்டு நாடுகடத்தப்பட்டார்.[41] பாண்டிய அரசர்களும் அடிக்கடி இலங்கை மேல் படையெடுத்தனர். ஆனால், சோழர்களுக்கும் பல்லவர் களுக்கும் எதிரான தங்கள் போரில், இலங்கை அரசர்களைத் தங்களுக்குக் கூட்டாகவும் சேர்த்துக்கொண்டனர். இலங்கையின் வரலாற்றைக் கூறும் மகாவம்சம் இந்த நிகழ்ச்சிகளைப் பதிவு செய்திருக்கிறது.[42]

சோழ அரசர்கள் முதலாம் ராஜராஜரும், ராஜேந்திரரும் இலங்கையின் மேல் நடத்திய படையெடுப்புகள் முக்கியத்துவம் வாய்ந்தவை. முதலாம் ராஜராஜர் 993ல் இலங்கை மேல் படையெடுத்து வடக்கு இலங்கையை சோழ அரசின் ஒரு பகுதியாக ஆக்கினார். அவரது படைகள் புராதனத் தலைநகரமான அனுராதபுரத்தை அழித்து, தெற்கில் பொலநூருவா என்ற இடத்தைத் தலைநகராக உருவாக்கின. இலங்கைத் தீவு முழுவதையும் சோழர்கள் ஆட்சியின் கீழ் கொண்டுவரும் முயற்சியின் ஒரு பகுதியாக இந்த நிகழ்வு விளங்கியது.[43] ராஜராஜருடைய மகனான ராஜேந்திரர் 1017-18ல் இந்த முயற்சியில் முழுமையான வெற்றியடைந்தார். அவரது கல்வெட்டுகள், இந்த வெற்றியின் போது, அதிக அளவு செல்வத்தையும் அவர் கைப்பற்றியதாகத் தெரிவிக்கின்றன. மகாவம்சமும் அவரது படைகள் இலங்கையைக் கொள்ளை யடித்ததைப் பற்றிய விவரங்களை அளிக்கிறது.

இப்படிப் பெரு வெற்றி அடைந்தாலும், இலங்கை சோழ நாட்டின் ஆட்சியின் கீழ் அதிக நாட்கள் நீடித்திருக்கவில்லை. பன்னிரண்டு வருடங்களுக்கு உள்ளாகவே, விக்ரமபாகு நாட்டின் தென்பகுதியை மீட்டுக்கொண்டார். சோழர்களுக்கு எதிரான கிளர்ச்சியும் அவர்களின் பதில் தாக்குதலும் ராஜேந்திரரின் மகன்கள் காலத்திலும் தொடர்ந்து, முதலாம் குலோத்துங்கர் காலத்தில் விஜயபாகு 1073ல் இலங்கை முழுவதையும் தன் ஆட்சியின் கீழ் கொண்டுவரும் வரை நீடித்தது. சோழர் படையெடுப்பின் இறுதி முயற்சி 1088ல், தமிழர் படையான

வேளைக்காரப் படை விஜயபாகுவுக்கு எதிராகக் கிளர்ச்சி செய்ய முற்பட்டபோது நடந்தது.

இந்தக் கிளர்ச்சி விஜயபாகுவால் கடுமையாக ஒடுக்கப்பட்டது.[44] அந்தப் படை வீரர்கள், அரசருக்கு விசுவாசமாக இருப்பதாகவும் பொலநூருவாவில் இருந்த புத்த விகாரையைப் பாதுகாக்கவும் உறுதி அளித்து ஒப்பந்தம் செய்துகொண்டனர். இந்தக் கிளர்ச்சி குலோத்துங்கனால் தூண்டிவிடப்பட்டதாகவும், இலங்கை அரசை அழிக்கும் இறுதி முயற்சியாக, இலங்கையில் வாழும் தமிழர்களின் விசுவாசத்தைப் பயன்படுத்தி அவர்கள் உணர்ச்சிகளைக் கிளப்பிவிட்டு அவர் இதை மேற்கொண்டதாகவும் மகாவம்சம் தெரிவிக்கிறது.[45]

இலங்கையின் மீதான சோழர்களின் படையெடுப்பும், அந்த நாட்டை அவர்கள் கைப்பற்றிக்கொண்டதும், தங்களது நாட்டை விரிவாக்கம் செய்யும் கனவினால்தான். ஸ்ரீவிஜயத்திலிருந்தும் இலங்கையிலிருந்தும் கொண்டுவரப்பட்ட அதிக அளவு செல்வம், சோழப் பேரரசின் செல்வச் செழிப்பை உயர்த்தியது. அது அரச குடும்பமும் படைகளும் கோவில்களைக் கட்டுவதற்கும் பராமரிப்பதற்கும் உதவியது.[46] தமிழ் வர்த்தகர்களின் வணிக நலன்களைப் பாதுகாப்பது இரண்டாவது முக்கியமான நோக்கமாக இருந்ததா என்று தெரியவில்லை.

தென்னிந்தியாவின் வர்த்தகச் சமூகங்களும் குழுக்களும் இந்தியா இலங்கை, தென்கிழக்கு ஆசியா ஆகிய நாடுகளுக்கிடையேயான வர்த்தகத்தில் எட்டாம் நூற்றாண்டிலிருந்து ஈடுபட்டு வந்தன. வாசனை மரங்கள், கற்பூரம், பட்டு, பீங்கான், தென்கிழக்கு ஆசியா மற்றும் சீனாவைச் சேர்ந்த சிறந்த பல பொருட்கள் ஆகியவற்றின் வர்த்தகத்தில் அவர்கள் ஈடுபட்டு வந்தனர்.

தமிழில் பதினைந்து கல்வெட்டுகள் இலங்கையில் கண்டறியப் பட்டுள்ளன. அவை பெரும்பாலும் பொ.யு. 1100க்கும் 1300க்கும் இடையேயான காலத்தைச் சேர்ந்தவை. அவற்றில் இரண்டு மட்டும் 1300க்கும் 1400க்கும் இடைப்பட்டவை. இக்கல்வெட்டுகள் பெரும் பாலும் ஐநூற்றுவர் அல்லது நானாதேசிகள் போன்ற வர்த்தகக் குழுக்களின்[47] நடவடிக்கைகளைப் பற்றிக் குறிப்பிடுகின்றன. இது இலங்கையில் தமிழ் வர்த்தகக் குழுக்களின் தாக்கம் நீண்ட நாட்களாக, சோழர் படையெடுப்பும் ஆட்சி மாற்றமும் இருந்த காலங்களைக் கடந்து இருந்தது என்பதற்குச் சான்றாக உள்ளது.

எட்டு அல்லது ஒன்பதாம் நூற்றாண்டைச் சேர்ந்த கல்வெட்டு ஒன்று நான்கு நாடு என்ற புதிய வர்த்தகக் குழுவைப் பற்றிக் குறிப்பிடுகிறது. புத்த மதத்தைச் சேர்ந்த இவர்கள் கேரளாவிலிருந்து அனுராதபுரத்தை

வந்து சேர்ந்தவர்களாக இருக்கக்கூடும். இந்தக் கல்வெட்டு, புத்த விகாரத்துக்கு இவர்கள் அளித்த கொடையைப் பற்றிக் கூறுகிறது.

நானாதேசிகள், சோழர் படையெடுப்பைத் தொடர்ந்து, பெருமளவில் இலங்கைக்குக் குடிபெயர்ந்தனர். கடற்பகுதியிலிருந்து வடக்கு நோக்கியும், உள்நாட்டில் தென்பகுதியிலும் தங்கள் குடியிருப்புகளை இவர்கள் அமைத்துக்கொண்டனர். பொ.யு. 1100க்குப் பின், அதாவது இலங்கை அரசர்கள் சோழர்களைத் தோற்கடித்து சுதந்தரத்தை அடைந்த பின்னரும் கிடைக்கும் அவர்களது கல்வெட்டுகள், சோழர்கள் நாட்டை விட்டுச் சென்ற பின்னர் இலங்கையையே தங்கள் வாழும் இடமாக அவர்கள் அமைத்துக்கொண்டனர் என்பதைத் தெரிவிக்கிறது.

தமிழகத்தில் நடைபெற்ற வர்த்தக நிறுவன மரபுகளை இலங்கையிலும் அவர்கள் செயல்படுத்தினார். அவர்களது குடியிருப்புகள் நகரம் அல்லது சந்தை மையங்களாக உருவெடுத்தன. அந்த நகரங்களின் நிர்வாகம், பெருமக்கள் என்று இலங்கை கல்வெட்டுகளால் அழைக்கப் படும் நிர்வாக சபைகளால் கவனிக்கப்பட்டது. தமிழகத்தைப் போலவே இலங்கையிலும் எல்லா உள்ளூர் வளங்களையும் நிர்வாகத்தையும் நிர்வாக சபைகள் கவனித்தன. தமிழகத்தின் பெருநகரங்கள் மாநகரம் என்று அழைக்கப்படுவது போல அனுராதபுரம் பேரூர் என்று அழைக்கப்பட்டது.

தமிழகத்தைப் போல அல்லாமல், இலங்கையில் நானாதேசிகள் அல்லது ஐநூற்றுவர் என்ற அமைப்பு, ஒரே குழுவான வர்த்தகர்களைக் குறிப்பிடுவதில்லை. பல்வேறு வர்த்தகக் குழுக்கள், படைவீரர்கள், கலைஞர்கள் ஆகியோர் சேர்ந்த கலவையைக் குறிப்பிடும் சொல் அது. தமிழகத்தில் தங்களைக் குறிக்கப் பயன்படுத்திய மற்ற சொற்றொடர் களை நானாதேசிகள் தொடர்ந்து பயன்படுத்தி வந்தனர். உதாரணமாக பதினெண் விஷயம் (இந்த வார்த்தையின் மூலம் தெரியவில்லை, பதினெட்டு பிரதேசங்கள் என்ற பொருளில் இது வழங்கப்படுகிறது) என்ற சொல். தங்கள் தாய் நாட்டைப் போலவே, தங்கள் சரக்கு வண்டிகளைப் பாதுகாக்க ஆயுதம் தாங்கிய படை ஒன்றை அவர்கள் வைத்திருந்தனர். படைவீரர்களைக் கௌரவிக்கும் விதமாக எறிவீரட்டானம் என்ற பெயரையும் தாங்கள் தங்கியிருந்த நகருக்கு வைத்தனர். தமிழகத்தில் உள்ள எறிவீரபட்டணம் என்ற ஊரின் பெயருக்கு ஈடான இதன் பொருள் வீரரின் ஊர் என்பதாகும்.

தமிழகத்தில் தாங்கள் செயல்பட்ட மரபுகளையும் நிறுவன அமைப்பு களையும் தொடர்ந்தபோதிலும், நானாதேசிகள் இலங்கையின் வேறுபட்ட சூழ்நிலைக்குத் தகுந்த மாற்றங்களையும் செய்து கொண்டனர். இலங்கை பெருமளவில் பௌத்த மதத்தைத் தழுவிய

நாடு என்பதால், பௌத்த விகாரங்களுக்கும் மடங்களுக்கும் நன்கொடை அளிக்கத் தொடங்கினர். முதலாம் பராக்கிரமபாகுவின் அரசியான லீலாவதியின் கோரிக்கையின் பேரில் அனுராதபுரத்துக்கு வரும் புத்த யாத்திரிகர்களுக்காக ஒரு அன்னதான சத்திரத்தை ஏற்படுத்தினர்.

நானாதேசிகள் செல்வம் மிகுந்த வணிகர்களாக இருந்ததையும் சமூகத்தின் உயர்ந்த அந்தஸ்து அவர்களுக்கு இருந்ததையும் நன்கொடைக்காக அவர்களை அணுக முடிந்தது என்பதையும் இது எடுத்துக்காட்டுகிறது. இருப்பினும், அவர்கள் இந்துக்களாகவே இருந்தார்கள் என்பதை அவர்கள் குடியிருப்புகளில் இருந்து அகழ்வாராய்ச்சி செய்து எடுக்கப் பட்ட இந்துக் கோவில்களின் பகுதிகளும் வெண்கல நாணயங்களும் நிரூபிக்கின்றன.

இலங்கையிலும் தென்கிழக்கு ஆசியாவிலும் தமிழ் வணிகர்கள்

தென்கிழக்கு ஆசியாவிலும் இலங்கையிலும் உள்ள தமிழ் வணிகர் களின் வாழ்வைப் பற்றிய ஒரு சுருக்கமான குறிப்புடன் இந்தப் பகுதியை நிறைவு செய்வது பொருத்தமாக இருக்கும். உலகம் முழுவதும், பண்டைக் காலத்திலும் இடைக்காலத்திலும், கடல் பயணங்கள் காற்றின் திசை மாற்றங்களினாலும், வானிலை மாற்றங் களாலும் பாதிக்கப்பட்ட காரணத்தால், கடல்வணிகர்கள் வெளிநாட்டுத் துறைமுகங்களில் நீண்ட காலம் தங்கியிருக்க வேண்டியிருந்தது. அதுபோலவே, தமிழக வணிகர்களும் தென்கிழக்கு ஆசிய நாடுகளின் துறைமுகங்களில் நீண்ட காலம் தங்கியிருக்க வேண்டியிருந்தது. இதன் அடிப்படையில் வெளிநாட்டில் குடியேறிய வணிகக் குழுக்களின் தன்மைகளை அறிந்துகொள்ளலாம்.

தென்கிழக்கு ஆசிய நாடுகளில் காணப்படும் கல்வெட்டுகள் இடைக் காலத்தில் தமிழக வணிகர்கள் அந்தப் பிரதேசத்திலுள்ள துறைமுகங் களில் பல குடியிருப்புகளை ஏற்படுத்தியிருந்தனர் என்பதைக் காட்டுகின்றன. இந்தக் கல்வெட்டுகள் பொ.யு. ஒன்பதாம் நூற்றாண்டைச் சேர்ந்தவையாக இருந்தாலும், வணிகர்களின் குடியிருப்புகள் அதற்குப் பல நூற்றாண்டுகள் முன்பாகவே ஏற்பட்டிருக்கவேண்டும். இது பதின்மூன்றாம் நூற்றாண்டுகளுக்கு பின்னும் தொடர்ந்து நடைபெற்று பதினைந்தாம் நூற்றாண்டில் ஐரோப்பிய வர்த்தக நிறுவனங்கள் இந்தியப் பெருங்கடல் வர்த்தகத்தில் ஈடுபட ஆரம்பித்தபோதும் இருந்ததற்கான சான்றுகள் உள்ளன.

தென்கிழக்கு ஆசிய நாடுகளில் இருந்த உள்ளூர் வர்த்தகர்களுக்கும் இந்தியாவிலிருந்து சென்று குடியேறிய வணிகர்களுக்கும் இடையே

தகராறுகள் அதிகமாக இருந்ததற்கான சான்றுகள் ஏதும் இல்லை. அந்நாடுகள் பொ.யு. நான்காம் நூற்றாண்டிலிருந்து பெரும்பாலும் இந்து அரசர்களால் ஆளப்பட்டுவந்ததும், பல நூற்றாண்டுகாலமாக இந்தியாவுடன் இருந்த நெருங்கிய தொடர்பினால், இங்கெல்லாம் இந்துக் கலாசாரம் பரவியிருந்ததும் இதற்கான காரணங்களாக இருந்தன.

புத்தமதம் கூட இந்திய வணிகர்களுக்கு அந்நியமாக இல்லை, புத்தமதத்தின் வளர்ச்சியும் அவர்களுக்கு ஒரு மோசமான சூழலைச் சிருஷ்டித்துவிடவில்லை. எனவே தமிழக வர்த்தகர்கள், அவர்களின் சமூகத்துக்குத் தேவையான பொது வசதிகளை உருவாக்குவதில் ஈடுபட்டனர். தென் கிழக்கு ஆசிய நகரங்களில், தங்கள் வழிபாட்டுக்காகக் கோவில்களையும், கோவில் குளங்களையும், மண்டபங்களையும் அமைப்பதில் தமிழ் வணிகர்கள் ஈடுபட்டதைக் கல்வெட்டுகள் தெரிவிக்கின்றன.

பதினொன்றாம் நூற்றாண்டுக்குப் பிறகு, இலங்கையில் நிலைமை சிக்கலாக இருந்தது. இலங்கை தமிழக அரசுகளுடன் நீண்டகாலமாக, கொந்தளிப்பான உறவைக்கொண்டிருந்தது. அவர்களுக்கிடையில் அடிக்கடி போர்களும் நடந்தன. சோழர்கள் அந்நாட்டின்மீது படையெடுத்து வெற்றி கொண்டதும், நிலைமை இன்னும் மோசமானது. சோழர்கள் பின்னாளில் திரும்பிச் சென்றாலும் தமிழர்களுக்கும் உள்ளூர் சிங்களர்களுக்கும் இடையில் சுமூக உறவு நிலவவில்லை. இலங்கை அரசருக்கு எதிராக அங்கே தங்கியிருந்த தமிழ்ப் படையினர் கிளர்ச்சியில் ஈடுபட்டது இதற்கு ஒரு எடுத்துக்காட்டு. பதினொன்றாம் நூற்றாண்டுக்குப் பிறகு, சுமார் 300 ஆண்டுகள் தமிழ் வர்த்தகக் குழுவான நானாதேசிகள் இலங்கையில் செயல்பட்டது,

வர்த்தகம் சாதகமில்லாத அரசியல் சூழ்நிலையில் கூடச் செயல்படும் என்பதற்கான உதாரணமாகத் திகழ்கிறது. தமிழகத்தைப் போலவே, வர்த்தக நிறுவனங்களையும் கட்டமைப்பையும் இலங்கையில் தமிழ் வணிகக் குழுக்கள் ஏற்படுத்தின. இந்துக் கோவில்களை அமைத்துத் தங்களது கலாசாரத்தை அவர்கள் கட்டிக்காத்தபோதிலும், இலங்கை மக்களின் மனப்போக்கையும் கருத்தில் கொண்டு புத்தக் கோவில் களுக்கும் அறநிலையங்களுக்கும் நன்கொடை அளித்தனர். புத்த யாத்திரிகர்களுக்கு நன்கொடை அளிக்கக் கோரி அரசியே அணுகும் விதத்தில் அவர்கள் நடந்துகொண்டனர். இதன்மூலம் வணிகர்களின் சமூகம், தங்கள் அடையாளத்தையும் விட்டுக்கொடுக்காமல், அதேசமயம் உள்ளூர் சமூகத்தின் தலைவர்களின் அங்கீகாரத்தையும் பெற்று தங்கள் நடவடிக்கைகளை மேற்கொண்டனர்.

4

கோவில், நகரம், வணிகர்கள் : ஒத்திசைவைப் பற்றிய ஒரு பார்வை

ஆறாம் நூற்றாண்டுக்குப் பிறகு தென்னிந்தியாவில் மையமான, வலிமையான நிறுவனமாகக் கோவில்கள் உருவெடுத்தன. தமிழகத்தின் சமூக, பொருளாதார நடவடிக்கைகளை ஊக்கம் கொடுத்து வளர்த்தது மட்டுமல்லாமல், ஆளுவோருக்கும், உள்ளூர் நிறுவனங்களுக்கும் இடையேயும், நகர, கிராமக் குடியிருப்புகளுக்கு இடையேயும், வணிகர்களுக்கும் நிறுவனங்களுக்கும் இடையேயும் பல்முனைத் தொடர்புகளையும் அது ஏற்படுத்தியது. மதத்தின் தலைமை, சமூகக் கட்டுப்பாடு, பொருளாதார அதிகாரம் ஆகிய மூன்றையும் ஒன்றிணைத்து ஒரு அறம் சார்ந்த அமைப்பாகக் கோவில் விளங்கியது இதற்கு உதவியது.

கோவில்களின் மறுமலர்ச்சி

தமிழகத்தில் சமணமும் புத்தமதமும் வேரூன்றியபோது, கோவில்கள் தங்கள் பொலிவை இழந்தன. ஆறாம் நூற்றாண்டின் இறுதியில், ஏழாம் நூற்றாண்டின் ஆரம்பத்தில் தோன்றிய பக்தி இயக்கம் தமிழகத்தின் இந்துமதத்தின் மறுமலர்ச்சியை ஏற்படுத்தியது. அறுபத்து மூன்று நாயன்மார்களின் வாழ்க்கை வரலாற்றின் அடிப்படையில் பார்க்கும்போது, கோவில்களின் சுவர்களிலும், பிரகாரங்களிலும் வளர்ந்திருக்கும் சிறு

செடிகள், புற்றுகள் போன்றவற்றைச் சுத்தம் செய்யும் உழவாரப் படையைத் தாங்கியவராக திருநாவுக்கரசர் சித்தரிக்கப்படுகிறார். இது கோவில்களைச் செப்பனிட்டுச் சீர்படுத்தும் இயக்கத்தையும் அதற்காக மக்களை ஈடுபடுத்தும் முயற்சியையும் குறிக்கிறது.

பல்லவ, பாண்டிய மன்னர்கள், சைவ சமயக் குரவர்களின் முயற்சியினால் மீண்டும் இந்து மதத்துக்கு மாறியதும், கோவில்கள் கட்டும் பணி புத்துணர்ச்சி அடைந்தது. சோழப் பேரரசு பரப்பிலும், ஆற்றலிலும் பெரு வளர்ச்சி அடைந்ததும், இந்தப் பகுதி முழுவதும் பல புதிய கோவில்கள் கட்டப்பட்டன.[1] கோவில் கட்டும் முறையும் தொழில்நுட்பமும் இந்தக் காலகட்டத்தில் பெரும் மாற்றங்களை அடைந்தன. குகைக் கோவில்களாக இருந்த நிலை மாறி, கற்றளி அதாவது கற்களால் ஆன கோவில்கள் பல்லவர் காலத்தில் கட்டப் பட்டன. கோவில் கட்டும் அமைப்பிலும் பொருளாதாரத்திலும் இது ஒரு முக்கியமான மாற்றமாகும். குகைக் கோவில்களில் இருந்ததைப் போல், பாறைகள் கோவில்களின் அளவை நிர்ணயிக்கவில்லை. தொழில்நுட்ப அறிவு அதிகரித்ததைத் தொடர்ந்து, சோழர்கள் கட்டியதைப் போல, பெரிய அளவிலான கோவில்களைக் கட்டக்கூடிய சாத்தியங்கள் அதிகரித்தன. இது தஞ்சாவூரில் முதலாம் ராஜராஜர் கட்டிய 'பெரிய கோவில்' என்று அழைக்கப்படும் ராஜராஜேஸ்வரம் என்ற கோவிலுடன் உச்சத்தை அடைந்தது. அதன் பிரதி, முதலாம் ராஜேந்திரரால் கங்கை கொண்ட சோழபுரத்தில் கட்டப்பட்டது. பெரிய கோவில்கள், பெரும் கூட்டத்தைக் கூட்டுவதற்கும், பல மத சம்பந்தமான நடவடிக்கைகளை மேற்கொள்வதற்கும் உதவி புரிந்தன. அதற்கெல்லாம் அதிக வளங்களும் வலுவான மேலாண்மையும் தேவைப்பட்டது.

பொருளாதாரம் விரிவடைந்து வந்ததாலும் வர்த்தகம் செழித்திருந்ததாலும் தான் சோழர்கள் பெரிய கோவில்களைக் கட்ட முடிந்தது. பல கருவறை களைக் கொண்ட கோவில் வளாகங்கள், கலாச்சார, கல்வி மற்றும் பிற சமூக சேவைகளை வளர்க்க உதவியது.[2] உதாரணமாக, கம்பனின் தமிழ்க் காவியமான ராமாயணம் ஸ்ரீரங்கம் கோவிலில் முறையாக அரங்கேற்றப்பட்டது. சேக்கிழாரின் அறுபத்து மூன்று நாயன்மார் களைப் பற்றிய வரலாறான பெரிய புராணம், அரசர் முன்னிலையில் சிதம்பரத்தில் அரங்கேற்றப்பட்டது. நடனம், இசைக்கச்சேரி ஆகிய பொது நிகழ்ச்சிகள் கோவில் மேடைகளிலும், நடன அரங்குகளிலும் கோவில் பெருந்திருவிழாக்களின் போது நடைபெற்றன. இதன்மூலம், கலைகளை ஆதரிக்கும் நிறுவனமாகவும் கோவில்கள் விளங்கின.

சமூக நிறுவனமாக, கோவில்கள்

மதரீதியான நிறுவனமாக, மக்களின் ஆன்மிகத் தேவைகளை நிறைவேற்றும் இடமாக, ஒற்றைப் படை நோக்குடன் இருந்த

கோவில்கள் இந்தக் காலகட்டத்தில் பலவகைப் பணிகளைச் செய்யும் பல்நோக்கு கொண்ட நிறுவனங்களாக மாற்றமடைந்தன. பெரும் பாலும் அரசர்களாலும், அரச குடும்பத்தாலுமே கோவில்கள் கட்டப் பட்டன. இது பல்வேறு நோக்கங்களைப் பூர்த்தி செய்தது. வெளிப் படையாகத் தெரியக்கூடியது கோவில்களைக் கட்டியதால் ஏற்படும் புண்ணியம். ஆனால், இதைத் தவிர கோவில்கட்டுவது அரசர்களுக்கு பொது மக்கள் மத்தியில் நம்பிக்கையை அதிகரித்து, அறத்தையும் நீதியையும் அவர் ஏற்றுக்கொண்டதால் நாட்டை ஆளத் தகுதியும் உரிமையும் உள்ளவர் என்ற அங்கீகாரத்தையும் அளித்தது. பிராமணர் களுக்கு பிரம்மதேய கிராமங்கள் என்ற பெயரில் நிலங்கள் ஒதுக்கியது போல, கோவில்கள் கட்டியது ஆட்சிப் பொறுப்பில் இருந்த குடும்பங்களின் நிலையை உயர்த்தியது.

கும்பாபிஷேகம் நிறைவடைந்தவுடன், உள்ளூர் மக்களுக்கான பலவித சேவைகளை நிறைவேற்ற கோவில்கள் திறனுடன் செயல்பட வேண்டும். இதற்காகக் தேவைப்படும், செலவுகளை ஈடுகட்ட, நிலங்களும், கால்நடைகளும், பணமும் கொடையாகப் பெறப்பட்டன. இதற்கான கொடையாளர்கள், உள்ளூர் செல்வந்தர்களின் சமூகத்தினராக இருந்தனர். அவர்கள் அளித்த கொடை புண்ணியத்தையும் உள்ளூர்ச் சமூகத்தில் அங்கீகாரத்தையும் பெற்றுத்தந்தது.

அது மட்டுமல்லாமல் அவர்களின் சமூகப் பொருளாதார நிலையையும் இந்தக் கொடைகள் உறுதி செய்தன. நிறுவன சபைகளில் அங்கம் வகித்த முக்கியஸ்தர்கள், கோவில் நடவடிக்கைகளையும், சொத்துக் களையும் நிர்வகிக்கும் பொறுப்பையும் வகிக்கும் நிலையையும் இது ஏற்படுத்தி, அவர்களுக்குக் கௌரவத்தையும், மதிப்பையும் சமூகத்தில் பெற்றுத்தந்தது.

கோவில்களின் முக்கியத்துவம் இதற்கும் அப்பால் இருந்தது. சமூகத்தின் மையமாக விளங்கிய கோவில்கள், நிர்வாகம், வளங்களின் மேலாண்மை ஆகியவற்றைப் பற்றிய தகவல் களஞ்சியங்களாக விளங்கின. கோவிலில் இருந்த கல்வெட்டுகள் நன்கொடைகளைப் பற்றியும் கோவில் நிர்வாகத்தைப் பற்றிய தகவல்களையும் பதிவு செய்தன. அதோடு விரிவான, அதிகாரபூர்வமான மகாவம்சத்தைப் போன்ற வரலாற்றுப் பதிவுகள் இல்லாத நிலையில், அக்கால அரசியல், பொருளாதார, சமூக வரலாற்றின் குறிப்புகள் அடங்கிய தகவல் பெட்டகங்களாகவும் அவை திகழ்ந்தன.

ப்ரஸஸ்தி அல்லது மெய்க்கீர்த்தி எனப்படும் அரசரின் புகழுடன் கல்வெட்டுகள் துவங்குகின்றன. இப்பகுதியில் அரசரின் வெற்றிகள் பதிவு செய்யப்பட்டுள்ளன. முதலாம் ராஜராஜரின் இலங்கை

வெற்றிகளும், முதலாம் ராஜேந்திரரின் கடார வெற்றிகளும் சமகாலக் கல்வெட்டுகளில் உள்ள மெய்க்கீர்த்திகளில்தான் விவரிக்கப் பட்டுள்ளன. இதனால் இவை வரலாற்றுத் தகவல்களின் ஆணிவேராக விளங்குகின்றன. உள்ளூர் சபைகளைப் பற்றி, நிர்வாகத்தைப் பற்றி வருவாய் மதிப்பீட்டையும் வரிவிதிப்பைப் பற்றி இவை தகவல்களைத் தருகின்றன. விளைநில உற்பத்தியை மேம்படுத்துவதைப் பற்றியும், நில மேலாண்மையைப் பற்றியும் பாசனத்திற்காக நீர்நிலைகளை மீள் உருவாக்கம் செய்வது பற்றியும், தூர்வாருதல், மதகுகளைப் பழுதுபார்த்தல், கரைகளை எடுப்பித்தல் ஆகியவற்றைப் பற்றியும் தகவல்கள் இவற்றில் உண்டு.

படம் 4.1 தஞ்சைப் பெரியகோவிலின் கல்வெட்டுகள், ராஜராஜேஸ்வரம் (தனியார் படங்கள்)

இவை எல்லாவற்றையும் விட, கோவில் ஒரு பொதுத் தகவல் மன்றமாகவும் செயல்பட்டு, அதில் பல்வகையான தொடர்பற்ற, தேவைக்கு அதிகமான தகவல்களும் பதிவுசெய்யப்பட்டுள்ளன. உதாரணமாக, தஞ்சாவூரின் உள்ள பத்தாம் நூற்றாண்டைச் சேர்ந்த கல்வெட்டு ஒன்றில், பிராமணர் ஒருவர் அவரது இரண்டாவது மனைவிக்கு நிலம் வழங்கியது குறிப்பிடப்பட்டுள்ளது.[3] இதுபோன்ற, தனிப்பட்ட, குடும்பத்துக்குள் நடக்கும் சொத்துப் பரிமாற்றங்கள் பொது நிறுவனங்களில் ஏன் பதிவுசெய்யப்படவேண்டும் என்ற கேள்விகள் எழுகின்றன.

இன்னொரு புறத்தில், வட ஆற்காடு மாவட்டத்தில் உள்ள பதின்மூன்றாம் நூற்றாண்டுக் கல்வெட்டு நாட்டார், படைதளபதிகள், தினக்கூலி வேலையாட்கள், மலேசியாவிலிருந்து வந்து குடியேறியவர்கள், வணிகர்கள், பறையர் அல்லது தலித்துகளும் அவர்களின் தலைவர்களும், காலணித் தொழிலாளர்கள், இருளர்கள் அல்லது பழங்குடி மக்கள் ஆகிய சமூகத்திலுள்ள குடிமக்களின் அனைத்துப் பிரிவுகளும், 'அப்போதைய ஆட்சியாளர்களான 'ஆக்கிரமிப்பாளர்களை' அரசர்கள் என்று ஏற்றுக்கொள்ளவில்லையென்றும், அரசருடைய சட்டபூர்வ மான மனைவிக்குப் பிறந்த மைந்தர்களையே ஆட்சியாளர்களாக ஏற்றுக்கொள்வோம்'' என்று செய்த அறிவிப்பைப் பதிவு செய்திருக்கிறது.[4]

ஆக, மூன்று நூற்றாண்டுகளாக, சோழர்களின் ஆட்சிக்காலம் உயர்ந்து, வீழ்ச்சியடைந்த காலகட்டத்தின் இடையில், சமூகத்தில் கோவில் களுக்கான இடம் நிலைத்தன்மை அடைந்தது. சமூகத்தொடர்புகளின் மையப் புள்ளியாகக் கோவில்கள் முக்கியத்துவம் அடைந்தன. இதன் காரணமாகவே, வர்த்தகத்தையும் பொருளாதாரத்தையும் பற்றிய பின்வரும் ஆராய்ச்சி, கோவில்களின் அடிப்படையில் மேற்கொள்ளப் படுகிறது.

கோவில்களும் பொருளாதாரமும்

பொருளாதாரத்தில் கோவில்களின் தாக்கம் பலவகைகளில் காணப்பட்டது. கோவில்களைக் கட்டுவதென்பதே ஒரு பெரிய பொது நிறுவனமாக இருந்தது. பெரும்பாலான கோவில்கள், அரசராலும் அரச குடும்பத்தாலும் கட்டப்பட்டதால், அதிக அளவு அரசுப் பணம் அதில் செலவிடப்பட்டது. கோவில் கட்டும் பணி, திறமையான கொத்தர்கள், சிற்பிகள், கைவினைத் தொழிலாளர்கள் ஆகியோருக்கும், சாதாரணத் தொழிலாளர்களுக்கும் பெருமளவில் வேலை வாய்ப்பைப் பெற்றுத்தந்தது. கோவில்களுக்காகப் பஞ்சலோக விக்கிரகங்களைச் செய்து, திருவிழாக்களின் போது ஊர்வலமாக எடுத்துச் செல்லும் வழக்கம், அதற்கான அச்சுக்களைத் தயாரித்தல், உலோக வேலைகள் ஆகிய தொழில்களுக்கான தேவையை உருவாக்கியது.

சொல்லப்போனால், இன்றும், தஞ்சாவூர், கும்பகோணம் பகுதியில் பல கைவினைத் தொழிலாளர்கள் வெண்கலம், பித்தளை போன்ற உலோகங்களில் பொருட்களை உருவாக்கும் தொழிலில் ஈடுபட்டு வருகிறார்கள். இதுபோன்ற வேலை வாய்ப்புகளாலும், வருவாயாலும் பொருளாதாரத்தில் ஏற்பட்ட பல்பெருக்குச் செயல்திறன் குறிப்பிடத்தக்கதாக இருந்திருக்கவேண்டும், ஆனால் அதைத் துல்லியமாக அளவிட முடியவில்லை.

பொருளாதார நிறுவனமாகக் கோவில்கள்[5]

தங்கள் செயல்பாடுகளை நிறைவேற்றுவதற்காக கோவில்களுக்கு அதிக வளங்கள் தேவைப்பட்டது. கோவில்கள், குறிப்பாக கோவில்களில் உள்ள பிரதான தெய்வம் சட்டப்படி தனிப்பட்ட ஒருவராகக் கருதப்பட்டு, அவர் பெயரிலேயே எல்லா நடவடிக்கைகளும் நடத்தப் பட்டன. கோவில் சடங்குகளிலும் ஆகமங்களிலும் திறமையுள்ள, பூஜைகளையும் விழாக்களையும் நிறைவேற்றக்கூடிய பூஜாரிகள்; கோவில் மடப்பள்ளியில் சமைக்கக்கூடிய சமையல்காரர்கள், அவர்களின் உதவியாளர்கள்; கோவில்கள் விழாக்களில் நடனம் செய்யும் பெண்கள், இசைக்கலைஞர்கள்; இதைத்தவிர கோவில்களில் பல்வேறு பணிகளைச் செய்பவர்கள் என்று பலதரப்பட்டவர்களுக்கும் வேலையளிக்கும் நிறுவனமாகக் கோவில்கள் இருந்தன.

பூஜாரிகளுக்கும், நடனமாதர்களுக்கும் நிலங்களை அளிப்பதன் மூலமும், மற்ற பணியாளர்களுக்கு கோவில் நிலங்களிலிருந்து வரும் நெல்லை வழங்குவதன் மூலமும் அவர்களுக்கு ஊதியம் வழங்கப் பட்டது.

கோவிலின் விளக்குகள் எரிவதற்காக எண்ணெய் அல்லது நெய் போன்ற பல்வேறு மளிகைப் பொருட்களின் நுகர்வோராகவும் கோவில் இருந்தது. இரவிலும் பகலிலும் தொடர்ந்து எரியும் நந்தா விளக்கு, காலையிலும் மாலையிலும் ஏற்றப்படும் சந்தியாதீபம் போன்ற விளக்குகள் கோவில்களை அலங்கரித்தன. தவிர, அரிசி, பருப்பு, பதப்படுத்த உதவும் பொருட்கள், வாசனைப்பொருட்கள், தினசரி நைவேத்தியத்துக்காக வாழைப்பழம் போன்ற பழங்கள் ஆகியவையும் கோவில்களுக்குத் தேவைப்பட்டது. விக்கிரகங்களை அலங்கரிப் பதற்காக வேண்டிய மலர்கள் மற்றுமொரு முக்கியமான தேவையாக இருந்தது. கற்பூரம், கஸ்தூரி, பன்னீர், குங்குமப்பூ, சந்தனம் போன்ற மதிப்புமிக்க வாசனைப் பொருட்களும் அபிஷேகங்களுக்காகவும், காப்பு சாத்துவதற்காகவும் கோவிலுக்குத் தேவையாக இருந்தன. அவற்றில் பல இறக்குமதி செய்யப்பட்டன.

உதாரணமாக, பதினொன்றாம் நூற்றாண்டில் தஞ்சாவூரைச் சேர்ந்த நன்கொடையாளர் ஒருவர் அவரது கொடையிலிருந்து வரும் வட்டிப்பணம், கோவில் அபிஷேகத்துக்கான ஏலக்காய், மணமுள்ள மலரான செண்பகப்பூ ஆகியவற்றை வழங்கப் பயன்படுத்தப்பட வேண்டும் என்று குறிப்பிட்டுள்ளார்.[6] இவ்வாறு, கோவில் பொருளாதார ரீதியாகப் பல்வேறுவிதமான பங்களிப்பை, முதலாளியாகவும் நுகர்வோராகவும் அளித்திருப்பதைப் பல வரலாற்றாசிரியர்கள் குறிப்பிட்டுள்ளனர்.[7]

எனவே, கோவில்கள் தங்கள் தினப்படி கைங்கர்யங்களை நிறைவேற்று வதற்கு அதிகப்படியான பணபலம் தேவைப்பட்டது. தவிர, பெருங் கோவில்களில் பலவகை ஆராதனைகளை/சேவைகளை நிகழ்த்த வேண்டும் என்ற பக்தர்களின் எதிர்பார்ப்பையும் அது பூர்த்தி செய்ய வேண்டியிருந்தது. இந்த எதிர்பார்ப்பு பூர்த்தியாகாவிட்டால், பக்தர்கள் கோவிலுக்கு வருவது நின்றுபோய், வருமானமும் குறைந்து, கோவிலின் செயல்பாடுகளில் சுணக்கம் வருமென்பதனால், இது மிகவும் முக்கியத்துவம் வாய்ந்ததாக இருந்தது.

இந்தச் செலவுகளையெல்லாம் ஈடுகட்ட, நிலம், கால்நடைகள், பணம் ஆகியவற்றை அரசரின் குடும்பத்தினர்கள், படைத்தலைவர்கள், நிறுவன சபைகள், வணிகர்கள், தனிப்பட்ட கொடையாளர்கள் என்று சமூகத்தின் அனைத்துத் தரப்பினரிடமிருந்தும் நன்கொடைகளாகப் பெற வேண்டியிருந்தது. இந்தக் கொடைகளை விற்று வரும் வருமானமும் கோவில் நடவடிக்கைகளுக்காகப் பயன்படுத்தப்பட்டது.

கோவிலும் நிலக் கொடைகளும்

கோவிலுக்குப் பல்வேறு நிபந்தனைகளின் பேரில் நிலங்கள் கொடைகளாக வழங்கப்பட்டன. சில இடங்களில், கோவிலுக்கு நிலங்களின் உரிமை அளிக்கப்பட்டது. இதன்மூலம், யாருக்கு வேண்டுமானாலும் குத்தகைதாரராக நிலங்களைக் குத்தகைக்கு விடும் உரிமை கோவில் களுக்கு இருந்தது. தேவதானமாக வழங்கப்பட்ட நிலங்களில், கோவில்கள் நிலச்சுவான்தாரர்களாக இருந்தன, நிலங்களின் விளையும் பொருட்களுக்கு உரிமையாளராகவும் இருந்தன. ஆனால் இந்த வகையில், குத்தகை ஒப்பந்தத்தைக் கோவில்களால் உடனே மாற்ற இயலாத நிலை இருந்தது. சில நிலங்கள் இறையிலியாக, வரி இல்லாமல் நிவந்தமாக விடப்பட்டன. சில நிலங்களில் அரசர், அரசுக்குச் சேரவேண்டிய வரிகளை விதித்தார். ஆனால், பெரும்பாலும் அரசுக்குச் சேரவேண்டிய வரிகளை நன்கொடையாளர்களே செலுத்தி விட்டனர். இதனால் அரசின் வருமானத்தில் குறை ஏதும் ஏற்படவில்லை.

நிலக் கொடைகள் நன்கொடையாளர்களுக்கு புண்ணியத்தைத் தேடித்தரும் என்ற நம்பிக்கையில் மட்டும் தரப்படவில்லை. இது ஒரு முக்கிய நோக்கமாக இருந்தாலும், விவசாயத்தை அதிகரிக்கவும், விளைநிலங்களின் பரப்பை விரிவாக்கி உற்பத்தியை அதிகரிப்பது என்ற பொருளாதார நோக்கமும் இதற்கு இருந்தது. தென்னிந்தியாவின் ஆகப்பெரிய செல்வம் படைத்த கோவிலான திருப்பதி கோவில், அதற்குத் தரப்பட்ட நிலக்கொடைகளையும் பணமாகத் தரப்பட்ட கொடைகளையும் பயன்படுத்தி விஜயநகரப் பேரரசின் காலத்தில் விளைநிலங்களின் அளவை விரிவாக்கியது.

இது நில உற்பத்தியை அதிகரித்துக் கோவிலுக்கு வரும் தானியங்களின் அளவையும் அதிகரித்தது. இந்தத் தானியங்களிலிருந்து பிரசாதங்கள் தயாரிக்கப்பட்டுக் கோவிலுக்கு வரும் பக்தர்களுக்கு விற்கப்பட்டு, கோவிலுக்கு வருவாயை ஈட்டித்தந்தது.[8]

சோழ நாட்டிலும் இதே போன்ற நிலைதான் இருந்ததா என்பதற்கான தெளிவான ஆதாரங்கள் இல்லை. திருப்பதியில் நடைபெற்றதுபோலக் கோவில் பிரசாதங்கள் விற்பனை செய்யப்பட்டதற்கான சான்றுகளும் இல்லை. முக்கியமாக, மழையளவு குறைவாகவும் பாசனத்துக்கான நீர்நிலைகள் அதிகமில்லாமலும் இருந்த திருப்பதியைச் சுற்றியுள்ள பகுதிகளைப் போல் அல்லாமல், தென் தமிழகத்தின் ஆற்றோரப் பகுதிகள் பதினொன்றாம் நூற்றாண்டிலேயே சோழர்களின் திறமை யான வருவாய் மற்றும் விவசாய நிர்வாகத்தின் கீழ் நன்கு வளர்ச்சியடைந்து.

நீர்ப்பாசனமும் செய்யப்பட்டதாக விளங்கியது. இருந்தாலும் ஆற்று வெள்ளங்களாலும், தூர்வாரப்படாததாலும் விளைநிலங்களில் அடிக்கடி விவசாயம் செய்ய இயலாத நிலை இருந்தது. திருச்சிக்கு அருகிலுள்ள ஸ்ரீரங்கம் கோவிலில் இருக்கும் 1022ம் ஆண்டுக் கல்வெட்டு, இது போன்ற ஒரு நிலத்தை இரு வணிகர்களுக்கு கோவில் வழங்கியதாகவும், அவர்கள் அதில் தூர்வாரி, வரப்புகளை எழுப்பி நெல்லையும் கரும்பையும் அதில் பயிரிட்டதாகவும் தெரிவிக்கிறது. இதற்கு ஈடாக அவர்களும் அவர்களின் சந்ததியினரும் உலகம் உள்ளவரை கோவிலுக்கு அவல் வழங்க ஒப்புக்கொண்டனர்.[9] இதைப் போலவே கோவில்களுக்கு வழங்கப்பட்ட நிலங்கள் உழப்பட்டு விளைநிலங்களாக மாற்றப்பட்டன. தவிர பல்வேறு காரணங்களால் கிராமப் பொதுச்சொத்தாக மாற்றப்பட்ட நிலங்கள் குத்தகைக்கு விடப்பட்டன.[10] பொருளாதார ரீதியான காரணங்களை ஆன்மிக, மத ரீதியான அறக்கொடையோடு எவ்வாறு கோவில்கள் ஒன்றிணைத்தன என்பதற்கான மற்றுமொரு உதாரணம் இது.

கோவில் கொடைகளும் மூலதனத்தை உருவாக்கலும்

கோவிலுக்கு வழங்கப்பட்ட கொடைகள் நிலம், கால்நடைகள் - மாடுகள் அல்லது ஆடுகள், பணம் அல்லது பொன் போன்ற பல்வேறு அசையும், அசையாச் சொத்துக்களாக இருந்தன. நிலக் கொடைகள், அதிலிருந்து வரும் தானியத்தைக் கொண்டு கோவில் பணியாளர் களுக்கு ஊதியம் வழங்கவும், தினப்படி பூஜைகளுக்கு நைவேத்தியங்கள் தயாரிக்கவும் பயன்பட்டன. கோவிலுக்கு வரும் பக்தர்களுக்கும் யாத்திரிகர்களுக்கும் உணவு வழங்கப்பட்டது. இதற்காக வழங்கப் பட்ட நன்கொடைகள் எந்தெந்த உணவுப் பொருட்கள்

வழங்கப்படவேண்டும் என்பதை விவரிக்கின்றது : ஒரு நன்கொடைக் குறிப்பில் அரிசி, மூன்று வகைக் காய்கறிகள், உப்பு, மோர், நெய், பின் நான்கு வெற்றிலைகளும் இரண்டு கொட்டைப் பாக்குகளும் வழங்க வேண்டும் என்று கூறப்பட்டுள்ளது.

நன்கொடையில் பானைகள், சட்டிகள், எரிபொருள் ஆகியவையும் அடக்கம்.[11] கொடையாக வழங்கப்பட்ட நிலங்களில், பூஜைகளுக்கு மலர்களை வழங்கும் வண்ணம், கோவில் நந்தவனங்களும் அமைக்கப் பட்டன. ஆடுகளும் மாடுகளும் கோவில் விளக்குகளுக்கு நெய் வழங்கு வதற்காகக் கொடையாக வழங்கப்பட்டன. விக்கிரகங்களுக்கு ஆபரணங்கள், விளக்குகளுக்கு எண்ணெய், உணவு நைவேத்தியங்கள் ஆகியவற்றுக்காகப் பணமும் நன்கொடையாக வழங்கப்பட்டது.

கொடையாக அளிக்கப்பட்ட நிலங்கள் கோவிலால் நேரடியாகவும் பயன்படுத்தப்பட்டது. இதைத்தவிர கோவிலுக்கு நிலங்கள் விற்கப் பட்டன. இந்த நிலங்கள் பெரும்பாலும் நகர சபைகளின் உரிமையாக இருந்த காரணத்தால், பல்வேறு விதமான பரிவர்த்தனைகளுக்கு இந்த விற்பனை வித்திட்டது. இந்தப் பரிவர்த்தனைகள், நகர சபை கோவிலுக்கு நிலத்தை விற்பனை செய்ததிலிருந்து தொடங்குகிறது. அதிலிருந்து கிடைத்த பணத்தைக் கொண்டு, நில வரிகளைச் செலுத்துவதாக நகரம் ஒப்புதலளிக்கிறது. இதன்மூலம் வரிச்சுமையி லிருந்து கோவில் விடுபடுகிறது. இந்த விற்பனையிலிருந்து கிடைக்கும் பணம் பல்வேறு வணிக நடவடிக்கைகளின் மூலதனமாக நகரத்தால் முதலீடு செய்யப்படுகிறது. ஆயினும், இந்த நடவடிக்கை பதிவு செய்யப்படவில்லை. இந்த முதலீட்டிலிருந்து வரும் வருவாய் நிலவரியைச் செலுத்துவதற்காகப் பயன்படுத்தப்படுகிறது.[12]

இந்த நிலம் தனிப்பட்ட மனிதர்களுக்கு நகரத்தால் விற்கப்படும்போது, மேற்குறிப்பிட்ட பரிவர்த்தனைகள் அதே வரிசைப்படி நடைபெறும். ஆனால் பெரும்பாலும் நிலத்தை வாங்கியவர்கள், அதனை கோவிலுக்குக் கொடையாக வழங்கிவிடுவார்கள்.

கோவில் விளக்குகளுக்கான எண்ணெய், நெய் ஆகியவற்றுக்கான நன்கொடை ஆடுமேய்ப்பவர்களிடமும் செக்காலை உரிமையாளர் களிடமும் நேரடியாக வழங்கப்பட்டது. கால்நடைகள் மந்தையாக, முப்பத்து இரண்டு பசுக்களும் ஒரு காளையும் அல்லது தொண்ணூற்று ஆறு ஆடுகள் கிடாக்களும் பெட்டைகளுமாகச் சேர்ந்து நன்கொடை யாக வழங்கப்பட்டன.[13] இதன்மூலம் மந்தைகள் மேன்மேலும் வளர்ந்து தேவையான எண்ணெய்/நெய்யை எப்போதும் அளிக்கும் சாத்தியங்கள் இருந்தன. கல்வெட்டுகளில் இது அழகாக, ‘சாவா மூவா பேராடு’ என்று குறிப்பிடப்பட்டிருக்கும்.

இந்த மந்தைகள் கோவிலுக்குத் தேவையான அளவு நெய்யையும் எண்ணெயையும் அளிக்கப் போதுமானவை என்று கருதப்பட்டு, அவை மன்றாடியர் அல்லது இடையர் என்றழைக்கப்பட்ட ஆடு மேய்ப்பவர்களிடம் ஒப்படைக்கப்பட்டன. அவர்கள் கோவில் விளக்குகளுக்குத் தேவையான எண்ணெயைத் தினமும் அளிக்க ஒப்புக்கொண்டனர். ஒரு நாள் முழுவதும் விளக்கெரிய ஒரு உறி[14] நெய் தேவை என்று நிர்ணயிக்கப்பட்டது, இதுதான் ஆடு மேய்ப்பவர்களிடம் கொடுக்கப்பட்ட மூலதனத்துக்கான வட்டி. பெரும்பாலும், நிர்வாக சபைகள், நகரம் அல்லது சபை, கோவிலிருந்து பணத்தைக் கடனாகப் பெற்று அதற்கு வட்டியாக தேவையான அளவு நெய்யையோ எண்ணெயையோ செலுத்திவந்தது. தனிப்பட்ட நன்கொடையாளர்களும் சரி, கோவில் நிர்வாகமும் சரி, நன்கொடைகளை நிர்வாகக் குழுக்களிடம் அளிப்பதையே விரும்பினார்கள் என்பது தெளிவு.

அவை அதிக பாதுகாப்பைத் தரும் என்ற நம்பிக்கைதான் அதற்கான காரணம். அந்தச் சொத்துகள் யாரிடம் இருக்கின்றன என்பது பற்றி கோவில் நிர்வாகிகள் கவலைப்படவில்லை; அவர்களைப் பொறுத்த வரை தொடர்ச்சியாக நெய், எண்ணெய் மற்றும் பிற பொருட்கள் கோவிலின் தினப்படி கைங்கரியங்கள் தடையில்லாமல் நடைபெறுவதற்காக வழங்கப்படுவதே முக்கியமாக இருந்தது.[15]

நகரத்திடம் அல்லது சபையிடம் பணம் வைப்பு நிதியாகவும் கொடுத்து வைக்கப்பட்டது. அவர்கள் கோவிலின் விளக்குகளுக்கு நெய்/எண்ணெய் ஆகியவற்றை வழங்குவதாக ஒப்புதல் அளித்தனர். இந்த நன்கொடையைப் பதிவு செய்யும்போது, நகரம் அல்லது சபையின் பாதுகாப்பில் பணம் இருந்தது குறிப்பிடப்பட்டது. ஐநூற்றுவர் போன்ற வணிகக் குழுக்களும் நன்கொடைகளைக் காக்கும் பணியை மேற்கொண்டனர். தனிப்பட்டவர்கள் தொகையைத் திருப்பிக் கொடுப்பது நிச்சயமில்லாததால், பெரிய குழு அல்லது நகரம் அந்தக் கடனுக்கு உத்தரவாதம் அளிக்க ஒப்புக்கொண்டது.

வட ஆற்காடு மேல்பாடி கோவிலைச் சேர்ந்த ஆடு மேய்ப்பவர்களின் குழு, ஒரு ஆடு மேய்ப்பவர் பெற்ற தொண்ணூறு ஆடுகளுக்கு உத்தரவாதம் அளித்தது. அதுபோலவே, தென் ஆற்காடு மாவட்டத்தில் உள்ள கீழூர் சிவபுரம் நகரம் மூன்று வணிகர்களோடு சேர்ந்து, கோவிலுக்கு மஞ்சள் காப்பு செய்யப் பயன்படுத்தும் மஞ்சளை வழங்குவதற்குப் பெற்ற கடன் ஒப்பந்தத்தில் கையெழுத்திட்டது.[16]

இது போன்ற ஏற்பாடுகளின் ஒற்றுமையும் நிலைத்தன்மையும், ஒன்பதாம் நூற்றாண்டிலிருந்து பதின்மூன்றாம் நூற்றாண்டுவரையான கல்வெட்டுகளில் தொடர்ச்சியாகக் காணப்படுகின்றன. இவற்றில்

காணப்படும் ஒரே மாற்றம், பன்னிரண்டாம் நூற்றாண்டுக்குப் பிறகு அதிகமாக இடம்பெறும் வணிகக் குழுக்களின் பங்களிப்பைப் பற்றிய குறிப்புகள்தான்.

வர்த்தக முறைகள் : வட்டியும் வருவாயும்

மூலதனத்தை உருவாக்குவதற்கும் அதை சமூகத்தின் பல்வேறு பிரிவுகளுக்கு இடையில் சுழற்சியில் விடுவதற்கும், ஒரு சிறந்த நிறுவன வசதியை கோவில் ஏற்படுத்திக்கொடுத்தது. கோவிலுக்கு நன்கொடைகளும் வைப்பு நிதிகளும் காணிக்கையாக வழங்கப் பட்டன. 'நிலைப் பொலியூட்டு' அதாவது நிரந்தர வைப்பு நிதியாகப் பணம் வழங்கப்பட்டது. ஆனால், இந்த நிதியைத் திருப்பிச் செலுத்த வேண்டுமா என்பது பற்றிய தகவல்கள் இல்லை.

மூலதனத்தின் மேலும், கடனிலிருந்தும் கிடைக்கும் வருமானமான வட்டி அல்லது பலிசை போன்ற வர்த்தகக் கருத்தாக்கங்கள் ஒன்பதாம் நூற்றாண்டுக்கு முன்பே நன்கு புரிந்துகொள்ளப்பட்டவை. எட்டு மற்றும் ஒன்பதாம் நூற்றாண்டுகளில் உள்ள பன்னிரண்டுக்கும் மேற்பட்ட கல்வெட்டுகள் நன்கொடைக்கு, பணமாகவும் பொருளாகவும் கொடுக்க வேண்டிய வட்டியைப் பற்றிப் பேசுகின்றன.[17]

வட்டி விகிதங்கள் கிட்டத்தட்ட எல்லாத் தருணங்களிலும் குறிப்பிடப் பட்டுள்ளன. கடன் பெற்ற தொகையின் ஒரு சதவிகிதம் பணமாகவோ பொருளாகவோ திரும்பச் செலுத்தப்பட வேண்டும். எனவே பொருளாகச் செலுத்தும்போது, அந்தப் பொருளின் மதிப்பின் அடிப்படையில் இந்த வட்டிவிகிதம் கணக்கிடப்படுகின்றது என்பது தெளிவு. பெரும்பாலான நன்கொடைகள், கோவில் விளக்குக்காக வழங்கப்படுவதால், அதற்கான வட்டி நெய் அல்லது எண்ணெய் ஆகிய பொருட்கள் மூலமாகச் செலுத்தப்படவேண்டும்; அரிசி, பருப்பு, நெய் ஆகியவை உணவுக்கொடையிலும்; மலர்கள், மஞ்சள் அல்லது வாசனைப் பொருட்கள் அபிஷேகத்துக்கான நன்கொடைகளிலும் வட்டியாகச் செலுத்தப்படவேண்டும். வட்டி சில சமயம் சேவைகளாவும் கணக்கிடப்படுகின்றது.

எட்டாம் நூற்றாண்டில், செங்கல்பட்டு மாவட்டத்திலிருந்த உள்ளூர் சபையான கனம், மாமல்லபுரத்தில் இருந்த ஒரு வணிகர் கொடுத்த நெல்லுக்கு ஈடாக, கிராமத்தில் இருந்த பெரிய குளத்தை ஒவ்வொரு வருடமும் தூர்வாருவதாக ஒப்புக்கொண்டது.[18]

குறிப்பிட்ட பணிகளுக்கு என்று அளிக்கப்படாத பொன்னும் பணமும் கூட கோவில்களால் கடனாக அளிக்கப்பட்டு, அதன் மேல் வட்டி

வசூலிக்கப்பட்டது. பத்தாம் நூற்றாண்டுக் கல்வெட்டு ஒன்றின் படி, சென்னையின் புறநகர்ப் பகுதியாகத் தற்போது உள்ள திருவெற்றியூரில் இருக்கும் கோவிலுக்கு நன்கொடையாக அளிக்கப்பட்ட 60 கழஞ்சுப் பொன்னை, பொன்னேரி கிராம மக்களுக்கு ஆறு மாதங்களுக்கு ஒருமுறை செலுத்தக்கூடிய 15 சதவிகித வட்டிக்குக் கடனாக கோவில் அளித்தது. இதில் கடன் பெறுவோரிடமிருந்து வட்டித்தொகையை வசூலிக்கச் செல்பவருக்கு அளிக்கும் இரண்டு வேளை உணவுக்கான செலவும் அடக்கம்.[19]

வட்டிவிகிதங்கள் ஒரு வருடத்துக்கு சுமார் 12.5 சதவிகிதத்திலிருந்து 15 சதவிகிதம்வரை இருந்தன. சில சமயங்களில் குறைந்தபட்சமாக வருடத்துக்கு 6.25 சதவிகிதமாகவோ அதிக பட்சமாக வருடத்துக்கு 30 சதவிகிதமாகவோகூட இருந்தன. இந்த வட்டி விகிதங்களை நிர்ணயித்த காரணிகள் என்னென்ன? வட்டியைச் செலுத்த முடியாத அபாயம் அதிகமாக இருப்பதாகக் கணிக்கப்பட்ட உள்ளூர் நிலைமையாலா அல்லது நன்கொடைகளும் வைப்பு நிதிகளும் கோவில்களுக்கு அதிகமாக வழங்கப்பட்ட நிலையில் கடன் கொடுப்பார் அதிகமாக இல்லாத காரணத்தாலா என்பதை ஊகிப்பது கடினம். பதினான்காம் நூற்றாண்டு கல்வெட்டு ஒன்று கடன் சந்தை ஒன்று செயல்பட்டு வந்ததைக் குறிப்பிடுகிறது. அந்த இடத்துக்கு வெளியிலும் அங்கும் இருந்த வணிகர்கள் வட்டிக்குப் பணம் கொடுக்கும் தொழிலில் ஈடுபட்டு வந்ததாக அது கூறுகிறது.[20] வட்டி விகிதம் பொதுவாக மூலதனத்தின் மேல் ஏற்படும் செலவைக் குறிப்பதாகையால், மூலதனத்தைப் பயன்படுத்திச் செய்யும் நடவடிக்கைகளால் கிடைக்கும் லாபம் இந்த வட்டி விகிதத்தைவிட அதிகமாக இருப்பது அந்த நடவடிக்கை தொடர்ந்து நடப்பதற்கு அவசியமான ஒன்று.

அக்காலத்தில் பொருளாதாரம் எந்த அளவுக்குப் பணம் சார்ந்த பொருளாதாரமாக இருந்தது? இதையும் ஊகிக்க முடியும். பணம் அல்லது பொன் நாணயங்கள் அடிக்கடி குறிப்பிடப்படுவதையும் பணத்தின் மூலமாகவோ தானியங்களின் மூலமாகவோ வரிகள் செலுத்தப்படுவதையும் நாம் கவனிக்கலாம். சோழர்களின் ஆட்சிக் காலத்தில் பொன் மற்றும் வெள்ளி நாணயங்கள் அறிமுகப்படுத்தப் பட்டன. இது ஈயம் மற்றும் செப்புக்காசுகள் பயன்படுத்தப்பட்ட பல்லவர் ஆட்சிக்காலத்தை விட செழிப்பும் பொருளாதார வளர்ச்சியும் சோழர்கள் காலத்தில் மேலோங்கி இருந்ததைக் காட்டுகிறது.

கழஞ்சு மற்றும் காசு ஆகிய பொன் நாணயங்கள் புழக்கத்தில் இருந்தன, தவிர குறைந்த மதிப்புள்ள மஞ்சாடி என்ற நாணயங்களும் பயன் படுத்தப்பட்டன. சமமான மதிப்புகள் சீராக இல்லையென்றாலும்,

குத்துமதிப்பாக 8 மஞ்சாடி ஒரு காசுக்கு ஈடாகவும், 2 காசு ஒரு கழஞ்சாகவும் கருதப்பட்டன.[21] இந்த நாணயங்களைத் தவிர, இலங்கையைச் சேர்ந்ததாகக் கருதப்பட்ட இலக்காசும் புழக்கத்தில் இருந்தது. கழஞ்சு என்பது 80 தானிய எடை உள்ள தங்கமாகும். பொன்னால் செய்யப்படும் நன்கொடைகள் துளைப்பொன் அல்லது செம்பொன் என்று பொன்னின் தூய்மைத் தரத்தால் குறிப்பிடப்பட்டன.

பொன்னும், நாணயங்களும் ஒன்றுகொன்று மாற்றான அளவீடுகளாக வழங்கப்பட்டன. இருந்தாலும், விவசாயத் தொழிலாளர்களுக்கும் மற்ற பணியாட்களுக்கும் கூலி நெல்தானியமாக வழங்கப்பட்டது. இதிலிருந்து பெரும்பாலும் பண்டமாற்று முறையிலேயே பொருளாதாரம் செயல்பட்டது என்றும், அதில் நெல்தானியங்கள் முக்கியமான மாற்றாக விளங்கியது என்றும் தெரிந்துகொள்ளலாம்.

படம் 4.2 - ராஜராஜர், ராஜேந்திர கங்கைகொண்டான், குலோத்துங்கர் ஆகியோரின் நாணயங்கள்

மூலதனமும் மீள்விநியோகமும்

கோவில்களுக்கு வழங்கப்பட்ட நன்கொடைகள் பயன்படுத்தப்பட்ட விதம், சமூகத்தில் பல பிரிவுகளுக்கு அந்த வளங்களை விநியோகித்தும்

சுழற்சியில் விட்டும், எல்லாத் தரப்பினரையும் உள்ளடக்கிய வளர்ச்சியை நோக்கிப் பொருளாதாரம் செல்ல வழிவகுத்தது. இது எந்த அளவுக்குச் சமமாக விநியோகப்பட்டது என்பது நன்கொடையாளர்கள் மற்றும் பெறுபவர்களின் அந்தஸ்தைப் பொறுத்து வேறுபட்டது. நிலக் கொடைகளைப் பொறுத்தவரை, விநியோகம் என்பது சாத்திய மில்லாததாக இருந்தது. அமலில் இருந்த குத்தகை ஒப்பந்தங்களை விநியோகிப்பது இயலாத விஷயம் என்பதால் விவசாயத் தொடர்புகள் மாற்றமில்லாமல் தொடர்ந்தன. ஆனால், கால்நடைகள் அதிக அளவில் ஆடுமேய்ப்பவர்களுக்கு விநியோகப்பட்டு, விவசாய சமூகத்தின் கீழ் மட்டத்தில் இருப்பவர்களுக்குச் சொத்துக்களை உருவாக்கியது.

முதலாம் ராஜராஜரால் தஞ்சையில் கட்டப்பட்ட ராஜராஜேஸ்வரம் கோவில், சொத்துக்களை மீள்விநியோகம் செய்வதற்கான ஏற்பாட்டை ஆராயச் சிறப்பான ஒரு எடுத்துக்காட்டு ஆகும். இந்தக் கோவிலுக்கு அளிக்கப்பட்ட நன்கொடைகள் கால்நடைகளும் பணமும் ஆக இருவகைப்படும். கால்நடைகள் பெரும்பாலும் அரசரும் அரசவையினரும் அளித்தவை (பசுக்களில் 69.3 சதவிகிதமும் ஆடுகளில் 98.3 சதவிகிதமும்). படைத்தலைவர்கள் பணமாக நன்கொடை அளித்தவர்களில் முக்கியமானவர்கள். 79.3 சதவிகிதம் பணக் கொடை அவர்களுடையது. ஆடு மேய்க்கும் தொழில், தொழில்முறைக் குழுக்களான மேய்ப்பர்களால் செய்யப்பட்டு வந்ததால், கால்நடை களை விநியோகிப்பது எளிதாக இருந்தது. ஆனால் பணம், கிராம சபைகளால் மட்டுமே கடனாகப் பெறப்பட்டது (95.4 சதவிகிதம்). இந்தப் பணம் உள்ளூர்ப் பொருளாதாரத்தில் விவசாய வளர்ச்சிக்காகச் சுழற்சியில் விடப்பட்டிருக்க வேண்டும்.

வணிகர்கள் கடன் பெற்ற மற்றொரு பிரிவினர் (4.6 சதவிகிதம்). சோழப் படைகள் போர்களில் அடைந்த வெற்றிகளைத் தொடர்ந்து கைப்பற்றிய நிதிக்குவியலும், கால்நடைகளும் அரசவையினராலும், படைத்தலைவர்களாலும் கோவிலுக்கு நன்கொடையாக வழங்கப் பட்டன என்று சொல்லப்படுகிறது. நன்கொடை வழங்குபவருக்கு புண்ணியத்துக்குப் புண்ணியமாகவும், முக்கியமாக, ராஜராஜரின் மனதுக்கு நெருக்கமாக இருக்கும் தஞ்சைக் கோவிலுக்கு வழங்குவதால் அரசியல் ரீதியாகப் பல பயன்களை அளிப்பதாகவும் இது இருந்தது.[22]

ஆனால், இது போன்ற முடிவுகள், அரசரால் ஆதரிக்கப்பட்ட ஒரு கோவிலை மட்டும் ஆராய்ந்து எடுக்கப்படுவது, எல்லாக் கோவில் களுக்கும் பொருந்தாது. படைகளின் பங்களிப்பை வைத்து மட்டும் பார்த்தால் இதன் காரணம் புரியும். தமிழகத்திலுள்ள பல கோவில்களை வைத்து எழுதப்பட்ட என்னுடைய முந்தைய நூலில் குறிப்பிட்டுள்ளது போல், ஊர், சபா, நகரம், குழு ஆகியவை தனிப்பட்ட வணிகர்களை

விட அதிகமாகக் கடன்களை கோவில்களுக்கு வழங்கப்பட்ட நன்கொடைகளிலிருந்து பெற்றன. தனிப்பட்ட வணிகர்கள், கிட்டத்தட்ட 56% நன்கொடையாளர்களாக இருந்தனர் (என்னுடைய மாதிரியில்). நன்கொடை வழங்கியவர்களில் அரசவையினரும், அதிகாரிகளும், படைவீரர்களும் மிகக் குறைந்த அளவு சதவிகிதத் தினராகவே இருந்தனர்.[23]

ஒட்டுமொத்தமாகப் பார்த்தால், விவசாய, நகரப் பொருளாதாரங்களில் நன்கொடைகளாகவும் வைப்பு நிதிகளாகவும் பொருளாதார மிகுதியைப் பெற்று, அவற்றைப் பயன்படுத்தியும் மாற்றியும் உற்பத்தியைத் தூண்டும் மூலதானமாக உருவாக்கும் பணியைக் கோவில்கள் செய்தன.

நகரம், கோவில்கள் மற்றும் நகரமயமாதல்

வர்த்தகம் விரிவடைவதன் முக்கியக் காரணிகளில் ஒன்று நகரமயமாதல். இடைக்காலத் தமிழகத்தில், இது கோவில்களின் வளர்ச்சியோடு சம்பந்தப்பட்டிருந்தது. ஏற்கனவே நாம் திருவல்லிக்கேணி, காஞ்சிபுரம் கோவில்களில் பார்த்தது போல எட்டாம் நூற்றாண்டி லேயே இந்தக் கோவில்களைச் சுற்றியுள்ள பகுதிகள் நகரியங்களாக அரசர்களால் மாற்றப்பட்டன. சோழர்களின் ஆட்சிக்காலத்தில் கோவில் கட்டும் பணியும் நகரமயமாதலும் அதிகரித்தன. பல சிறு கோவில்களை அடக்கிய பெருங்கோவில்கள் கட்டப்பட்டன. முதலாளிகள், நிலச்சுவான்தார்கள், பொருட்களையும் சேவைகளையும் நுகர்வோர் என்று பலதரப்பட்ட வகையில் கோவில்கள் பொருளாதாரப் பங்களிப்பைத் தந்தது பல பரிவர்த்தனைகளை உள்ளடக்கியதாக இருந்தது. இது நகரங்களின் வளர்ச்சிக்கும் வர்த்தகத்தின் விரிவாக் கத்துக்கும் உறுதுணையாக இருந்தது.

நகரின் நிர்வாக சபையில், அதன் பொருளாதாரத்தையும் வர்த்தக நடவடிக்கைகளையும் பற்றியே நகரம் கருதியது. அதன் உறுப்பினர்கள் பெரும்பாலும் உள்ளூர் வணிகர்களாகவே இருந்தனர். இடைக் காலத்தில் பொருளாதாரம் நகர- கிராமப் பொருளாதாரங்களாகப் பிரிந்து கிடக்கவில்லை என்பதையும் நகரப் பொருளாதாரம் கிராமப் பொருளாதாரத்தின் தொடர்ச்சியாகவே இருந்தது என்பதை நினைவில் கொள்ளவேண்டும்.

இதன் காரணமாக நகரம் விவசாய நிலங்களின் மேலாண்மையையும் கவனித்து வந்தது. உதாரணமாக, கிராம சபைகளைப் போலவே, நகரமும், அதன் அதிகாரத்துக்குட்பட்ட நகரைச் சுற்றியுள்ள விவசாய நிலங்களிலிருந்து வரி வசூலிக்கும் உரிமை பெற்றதாக இருந்தது.[24] சொல்லப் போனால், சோழர் ஆட்சிக் காலத்தில் நகரம் கோவில்களுக்கு

நிலக் கொடைகளையும் அளித்தது. ஆனால், அவை நிலங்களை வாங்கியதாகக் குறிப்புகள் இல்லை. இதன்மூலம் நகர நடவடிக்கைகளை நிர்வகிப்பதுதான் அதன் முக்கிய நோக்கமாக இருந்தது என்பது தெளிவு.

தென்னிந்திய வரலாற்றில் காணப்படும் இந்தத் தொடர்ச்சியின் காரணமாக, ஒன்பதாம் நூற்றாண்டின் மத்தியிலிருந்து பதின்மூன்றாம் நூற்றாண்டின் மத்தி வரையான நான்கு நூற்றாண்டுகளை மாற்றங்கள் இல்லாத ஒரே மாதிரியான காலகட்டம் என்று வரலாற்றாசிரியர்கள் வர்ணிக்கிறார்கள். இருந்தாலும், சோழர் ஆட்சியின் கீழ் நடந்த நகரமயமாக்கலின் இயக்கத்தை ஆய்வு செய்வதுதான் ஒரு சிறந்த முயற்சியாக இருக்கக்கூடும். ஒன்பதாம் நூற்றாண்டிற்கு முன்னர் பல்லவ ஆட்சிக்காலத்தில் நான்கு நகரங்களைப் பற்றிய குறிப்புகளே உள்ளன. தலைநகரான காஞ்சியும், துறைமுகமான மாமல்லபுரமும் மாநகரங்கள் என்று குறிப்பிடப்பட்டுள்ளன. முதலாம் ராஜராஜர், முதலாம் ராஜேந்திரர், முதலாம் குலோத்துங்கர் (985-1150) ஆகிய பெரும் சோழ மன்னர்கள் ஆட்சியில் நகரங்களின் எண்ணிக்கை பெரு வளர்ச்சி அடைந்தது. இது சோழ நாட்டில் மட்டுமல்லாது, அவர்கள் வெற்றி பெற்ற இடங்களிலும் நிகழ்ந்து, அதிகரித்து வரும் நகர வளர்ச்சியையும் உள் மண்டல வணிகத்தையும் எடுத்துக்காட்டியது.[25]

பன்னிரண்டாம் நூற்றாண்டின் இறுதியில் நகரங்கள் விசாகப்பட்டினம் வரை பரவியிருந்தன,[26] அதற்கு அந்த இடங்கள் எல்லாம் சோழர் ஆட்சியின் கீழ் வந்ததும் ஒரு காரணம். பன்னிரண்டாம் நூற்றாண்டுக்குப் பிறகு, தென் பகுதியில் பாண்டியர் ஆட்சி மீண்டும் மலர்ந்ததால் நகரங்கள் உருவாகின. ஆட்சியாளர்களால் வர்த்தகம் மற்றும் வணிகர்களின் முக்கியத்துவம் மதிக்கப்பட்டது. ஓரிடத்தில் நிரந்தரமாகத் தங்குதல் அல்லது ஓரிடத்துக்குத் திரும்புதல் போன்ற ஊக்கங்களை அளித்து ஆள்வோர் வர்த்தகத்தைப் பெருக்கினார். தென் ஆற்காடு மாவட்டத்தில் உள்ள, திருமானநல்லூரில் உள்ளூர் அதிகாரிகள் 1154ஆம் ஆண்டு ஊரைவிட்டு வெளியேறிய வணிகர்களை ஊர் திரும்புமாறு கேட்டுக்கொண்டனர்.[27] இதுபோலவே, 1250இல் சிதம்பரத்தின் உள்ளூர் தலைவர் 4.3 வேலி நிலம் ஒதுக்கி (சுமார் 11 ஏக்கர்கள்) ஒரு நகரத்தை சாமியார் அல்லது நெசவாளிகளுக்காக அமைத்தார்.[28]

நகரம்

நகரம் ஒரு நிறுவனமாகவும் தனித்தன்மை வாய்ந்த வர்த்தக மையமாகவும் இருந்தது.[29] நகரத்தின் வர்த்தக நடவடிக்கைகள் கிராம

அளவிலான பரிவர்த்தனைகளைவிட எந்தவிதத்தில் மாறுபட்டிருந்தன? கிராமப்புறங்களில் பரிவர்த்தனைகள் புரவலர்-வாடிக்கையாளர் என்ற தொடர்பின் அடிப்படையில் நிகழ்ந்தன, கிராமங்கள் உற்பத்தி செய்வதில் ஒரு பங்கிற்காக அதற்கான சேவைகள் வழங்கப்பட்டன. இந்த சமூக அமைப்பு இப்போது ஜஜ்மணி என்று அழைக்கப்படுகிறது. நகரங்களில் பொருட்களையும் சேவைகளையும் விற்பவர்களுக்கும் வாங்குபவர்களுக்கும் இடையே சந்தைப் பரிவர்த்தனைகள் மூலம் வர்த்தகம் நிகழ்கிறது. ஒவ்வொரு நாட்டிலும் ஒரு நகரமாவது இருந்தது என்று தெரிகிறது. இது புறநகரில் உள்ள விவசாய நிலங்களுக்கான சந்தை மையமாக இருந்தது. சந்தைகளுக்கு இணைப்பாக நகரம் செயல் பட்டது, கிராமங்களை நகர்ப்புறங்களுடனும், அவற்றை மாநகரங் களுடனும் துறைமுக நகரங்களுடனும் அது இணைத்தது.

உள்ளூர் வர்த்தகத்திலும் சந்தைகளிலும் நகரம் செலுத்திய அதிகாரம், எல்லா வர்த்தக நடவடிக்கைகளிலும் வரி வசூல் செய்து, வர்த்தக நடவடிக்கைகளுக்காகத் தனி கட்டணத்தையும் வசூலித்ததிலிருந்து தெளிவாகிறது. நகர ஆட்சியையும் அது மேற்கொண்டு, காவல் பாதுகாப்பு, தெருக்களைச் சுத்தப்படுத்துதல் போன்ற நடவடிக்கை களையும் அது மேற்கொண்டது. அதே சமயம், ஒரு நாட்டில் குறைந்த பட்சம் ஒரு நகரம் மையச் சந்தையாகிய விளங்கியபோது, சில இடங்களில் ஒன்றுக்கும் மேற்பட்ட நகரங்கள் நாட்டில் இருந்தன.[30] இந்த விதிவிலக்கு ஆச்சரியகரமாக சோழர் தலைநகரான தஞ்சாவூரில் இருந்தது. அந்த ஊரின் புறநகர்ப் பகுதியில், நான்கு நகரங்கள் பதிவு செய்யப்பட்டிருந்தன.[31] தலைநகர் விரிவடைந்ததை ஒட்டி, இந்த நகரங்கள் அரசு ஆணையால் ஏற்படுத்தப்பட்டிருக்க வேண்டும்.

நகரம் என்பது சந்தைக்காகக் கட்டப்பட்ட உறைவிடத்தையும் குறிக்கிறது. பொருளாதாரக் கோட்பாடுகளில் உள்ள இடம் இல்லாத, அருவமான சந்தைகளைப் போலல்லாமல், ஒரு கட்டமைப்பின் கீழ் உண்மையான சந்தைகள் செயல்பட்டு வந்தன. எனவே நகரில், கடைகள், அங்காடி (சந்தைகள்), பேரங்காடி (உள் நகரில் இருந்த பெரிய சந்தை, மொத்த வியாபாரச் சந்தையாக இருக்கக்கூடும்) ஆகியவை இருந்தன. கடைகளும், அங்காடிகளும், சந்தைப் பகுதியில், பெருந்தெரு என்று அழைக்கப்பட்ட தெருக்களில் அமைந்திருந்தன.

நகரம் இப்படி ஒரு பெருந்தெருவைச் சார்ந்தே இருந்தது. ‘இன்ன பெருந்தெருவில் உள்ள நகரம்’ என்றே அது குறிப்பிடப்பட்டு வந்தது. இன்றைக்கும் தமிழகத்தில் உள்ள பழைய நகரங்கள் மத்தியில் ‘பெரிய தெருக்களை’ நாம் காணலாம். இதுபோன்ற கட்டமைப்பு, வாடிக்கை யாளர்களும் விற்பனை செய்வோரும் நிறைந்த தெருக்களின் சித்திரத்தைக் கண்முன்னே கொண்டுவருகிறது. சந்தை, கடைகளிலிருந்து

வேறுபடுத்திக் காட்டப்பட்டிருப்பது, வேறுபட்ட பொருள்களுக்காக தனிப்பட்ட பகுதிகள் ஒதுக்கப்பட்டிருக்கின்றன என்பதைத்தான். இந்த முறையில் அமைந்த சந்தைகளைப் பெரிய கோவில் நகரங்களில் இன்றும் பார்க்கலாம். கோவிலுக்குச் செல்லும் தெருக்களில் கடைகள் வரிசையாக அமைந்து வர்த்தகர்களாலும் வாடிக்கையாளர்களாலும் நிரம்பி வழிவதை அங்கெல்லாம் காணலாம்.

சமகால சமூக அறிவியலாளருக்கு ஆர்வத்தையும் வியப்பையும் ஊட்டும் ஒரு விஷயம், நகரங்களுக்கும், தெருக்களுக்கும் அரசர்கள், அரசிகளின் பெயர்களைச் சூட்டும் வழக்கம் தமிழர்களிடையே இருந்ததுதான். சோழர்கள் காலத்தில், பேரரசர்களான முதலாம் ராஜராஜர், முதலாம் ராஜேந்திரர் ஆகியோரின் பெயர்களும் விருதுப் பெயர்களுமான, நிகரிலிச்சோழன், மும்முடிச்சோழன், அருள்மொழித் தேவன் ஆகியவையும், அரசிகளான திரிபுவனமாதேவி, வானவன்மா தேவி, அல்லது லோகமாதேவி ஆகியவையும் அடிக்கடி தெருக்களின் பெயர்களாகவும், ஊர்களின் பெயர்களாகவும் பயன்படுத்தப்பட்டிருக் கின்றன. வணிகர்கள் கூட இத்தகைய பெயர்களைச் சூட்டிக் கொண்டிருக்கின்றனர். 1034ஆம் ஆண்டுக் கல்வெட்டு ஒன்றின் படி, காளஹஸ்தியிலும் சித்தூரிலும் இருந்த வணிகர்கள் கடாரம் கொண்ட சோழன், உத்தம சோழன், கரிகால சோழன், ராஜேந்திர சோழன் ஆகிய பெயர்களைத் தங்கள் பெயர்களோடு சேர்த்துக்கொண்டனர்.[32]

நகரம் என்பது உள்ளூர் வர்த்தகத்தைக் கவனிக்கும் நிறுவனமாக இருந்தது என்று பார்த்தோம். அதன் நடவடிக்கைகள் உள்ளூர் வணிகர்கள், சந்தைகள், விவசாய நிலங்கள், கோவில்கள், வரி வசூல் ஆகியவற்றை உள்ளடக்கியதாக இருந்தன. பல இடங்களுக்குச் சென்று வர்த்தகம் செய்பவர்களிடமும் வர்த்தகக் குழுக்களிடமும் எந்த மாதிரியான நிபந்தனைகளின் அடிப்படையில் அது தொடர்பு கொண்டது?

பல இடங்களுக்குச் சென்று வர்த்தகம் செய்வோர் அல்லது குழுக்கள், அந்த ஊரில் கிடைக்காத பொருட்களைக் கொண்டு வரும்போது, முதலில் அவர்கள் நகர வணிகர்களைத்தான் தொடர்பு கொண்டிருந் திருக்கவேண்டும். இவர்கள் இருவருக்குமிடையே மொத்த வியாபாரம் நிகழ்ந்திருக்க வேண்டும். உள்ளூர் வாடிக்கையாளர்களுக்கு விற்பது, உள்ளூர் வணிகர்களின் வரம்புக்கு உட்பட்டதாக இருந்திருக்கலாம். தவிர, உள்ளூர் வணிகர்கள் சிலர், உள்ளூர் தயாரிப்புகளை ஒவ்வொரு ஊராகச் சென்று விற்போருக்கு வழங்கும் தரகர்களாகவோ முகவர் களாகவோ இருந்திருக்கலாம்.[33]

நகரத்தின் உறுப்பினர்களின் பிரதிநிதித்துவம் பரவலாக்கப்பட்டு, சபாவையும் ஊரையும் போலவே, அனைத்துக்

குடியிருப்பாளர்களையும் கொண்டதாக இருந்தது. பதினொன்றாம் நூற்றாண்டில், முதலாம் ராஜேந்திரர் ஆட்சிக்காலத்தைச் சேர்ந்த சிதம்பரத்தில் உள்ள கல்வெட்டு ஒன்றில் விரிவான பட்டியல் ஒன்று தரப்பட்டிருக்கிறது. இந்த நகரத்தைச் சேர்ந்தவர்களாகக் குறிப்பிடப் படுவோர், வணிகர்கள், வேளாளர்களான நில உரிமையாளர்கள், சங்கரப்பாடி என்ற எண்ணெய் வர்த்தகர்கள், சாலியர் என்ற நெசவாளர்கள், அந்த நகரில் வாசித்த மீனவர்கள், கைத்தொழில் செய்யும் தச்சர்கள், கொத்தர்கள், பொற்கொல்லர்கள், தோல் தொழில் செய்வோர் ஆகியோர்.[34]

எல்லா உள்ளூர் வணிகர்களும் செட்டி அல்லது மயிலாட்டி என்ற பெயரால் குறிப்பிடப்படுகின்றனர். இங்கு செட்டி என்பது வணிகர் களைக் குறிக்கும் சொல் என்றே நாம் எடுத்துக்கொள்ளவேண்டுமே தவிர, பதினேழாம் நூற்றாண்டுக்குப் பின் வழங்கிய சாதி அடைப்படையிலான பெயரை அல்ல.

செக்கிலிருந்து எண்ணெய் எடுக்கும் வணிகர்களாக சங்கரப்பாடி, வாணியர் என்ற இரு சமூகத்தினர் இருந்தனர். இந்த இருவருக்கு மிடையே ஆன வேறுபாடு சாதி சார்ந்ததாகவே இருக்கவேண்டும். சங்கரப்பாடி சமூகத்தினர் சாதிகள் வரிசையில் உயர்ந்த இடத்தில் இருப்பதாகக் கூறிக்கொண்டனர்.[35] சங்கரப்பாடி நகரம் என்றும், சங்கரப்பாடி நகரத்தார் என்றும், பத்தாம் நூற்றாண்டில் குறிப்புகள் உள்ளன.[36] தொழில் சார்ந்த முதல் நகரமாகும் இது. மற்ற தனிப்பட்ட, தொழில் சார்ந்த நகரங்கள் பன்னிரண்டாம் நூற்றாண்டில்தான் தோன்றின. நகரத்தின் ஒரு உறுப்பினராக முன்பு குறிப்பிடப்பட சாலியர் (நெசவாளிகள்) பன்னிரண்டாம் நூற்றாண்டிலிருந்து சாலிய நகரம் / நகரத்தார் என்று குறிக்கப்பெறுகிறார்கள். இதேபோல நகரத்தில் ஒரு உறுப்பினராகக் குறிப்பிடப்பட வாணியர்களும் பதின்மூன்றாம் நூற்றாண்டிலிருந்து தனி நகரமாக உருவெடுத்தனர்.[37] இந்த மாற்றங்கள், ஒரு கட்டத்தில் நகரத்தின் வளர்ச்சி குறிப்பிட்ட மாற்றத்தை அடைந்ததைத் தெளிவுபடுத்துகிறது. சந்தைப்படுத்துதலில் தேவைப் பட்ட தனித்திறன்களினால், தனிப்பட்ட இந்த நகரங்கள் தோன்றின.[38]

இந்த அடிப்படை விஷயம் பல விடைதெரியாத கேள்விகளை எழுப்புகிறது. இந்த உறுப்பினர்கள் நகரம் எனும் அந்தஸ்தை அடைவதற்கு ஏதேனும் முறை இருந்ததா? இதுபோன்ற தொழில் சார்ந்த நகரங்கள் எந்த அளவு தனித்தன்மையை அடைந்திருந்தன? இது தெளிவாக இல்லை. அவர்கள் தங்கள் வர்த்தகம் செய்த பொருட்களைத் தயாரிப்பவர்களையே தொடர்புகொண்டிருந்தார்கள். சங்கரப்பாடி, வாணியர் நகரங்கள் கோவில்களுக்கு எண்ணெய் வழங்க மட்டும் ஒப்புக்கொண்டிருந்தன. இது நன்கொடையாகவோ நிலத்துக்கோ மற்ற

கொடையாளர்கள் வழங்கிய நன்கொடைக்கோ ஆன வட்டியாகவோ இருந்தது.

சாலிய நகரங்கள், நிலத்தின் மேல் அதிகாரம் உள்ளவையாக இருந்த காரணத்தால், அவற்றை கோவில்களுக்கு கொடையாக வழங்கின.[39] 1346இல் கோவை மாவட்டத்தில், ஒரு நகரம் தன்னை வைசிய-வாணியர் என்று அழைத்துக்கொண்டது. அதன் உறுப்பினர்கள் தங்கள் வம்சத்தைப் பற்றிய புகழோடு தங்களை அறிமுகப்படுத்திக்கொண்டு கோவிலுக்குக் கொடுத்த வரிகளின் பட்டியலைத் தந்துள்ளனர்.[40] இது இந்த நகரங்கள் தன்னாட்சி பெற்றுச் செயல்பட்டதைச் சுட்டுகிறது.

ஒரு நிறுவனமாக நகரத்துக்கு அளிக்கப்பட்ட முக்கியத்துவம், உற்பத்தியின் மையமாக, பொருளாதாரத்துக்கு முக்கியமாக விளங்கிய நகர்ப்புறங்களை மறைத்தது. நகரின் தெருக்கள் தொழில் சார்ந்தவையாகவே இருந்தன, ஒவ்வொரு நகரத்திலும் சாலியர் தெரு, நெசவாளிகளின் வீதி இருந்தது.[41] பல்லவர்கள் வீழ்ச்சிக்கு அடுத்து தனது அரசியல் முக்கியத்துவத்தை இழந்தாலும், பன்னிரண்டாம் நூற்றாண்டுவரை காஞ்சிபுரம் 'மாநகர்' என்றே அழைக்கப்பட்டு வந்தது. ஒரு முக்கியமான உற்பத்தி மையமாக அந்த நகரம் விளங்கியது இதற்கு ஒரு காரணமாகும். சென்னை அருங்காட்சியகத்தில் உள்ள பத்தாம் நூற்றாண்டுச் செப்பேடுகள் உத்தம சோழனின் காலத்தில் காஞ்சிபுரம் இருந்த நிலை பற்றிக் குறிக்கின்றன.[42] பட்டு நெய்பவர்களின் இரு பிரிவினர், பட்டுசாலி, நகரின் நாற்புறங்களிலும் வாழ்ந்தனர்,

அரசாருக்கான துணிகளை நெய்தனர்; அவர்களில் சிலர் கோவிலின் நிர்வாகிகளாகவும் நியமிக்கப்பட்டு, கோவிலின் கணக்குகளை எழுதும் பணியையும் மேற்கொண்டனர். இது அவர்களுக்கு அளிக்கப்பட்ட முக்கியத்துவத்தைக் காட்டுகிறது. விவசாயத்துடன் நேரடித் தொடர்பில்லாத நெசவும் உலோக வேலைகளும் நகரின் முக்கியத் தொழில்களாக இருந்தன. உள்நாட்டு வர்த்தகத்திலும், வெளிநாடுகளுக்கு ஏற்றுமதி செய்யப்படும் பொருட்களுக்குள்ளும் ஆடைகள் முக்கிய இடத்தை வகித்தன.

ஒரு சந்தைப்படுத்துதல் நிறுவனமாக விளங்கியதைத் தவிர, நகரம் கோவில் நிர்வாகத்தைக் கவனிக்கும் பணியிலும் ஈடுபட்டது. இருப்பினும், தஞ்சை ராஜராஜேஸ்வரம் கோவிலிலோ ஸ்ரீரங்கம், திருப்பதி போன்ற பெரிய கோவில்களிலோ நிர்வாகத்தை நகரம் கவனித்துக்கொண்டாதற்கான சான்றுகள் இல்லை. இது போன்ற இடங்களில் அரசர்களின் ஆதரவு இருந்ததால், மரபு சார்ந்த நிறுவனங்களின் பங்களிப்பு இல்லாத நிலை ஏற்பட்டது.[43]

ஆனால், மற்ற இடங்களில் உள்ள கோவில்களின் நிர்வாகத்தை நகரம் கட்டுப்படுத்தியது. தஞ்சைக்கு அருகில் உள்ள பெரிய கோவில் வளாகமான திருவிடைமருதூர் ஒரு நல்ல உதாரணமாகும். திருவிடைமருதூர் கோவில், 300 உறுப்பினர்களைக் கொண்ட சபாவினாலும், 400 உறுப்பினர்களைக் கொண்ட நகரத்தாலும், தேவகர்மி என்ற கோவில் அதிகாரிகளாலும், ஸ்ரீகார்யம் என்ற கோவில் நடவடிக்கைகளை மேற்பார்வையிடுகிற அதிகாரியாலும் நிர்வகிக்கப் பட்டது.

ஊர் என்ற அமைப்பு, ஒரே ஒரு தடவை மட்டுமே நிர்வாகத்தின் தொடர்பாகக் குறிப்பிடப்பட்டுள்ளது, எனவே சபாவை விடக் குறைந்த முக்கியத்துவமே அதற்கு இருந்திருக்க வேண்டும். இந்த நிர்வாக அமைப்பு திருவிடைமருதூரில், நிலையாக சுமார் 200 வருடங்கள், பத்தாம் நூற்றாண்டிலிருந்து பன்னிரண்டாம் நூற்றாண்டு வரை செயல்பட்டு வந்தது.

கோவில் நிர்வாகிகளின் பணி சடங்குகள் சார்ந்ததாகவும், செயல்பாடு களைச் சார்ந்ததாகவும் இருந்தது. தலைநகரான தஞ்சைக்கு அருகில் இருந்த பெரும் கோவில்களில் ஒன்று என்பதால், அரசவை ஆதரவு இக்கோவிலுக்கு இருந்தது. அரசி கோவிலுக்கு வரும்போதும், ஒரு பெரிய நன்கொடை வழங்கப்படும்போதும் அனைத்து நிர்வாகிகளும் அங்கு இருந்தனர். உதாரணமாக, அரசி 1172 கழஞ்சுப் பொன்னை விக்கிரகம் செய்வதற்காக வழங்கியபோது நிர்வாகிகள் உடனிருந்தனர்.[44] அதுபோல, அவர்களின் இருப்பு தேவைப்படும் போது அவர்கள் அங்கு ஒன்று கூடினர். இது கோவில் சடங்குகள் சம்பந்தமான நிகழ்ச்சிகளாகவோ அல்லது நிலக்கொடை, கால்நடைக் கொடை போன்றவற்றுக்காக அரசு ஆணை வெளியிடப்படும் சமயம் சட்டப்படி அவர்கள் அங்கு இருக்கவேண்டும் என்பதற்காகவோ இருக்கலாம். கோவிலில் நடைபெறும் நடவடிக்கைகள் எந்த அளவுக்கு முறைப்படுத்தப்பட்டன என்பதை இது காட்டுகிறது.

கோவில் நிர்வாகத்தின் முக்கிய அம்சம், நன்கொடைகள், வைப்புநிதிகள் போன்ற கோவிலுக்கு வரும் நிதிகளின் கணக்கு களையும் அதன் பயன்பாடுகளையும் முறைப்படிப் பராமரிப்பது ஆகும். சபா, நகரம், மற்ற அதிகாரிகள் ஆகியோர் கோவில் நடனக் கூடத்தில் சந்தித்து நிதி சம்பந்தமான விஷயங்களில் முடிவெடுப் பார்கள். நடன நிகழ்ச்சிகள் போன்ற மற்ற நடவடிக்கைகள் நடத்துவது பற்றியும் அங்கு முடிவெடுக்கப்படும். ஒரு வித்தியாசமான நிகழ்வில் சபாவும் நகரமும் குளம் வெட்டுவதற்கு நன்கொடையாக வழங்கப் பட்ட பொன்னை, ஒரு பொன் சங்கிலி செய்வதற்காகத் திருப்பி விட்டனர்.

சுய விளம்பரத்துக்காக அதற்கு ‘எழுநூறு’ என்று பெயரிடப்பட்டது (அவர்கள் எழுநூறு பேர் இருந்த காரணத்தால்).[45] கோவில் நிதிகளும் அவற்றைப் பயன்படுத்தும் விதங்களும் ஸ்ரீகார்யம் அல்லது மேற்பார்வையிடும் நபரால், தவறான பயன்பாடுகளைத் தவிர்க்கும் விதமாக, தணிக்கை செய்யப்பட்டது. தேவையான இடங்களில் நிர்வாகத்திடமிருந்து அபராதம் வசூலிக்கப்பட்டது. உதாரணம், தஞ்சையின் அருகிலிருந்த தில்லைஸ்தானம் கோவில் நிதிகளை முறைகேடு செய்ததற்காக மூன்று நகரத்தார்களுக்கு அபராதம் விதித்தது.[46]

வரிகளை வசூலித்து அரசு கருவூலத்தில் சேர்க்கும் பொறுப்பு நகரத்துக்கு இருந்தது என்று ஏற்கனவே பார்த்தோம். எடையின் அடிப்படையிலும் அதன் பரும அளவின் அடிப்படையிலும் வர்த்தகம் செய்யப்படும் எல்லாப் பொருட்களும், எல்லாத் தொழில்களும், உற்பத்திக்காகப் பயன்படுத்தப்படும் தறிகள், செக்குகள் போன்றவையும், மற்ற சேவைகளும் வரிவிதிப்பின் கீழ் வந்தன. நகரம் தங்களுக்கே வரி விதித்து அதன் மூலம் கிடைக்கும் பணத்தை கோவிலுக்குச் செலுத்திவந்தது. 1080-ல் நெல்லூரில் மூன்று வீதிகளில் இருந்த படைத்தலைவர்களும் நகரத்தார்களும் எடைபோடப்பட்ட, அளவிடப்பட்ட பொருட்களுக்கு விதிக்கும் சுங்கத்தின் மேல் வரி செலுத்துவதாக முடிவுசெய்து, அனைத்துத் திருமணங்களின் போதும் இரு வீட்டாரின் குடும்பத்துக்கும் வரி விதிப்பதாகத் தீர்மானித்தனர்.[47] இதுபோன்ற ஏற்பாடுகள் பல முறை பதிவு செய்யப்பட்டுள்ளன. வரி விதிக்கப்படக்கூடிய பொருட்கள் பின்வருமாறு ; ஆடைகள், மிளகு, பாக்கு, நூல், உப்பு, தானியங்கள், குதிரைகள். இது நாடுகளுக்கிடையே பல்வேறுவிதமான பொருட்கள் வர்த்தகம் செய்யப்பட்ட தன்மையைக் காட்டுகிறது.[48]

பன்னிரண்டாம் நூற்றாண்டுக்குப் பிறகு, நகரங்கள் வர்த்தகக் குழுக்களோடு உள்ளூரில் விற்பனையாகும் பொருட்களுக்கும், அவ்வூர் மூலமாகக் கொண்டு செல்லப்படும் பொருட்களும் வரி செலுத்து வதற்கான ஒப்பந்தங்களைச் செய்துகொண்டது.[49] பன்னிரண்டாம் நூற்றாண்டிலிருந்து வர்த்தகக் குழுக்கள் வளர்ச்சியடைந்து வந்ததை இதுபோன்று நகரங்கள் அவர்களோடு செய்துகொண்ட ஒப்பந்தங்கள் குறிக்கின்றன. இரு நிறுவனங்களின் நிலைமையும் மாற்ற மடைந்ததையும் இது காட்டுகிறது. இதன் காரணமாகவே பதினாறாம் நூற்றாண்டுவரையிலும் நகரங்கள் தொடர்ந்து செயல்பட்டு வந்தன. மாறாக விவசாயத்தைச் சார்ந்திருந்த நாடு, சபா, ஊர் ஆகியவை விஜயநகரப் பேரரசின் காலத்தில் மறைந்துவிட்டன.

1521இல் பல்வேறு நகரங்களைச் சேர்ந்த நகரத்தார்களும் வர்த்தகக் குழுக்களின் தலைவர்களும், செங்கல்பட்டு மாவட்டத்தில்

நாகலாபுரத்தில் உள்ள கோவிலில் இரு வளாகங்கள் அமைப்பது என்றும் அதற்காக ஒவ்வொரு வீட்டிலிருந்தும் வரி வசூலிப்பது என்றும், ஆடைகளுக்கும் பழவேற்காடு மற்றும் பிற கடற்கரை நகர்களிலிருந்து ஏற்றுமதி செய்யப்பட்ட மற்ற பொருட்களுக்கும் சுங்கம் வசூலிப்பது என்று முடிவெடுத்தனர்.[50] சித்தூர் மாவட்டத்தில் உள்ள காளஹஸ்தியில் உள்ள இதற்குப் பின் காலத்திய கல்வெட்டு ஒன்றிலும் நகரம் குறிப்பிடப்பட்டுள்ளது.[51] இவை இரண்டாம் நகரம் உயிர்ப்புடன், அத்தியாவசியமான அமைப்பாக இருந்ததைக் காட்டுகின்றன.

வணிகர்களும் வணிகக்குழுக்களும்

தனி வணிகர்கள்

நகரம் போன்ற பெரிய நிர்வாக சபைகளில் உறுப்பினர்களாக இருந்ததைத்தவிர, அப்போது நிலவிய, குழு நிறுவனங்களை விரும்பிய பொருளாதார மற்றும் சமூகச் சூழலில் தனிப்பட்ட வர்த்தகர்களும் முக்கியப் பங்காற்றினார். கோவில்களுக்கு தனிப்பட்ட முறையில் அவர்கள் நன்கொடையளித்தனர். அதேசமயம் கூட்டு அடையாளத்தையும் வெளிப்படுத்தும்விதமாக நகரத்தின் உறுப்பினர்கள் என்பதையும் அவர்கள் பதிவுசெய்துகொண்டனர்.[52]

நகரத்தின் அனுமதியுடனேயே இந்த நன்கொடை வழங்கப்படுகிறது என்பதைத் தெரிவிக்கும்விதமாகக்கூட அது இருந்திருக்கலாம். பொருளாதார ரீதியில் வர்த்தகம் அவர்களின் முக்கிய நடவடிக்கையாக இருந்தபோதும்கூட, நிலங்களை வாங்குவது, விற்பது, நன்கொடையாக அளிப்பது, விளைநிலமாக மாற்றுவது போன்ற நில சம்பந்தமான நடவடிக்கைகளையும் அவர்கள் செய்து வந்தனர். இது நாம் ஏற்கெனவே பார்த்ததுபோல், தொடர்ச்சியான கிராம-நகரப் பொருளாதார அமைப்பைக் காட்டுகிறது.

இந்தப் பிரதேசம் முழுவதையும் எடுத்துக்கொண்டால், ஒன்பது மற்றும் பதின்மூன்றாம் நூற்றாண்டுகளுக்கு இடையில் தனி வணிகர்கள் மற்ற எல்லோரையும்விட அதிகமாக கோவில்களுக்கு நன்கொடை அளித்திருந்தனர். சுமார் 56 சதவிகிதம் கொடை அவர்களிடமிருந்துதான் வந்தது. கோவில் நிதிகளைக் கடனாகப் பெறுவதில் அவர்கள் வகித்தது மிகச் சிறிய பங்குதான்.[53] பெரும்பாலான வணிகர்கள், இரண்டு அல்லது மூன்று கழஞ்சுகள் என்று சிறு அளவிலேயே நன்கொடை அளித்தனர். ஆனாலும் பெருமளவில் நன்கொடை அளித்த சில வணிகர்களும் இருந்தனர். பத்தாம், பதினான்காம் நூற்றாண்டுகளில் பத்து கழஞ்சு என்பதுகூடப் பெரிய நன்கொடையாகும்.

இரண்டு மிகப் பெரிய கொடைகளை இங்கு பார்ப்போம். பத்தாம் நூற்றாண்டில் சகோதரர்களான இரு வணிகர்கள் 20.5 வேலி 1 மா அளவுள்ள நிலத்தை, 100 நபர்களுக்கு அன்னதானம் செய்வதற்காக கோவிலுக்கு நன்கொடையாக அளித்தனர். தவிர அவர்கள் சபாவிடமிருந்து வாங்கிய நிலத்தை விளைநிலமாக மாற்றுவதற்கு 300 கழஞ்சு பொன்னைக் கட்டணமாகச் செலுத்தினர்.[54] இரண்டாவதாக, பதினொன்றாம் நூற்றாண்டில், ஸ்ரீரங்கத்திலிருந்த வணிகர் ஒருவர், பழ மரங்களோடு கூடிய இரண்டு வேலி நிலத்தையும், ஒரு கிணற்றையும் 20000 காசுகளுக்கு வாங்கி, அங்கே நந்தவனம் அமைத்து அதிலிருந்து ஒன்பது மாலைகளை தினப்படி கோவிலுக்கு சமர்ப்பிப்பதற்காக அந்த நிலத்தைக் கொடையாக அளித்தார்.[55]

பொதுவாக, அதிகபட்ச நன்கொடைகள் 30லிருந்து 35 கழஞ்சு வரை இருக்கும். இதன் ஒப்பீட்டு விலைகளை நாம் பார்ப்பது இந்த நன்கொடைகளை மதிப்பிடுவதற்கான சரியான வழியாக இருக்கும். பதினொன்றாம் நூற்றாண்டில், ஒரு வேலி நிலத்திலிருந்து 100 அல்லது 102 கலம் நெல் உற்பத்தி செய்யப்பட்டது. 1 வேலி என்பது 2.67 ஹெக்டேர் அல்லது 6.4 ஏக்கர் ஆகும். கலத்துக்கு ஈடான சம அளவைத் தருவது கடினம். ஆனால் அது அதிகமான அளவுகளில் ஒன்று. 8 கலம் நெல் 1 காசுக்கு அல்லது அரைக் கழஞ்சுக்கு விற்கப்பட்டது. எனவே 1 வேலி உற்பத்தி செய்வது 12.5 முதல் 12.75 காசு ; 30 கழஞ்சு நன்கொடை என்பது 4.5 வேலி அல்லது 11.5 ஹெக்டேர் நிலத்திலிருந்து வரும் உற்பத்திக்குச் சமம்.

பன்னிரண்டாம் நூற்றாண்டுக்குப் பிறகு, பெரிய நன்கொடைகளின் அளவு குறிப்பிடும்படியாக உயர்ந்து அதன் அளவு 70லிருந்து 80 கழஞ்சாக மாற்றமடைந்தது. 1000 காசுகளுக்கும் அதிகமாக இரண்டு நன்கொடைகள் வழங்கப்பட்டன,[56] தவிர ஒரே சமயத்தில் அதிக அளவு பொன்னையும் வெள்ளியையும் (57 கழஞ்சுப் பொன், 85 கழஞ்சு வெள்ளி) நன்கொடையாக ஒரு வணிகர் வேதாரண்யம் கோவிலுக்கு அளித்திருக்கிறார்.[57] இப்படி நன்கொடைகளின் அளவு அதிகரித்தது, அந்தப் பகுதியில் பன்னிரண்டாம் நூற்றாண்டில் அதற்கு முந்தைய இரண்டு நூற்றாண்டுகளைவிட வர்த்தக, பொருளாதார நடவடிக்கைகள் அதிகரித்ததைக் காட்டுகிறது.

பல வணிகர்கள் அதிக அளவில் நன்கொடை கொடுத்தது, அவர்கள் வர்த்தகத்தில் அதிக லாபம் ஈட்டியிருக்கலாம் என்றும் அவர்கள் மற்ற வணிகர்களை விட அதிக அளவு வர்த்தகத்தில் ஈடுபட்டிருக்கலாம் என்றும் ஊகிக்க வைக்கிறது. வணிகர்களின் சமூகத்தில் அந்தஸ்து சார்ந்த பிரிவினைகள் தோன்ற ஆரம்பித்துச் சிறு வணிகர்களைப் பெரு வணிகர்களிடமிருந்து தனியாக அடையாளம் காண்பித்தது.

பல ஊர்களுக்குச் சென்று வர்த்தகம் செய்யும் வணிகர்கள், தங்கள் வீடுகளுக்கு தொலைவில் இருக்கும் கோவில்களுக்குக்கூட நன்கொடை அளித்த குறிப்புகள் கல்வெட்டுகளில் உள்ளன. இது தனிப்பட்ட வணிகர்கள் அதிக அளவில் நில வழி வர்த்தகத்தை மேற்கொண்டார்கள் என்பதையும் சுட்டுகிறது. இந்த வகை வர்த்தகர்கள் தமிழகமெங்குமிருந்து வந்தாலும், அதில் குறிப்பிடத்தக்க அளவு மலைமண்டலம் என்று அழைக்கப்பட்ட கேரளா மலைப் பகுதியிலிருந்து வந்து பல இடங்களுக்குச் சென்று தங்கள் வர்த்தகத்தை நடத்தினார்கள். மேலைப் பகுதி முக்கியப் பொருட்களான மிளகையும் பாக்கையும் உற்பத்தி செய்தது. குதிரைச் செட்டி என்று அழைக்கப்பட்ட வர்த்தகர்கள், மேற்குக் கடற்கரை துறைமுகங்களில் இறக்குமதி செய்யப்பட குதிரைகளை இங்கு வந்து விற்பனை செய்தனர். கைவர நாடு என்ற கர்நாடகா, காஷ்மீரதேசம் போன்ற மற்ற பகுதி வணிகர்களைப் பற்றியும் குறிப்புகள் காணப்படுகின்றன.[58]

வணிகர்கள் தங்களுக்குக் கிடைத்த லாபத்தைத் தொழிலில் மீண்டும் முதலீடு செய்யாமல், கோவில்களுக்கு நன்கொடையாக அளிக்க என்ன காரணம்? இதற்கான காரணங்கள் வெளிப்படையாகக் கூறப்படாத தால், இந்தக் கேள்விக்கு ஊகத்தின் அடிப்படையில்தான் பதிலளிக்க முடியும். புண்ணியம் தேடுவதற்காகவே இத்தகைய நன்கொடைகள் வழங்கப்பட்டன என்பது பொதுவாகக் கூறப்படும் காரணம். ஆனால், இதைத்தவிர சமூகத்தில் நல்ல மதிப்பைப் பெறவேண்டும் என்ற தேவையும் வணிகர்களுக்கு இருந்தது. அதிக லாபத்தை ஈட்டும் வணிகர்கள் சந்தேகத்துடனேயே பார்க்கப்பட்டனர்.

இதுபோன்ற நன்கொடைகளை அளிப்பதால், வெறுப்பும் பகைமையும் நீங்கும் என்பதாலும் சமூகப் பிரச்சனைகளைத் தீர்க்க உதவி செய்வதால் அந்தச் சமூகத்தின் ஆதரவைப் பெறலாம் என்பதாலும் இந்தக் கொடைகள் தரப்பட்டன. சமூக ஏற்பு என்பது நன்கொடைகளால் ஏற்படும் ஆதாயமாக இருந்தது. வெளியூரைச் சேர்ந்த வணிகர் களுக்கோ, அவர்களின் வேர் இல்லாத அந்தப் பகுதியில் நன்கொடைகள் அவர்களுக்கு ஓர் அடையாளத்தை அளித்தது. நன்கொடைகள் சொந்த ஊரையும் தாண்டி அவர்களுக்கு மதிப்பையும் மரியாதையையும் அளித்தன.

வணிகக்குழுக்கள்

நீண்ட தூர, வெளிநாட்டு வர்த்தகத்தில் ஈடுபட்டிருந்த வணிகர்கள் குழுக்கள் அமைத்து வர்த்தகம் செய்து வந்தனர். இது தென்னிந்தியா முழுவதும் வழக்கத்தில் இருந்தது. இங்கே குழு என்பது பொதுவான

சொல்லாக உபயோகிக்கப்படுகிறது. ஐரோப்பியக் குழுக்களைப்போல் அல்லாமல், தென்னிந்திய குழுக்களில் சாசனங்களோ, சட்டங்களோ, விதிமுறைகளோ இல்லை. அவற்றில் உறுப்பினராவதற்குக் கடுமையான நிபந்தனைகளும் இல்லை. ஒரு வடிவமற்ற அமைப்பும், பல்வேறு பெயர்களை அவர்கள் சூட்டிக்கொண்டதும் இந்தக் குழுக்களின் கட்டமைப்பைப் பற்றியும் அவர்கள் செயல்பாடுகளைப் பற்றியும் பல பிரச்னைகளை எழுப்புகின்றன. மணிகிராமம் மற்றும் ஐநூற்றுவர் என்று குறிக்கப்படும் திசை ஆயிரத்து ஐநூற்றுவர் ஆகிய இரு குழுக்களைப் பற்றிப் பெரும்பாலும் கல்வெட்டுகள் குறிக்கின்றன.

ஒன்பது அல்லது பத்தாம் நூற்றாண்டைச் சேர்ந்த கேரளாவில் உள்ள கல்வெட்டு ஒன்று, மணிகிராமம் என்ற குழுவைப்பற்றிக் குறிப்பது, வணிகக் குழுக்களைப் பற்றி நமக்குக் கிடைக்கும் ஆகப் பழமையான குறிப்பாகும். இது மேற்குக் கடற்கரைக்கும் மேற்கு ஆசியாவுக்கும் உள்ள நீண்ட கால வர்த்தகத் தொடர்பை எடுத்துக்காட்டுகிறது.[59] தாய்லாந்தில் உள்ள தகோ பா என்ற இடத்திலிருக்கும் ஒன்பதாம் நூற்றாண்டு கல்வெட்டிலும் கிடைக்கும் இந்தக் குழுவைப் பற்றிய குறிப்பு, தென்கிழக்கு ஆசியாவிலும் இவர்கள் வர்த்தகம் மேற்கொண்டதைக் காட்டுகிறது.

தமிழகத்தில், மணிகிராமம் குழு, புதுக்கோட்டை மாவட்டத்தில் உள்ள கொடும்பாளூரைச் சேர்ந்ததாக அறியப்படுகிறது. கொடும்பாளூர் அரசர்கள் சோழர்களுடன் நெருங்கிய தொடர்புடையவர்கள், அவர்களுடன் மண உறவு ஏற்படுத்திக் கொண்டவர்கள். புதுக்கோட்டை தமிழகத்தின் வடக்கிலும் வட மேற்கிலும் உள்ள நகரங்களைத் தெற்கிலுள்ள துறைமுகங்களுடன் இணைக்கும் பாதையில் கேந்திர மான இடத்தில் உள்ளது. எனவே இது வணிகக் குழு ஒன்றின் அடித்தளமாக இருந்ததில் வியப்பில்லை.

தமிழகத்தின் மூலைகளில் இருக்கும் நகரங்களிலும், கிட்டத்தட்ட 400 வருடங்களாகப் பத்தாம் நூற்றாண்டின் முதல் பகுதியிலிருந்து 1300 வரையான கால கட்டத்தில் மணிகிராமம் குழு குறிப்பிடப் பட்டிருக்கிறது. இது போன்ற நிறுவனங்கள் தமிழகத்தில் நீண்ட காலம் நிலைத்திருப்பதை அது காட்டுகிறது. கிட்டத்தட்ட எல்லா நிகழ்விலும், ஒரு தனிப்பட்ட வணிகர் உள்ளூர் கோவிலுக்கு அளித்த நன்கொடை குறிப்பிடப்படுகிறது. குழுவைப் பற்றிய ஒரே குறிப்பு 1300ஆம் ஆண்டைச் சேர்ந்த, பிரபலமான பிரான்மலைக் கல்வெட்டில் உள்ளது. அதில், கொடும்பாளூர் மணிகிராமம், ஐநூற்றுவரின் ஒரு பிரிவாகக் குறிப்பிடப்பட்டுள்ளது.

கொடும்பாளூர் மணிகிராமத்தின் உறுப்பினராக இருக்கும் தனி வணிகர்கள் சேலம், இராமநாதபுரம் அருகே உள்ள சிவபுரி, மதுரை அருகே உள்ள நத்தம் என்று தமிழகத்தின் பல இடங்களிலும் உள்ள கோவில்களுக்கு 1000ஆம் ஆண்டுமுதல் 1200ஆம் ஆண்டுவரை நன்கொடை அளித்திருக்கின்றனர்.[60] இவர்கள் நில வழியாக நாட்டின் பல பகுதிகளுக்கும் சென்று வர்த்தகம் செய்பவர்கள் என்று இதிலிருந்து தெரிகிறது. மேலும் சில குறிப்புகளில், உறையூர், தில்லைஸ்தானம் ஆகிய இடங்களில் உள்ள வணிகர்கள் தங்களை உள்ளூர் மணிகிராமம் குழு உறுப்பினர்களாகக் கூறிக்கொள்கின்றனர்.[61] இவ்வாறு உள்ளூரிலும் செயல்படுவதாக இந்தக் குழுக்களைப் பற்றிய குறிப்புகள் இருப்பது, அவை ஒரு தாய் குழுவின் கீழ் பல உள்ளூர்க் குழுக்கள் செயல்பட அனுமதித்த அமைப்பைக் கொண்டிருந்தன என்பதைக் காட்டுகிறது. இதில் கவனிக்கவேண்டிய இன்னொரு விஷயம், உள்ளூர் மணிகிராமத்தைப் பற்றிய குறிப்புகள் 1000ஆம் ஆண்டுக்கு முன்னால்தான் கிடைக்கின்றன. அதேசமயம் கொடும்பாளூர் மணிகிராமம் 1300ஆம் ஆண்டுவரை செயல்பட்டிருந்தது.

இதுபோன்று சிறு குழுக்களின் தொடர்பு எதற்காக இருந்தது? நன்கு அறியப்பட்ட தாய் குழுவில் அங்கம் வகிக்கும் வணிகர்களுக்கு ஒரு அடையாளத்தைக் கொடுப்பதாக அது இருக்கலாம். ஆனால் இந்தக் குழுக்கள், உள்ளூர் குழுக்களோடும் நகரத்தோடும் எவ்வாறு செயல் பட்டன என்ற கேள்விக்கு விடை தெரியவில்லை. பத்தாம் நூற்றாண்டுக்குப் பிறகு, இந்தக் குழு வெளிநாட்டு வர்த்தகத்தில் பங்கு பெற்றதாகக் குறிப்புகள் இல்லை. எனவே நீண்ட தூர, பிரதேசத்துக்கு உள்ளாகவும் வெளியேயும் செயல்பட்ட மணிகிராமம், கடல் கடந்த வெளிநாட்டு வர்த்தகத்தில் பங்கேற்கவில்லை என்று அனுமானிக் கலாம். அது அளவில் பெரிய, நான்கு அறியப்பட்ட ஐநூற்றுவர் குழுவால் வலிமை இழந்திருக்கலாம்.

ஐநூற்றுவர்

நன்கு செயல்பட்ட, ஆதிக்கம் செலுத்திய வணிகக் குழுவாக ஐநூற்றுவர் குழு இருந்தது. அதைப் பற்றிய குறிப்பு முதலில் 800ஆம் ஆண்டைச் சேர்ந்த கர்நாடகாவில் உள்ள ஐஹோல் என்னும் ஊரில் உள்ள இரண்டு கல்வெட்டுகளில் காணப்படுகிறது. தமிழகத்தில் இந்தக் குழுவைப் பற்றிய ஆகப் பழைய குறிப்பு, புதுக்கோட்டை மாவட்டத்தில் உள்ள 927ம் ஆண்டுக் கல்வெட்டில் உள்ளது. தவிர ராமநாதபுரம் மாவட்டத்தில் உள்ள கல்வெட்டு ஒன்றிலும் இந்தக் குழு இடம்பெற்றுள்ளது.[62] புதுக்கோட்டைக் கல்வெட்டு, இந்தக் குழுவை, திசை ஆயிரத்து ஐநூற்றுவர் என்று குறிப்பிடுகிறது. ஆயிரம்

திசைகளிலும் சென்று வணிகம் செய்பவர்கள் என்பதை உயர்வு நவிற்சியாகக் குறிப்பிடும் ஆயிரவர் என்ற சொல்லின் பொருள் புரிந்தாலும், ஐநூற்றுவர் என்ற சொல்லின் முக்கியத்துவம் இன்னும் தெளிவாகத் தெரியவில்லை.

அந்தக் குழு தங்களிடம் பஞ்ச தச வீரசாசனம் அதாவது ஐநூறு சாசனங்கள் இருப்பதாகப் புகழ்ந்து கூறிக்கொள்வதால் அவர்களுக்கு அந்தப் பெயர் வந்திருக்கலாம். அவர்கள் வர்த்தகர்களின் அறத்தையும் பின்பற்றுவதாகக் கூறிக்கொண்டனர். ஒன்பதாம் நூற்றாண்டில் காணப்படும் வணிகர்களின் குழுக்களைப் பற்றிய குறிப்புகளில் இரண்டு 1700 நபர்கள் கொண்ட குழுவைப் பற்றியும், மூன்றாவது ஏழு திசைகளைக் கொண்ட ஆயிரவர் என்ற குழுவைப் பற்றியும் குறிக்கிறது.[63] இவை ஐநூற்றுவர்களுக்கு முன்னோடியாக இருந்தனவா? இந்தக் குழுக்கள் எண்களின் பெயர்களில் தங்களை அழைத்துக்கொண்டதில் உள்ள ஒற்றுமை ஆச்சரியமான விஷயம்.

தமிழகத்தின் ஐநூற்றுவருக்கு அடித்தளமாக ஐஹோல் இருந்தது என்று கூறப்படுகிறது. தமிழ்க்கல்வெட்டுகளும் இவர்களைப் பற்றிப் புகழும்போது, இதன் உறுப்பினர்கள் வாசுதேவர், கண்டலி, மூலபத்ரா மற்றும் பரமேஸ்வரி ஆகிய 'ஐயபொலில்' அல்லது 'ஐயவோலைச்' சேர்ந்த (ஐஹோலின் தமிழ்ப்பெயர்கள்) கடவுளின் குழந்தைகள் என்று குறிப்பிடுகின்றன. இந்தக் குழு தான் ஐஹோலில் தோன்றியதை ஏற்றுக் கொள்கிறது. இருப்பினும், இந்தத் தொடர்பு பலரால் கேள்விக் குள்ளாக்கப்பட்டது.

ஐஹோலில் உள்ள இரு கல்வெட்டுகளும் வேதங்களைக் கற்ற பிராமணர்களைப் பற்றிக் குறிப்பிடுகிறதே தவிர, வணிகர்களை அல்ல. பின்னாளில், பத்தாம் நூற்றாண்டுக்குப் பிறகு, ஐநூற்றுவரைப் பற்றிய எல்லாக் கல்வெட்டுகளும் தமிழகத்தில் உள்ளன. கர்நாடகாவில் உள்ள இவர்களைப் பற்றிய கல்வெட்டுகளின் எண்ணிக்கை பதினான்காம் நூற்றாண்டிலிருந்து அதிகரிக்கத் தொடங்குகிறது. இருந்தாலும், அந்த நூற்றாண்டின் முற்பகுதியில் சோழர் ஆட்சியின் கீழ் இருந்த மைசூரில் உள்ள மூன்று கல்வெட்டுகள் மட்டுமே இவர்களைப் பற்றிப் பேசுகின்றன.[64] சோழர்களின் மைசூர் படையெடுப்பின் நோக்கமே, இந்த வணிகர்கள் வடக்கிலும் மேற்கிலும் சென்று வர்த்தகம் செய்வதற்கான முக்கிய வர்த்தகப் பாதையைக் கட்டுப்படுத்துவதுதான்.[65]

ஐநூற்றுவர் தென்னிந்தியாவிலும், இலங்கையிலும் செயல்பட்டதைப் பற்றிப் பரவலாகக் காணப்படும் கல்வெட்டுகள் தெரிவிக்கின்றன. இருந்தாலும் 1100க்குப் பிறகே அவர்கள் கர்நாடகாவிலும் தமிழகத்திலும் அதிகமாகச் செயல்பட ஆரம்பித்தனர். தமிழகத்தில்

உள்ள கல்வெட்டுகளின் அதிக பட்ச எண்ணிக்கை பதின்மூன்றாம் நூற்றாண்டின் நாற்பத்து ஆறு கல்வெட்டுகளும், பத்தாம் நூற்றாண்டின் இருபத்து நான்கும் ஆகும். பத்தாம், பதின்மூன்றாம் நூற்றாண்டுக்கு இடையேயான காலகட்டத்தில்தான் ஐநூற்றுவரின் அதிகபட்சச் செயல்பாடு இருந்தது. 1300க்குப் பிறகு அது குறையத் தொடங்கியது.[66]

ஐநூற்றுவர் அவர்களைப் பல்வேறு விருதுப்பெயர்களால் அழைத்துக் கொண்டனர். அடிக்கடி பயன்படுத்தப்படும் சொல் நானாதேசி. இதைத் தவிர பதினெண் விஷயம்/விஷயத்தார், அதாவது பதினெட்டு பிரதேசங்களைச் சேர்ந்தவர் மற்றும் பதினெண் பூமி, பதினெட்டு நாடுகளைச் சேர்ந்தோர்; இது போன்ற விருதுப் பெயர்களை அவர்கள் சூட்டிக்கொண்ட காரணம் தெரியவில்லை. இந்தப் பெயர்கள் அனைத்தும் ஐநூற்றுவரைக் குறிப்பிடுவனவையே.[67]

மற்ற வர்த்தகக் குழுக்களும் இந்தப் பகுதியில் செயல்பட்டன, வலஞ்சியர், அஞ்சுவண்ணம் மற்றும் சித்திரமேலி பெரியநாடு ஆகியவை அவை. கடைசியாகக் குறிப்பிடப்பட்ட குழு விவசாயப் பொருட்களை வர்த்தகம் செய்யும் குழுவாகும். இது மண்வெட்டியையும் ஏரையும் அடையாளமாகப் பயன்படுத்தியது. அஞ்சுவண்ணம் என்பது மேற்குக் கரைப் பகுதியிலிருந்து தென்னிந்தியாவின் மற்ற கடற்கரைப் பகுதிகளில் பரவிய வெளிநாட்டு வர்த்தகக் குழுவாகும். இது முதலில் யூத வணிகர்களைக் குறிக்கப் பயன்பட்டது, பிறகு அரேபிய முஸ்லிம் வர்த்தகர்களை இது குறித்தது.[68] அஞ்சுவண்ணம் ஒரு முறை வலஞ்சியரோடும், மற்ற வெளிநாட்டு வர்த்தகர்களோடு இன்னொரு முறையும் சேர்ந்து வரிகளை உள்ளூர்க் கோவிலுக்குக் கொடையாக அளித்தது.[69]

இதன் காரணமாக அவர்களின் மதிப்பு உள்ளூர் சமூகத்தில் அதிகரித்திருக்கக்கூடும். இது அயல் நாட்டில் வெளிநாட்டு வணிகர்களின் நடவடிக்கைகளைப் பற்றிய புரிதலைத் தருகிறது. வீர வலஞ்சியர் என்று அழைக்கப்பட்ட வலஞ்சியர்கள், இலங்கையைச் சேர்ந்தவர்கள். வீர என்ற அடைமொழி அவர்கள் ஆயுதம் தாங்கிய வணிகர்களாக இருந்ததைக் குறிக்கலாம்.[70] ஐநூற்றுவர் இலங்கையிலும் செயல்பட்டதால், இரு நாடுகளுக்கும் இடையே வணிகர்கள் சுதந்தரமாகச் சென்று வந்தனர் என்று தெரிகிறது. வலஞ்சியர்களும் ஐநூற்றுவருடன் சேர்ந்து செயல்பட்டனர்.

பத்தாம் நூற்றாண்டையும் பதினொன்றாம் நூற்றாண்டையும் சேர்ந்த ஐந்து கல்வெட்டுகள் ஐநூற்றுவரின் குழுவில் உறுப்பினராக இருந்த தனிப்பட்ட வணிகர்களைப் பற்றிக் குறிப்பிடுகின்றன. இதில் பழமையானது 981ம் ஆண்டைச் சேர்ந்த கோனேரிராஜபுரத்தில் உள்ள

கல்வெட்டு. கோவில் விளக்குக்காக ஐநூற்றுவர் குழுவைச் சேர்ந்த ஒரு வணிகர் நிலத்தை நன்கொடையளித்த விவரத்தை அது தெரிவிக்கிறது. இரண்டாவது வேதாரண்யத்தில் உள்ள 1000ம் ஆண்டைச் சேர்ந்த கல்வெட்டு. இது ஒரு வணிகருக்காக ஐநூற்றுவர் அளித்த கொடையைப் பற்றிப் பேசுகிறது. அடுத்த மூன்று கல்வெட்டுகள் ஐநூற்றுவரின் பாதுகாப்பில் அளித்த கொடைகளைப் பற்றித் தெரிவிக்கிறது.[71]

இதில் நான்கு தஞ்சாவூர் பகுதியையும் ஐந்தாவது திருச்சியையும் சேர்ந்தது ஆகும். புதுக்கோட்டை வர்த்தகக் குழு நடவடிக்கைகளைப் பொறுத்தவரை கேந்திரமான இடத்தில் இருந்தது என்று அடிக்கடி கூறப்பட்டாலும், ஐநூற்றுவரைப் பற்றிய கல்வெட்டுகள் அதிகமாக சோழ நாட்டின் தஞ்சாவூர், திருச்சி ஆகிய பகுதிகளில்தான் காணப்படுகின்றன. இது குழு நடவடிக்கைகளின் ஆதாரப் புள்ளிகளாக அந்த ஊர்கள் இருந்ததைச் சுட்டுகிறது.[72]

ஐநூற்றுவரின் உறுப்பினர்கள் யார்? கல்வெட்டுகளில் குழுவின் புகழ்ச் சொற்களுக்கு அடுத்து அதன் உறுப்பினர்களின் பட்டியல் தரப்பட்டுள்ளது. பதினெட்டு நகரங்களையும், முப்பத்து இரண்டு கடற்கரை ஊர்களையும், அறுபத்து நான்கு கிராமங்களையும் சேர்ந்த வணிகர்கள், செட்டிகளும், கவரை என்ற வணிகர்களின் பிரிவும், காமுண்டஸ்வாமி என்ற நிலச்சுவான்தார்களின் தலைவர் ; கீழ்மட்டத்தில் பணிபுரிபவர்கள், கடைக்காரர்கள் என்று அனைவரும் இந்தக் குழுவின் உறுப்பினர்களாக இருந்தனர். பதின்மூன்றாம் நூற்றாண்டில் இந்தப் பட்டியல் பெரிதாகி, விவரிக்கப்பட்டதாக இருந்தது.

கல்வெட்டுகளில் குறிப்பிடப்பட்டுள்ள விவரங்களை வைத்து உறுப்பினர்களைப் பத்து வகையாகப் பிரிக்கலாம். பெரும் வணிகர்களின் குழு; நிலச்சுவான்தார்கள்; குறிப்பிட்ட பொருட்களில் வர்த்தகம் செய்யும் உள்ளூர் வணிகர்கள்; வணிகர்களைப் பாதுகாக்கும் வீரர்கள்; வெளிநாட்டு வணிகர்கள்; கடைக்காரர்கள்; கைவினைக் கலைஞர்களும் தொழிலாளிகளும்; எழுத்தர்களும் தூதர்களும்; பணியாட்கள் ஆகியோர் அவர்கள்.[73] இந்த வகையில் தனிப்பட்ட குழுக்களுக்கான தொண்ணூற்று ஐந்து மாறுபட்ட பெயர்கள் குறிப்பிடப்பட்டுள்ளன. கல்வெட்டுகளைப் பிரித்து ஆராய்வதில் உள்ள சிக்கல்களை இது காட்டுகிறது.

அதிகபட்சக் குறிப்புகள், 21 வீரர் குழுக்களைப் பற்றியும், 18 வீர வணிகர்களைப் பற்றியும் உள்ளன. 'நம்மக்கள்' என்று அவர்கள் குறிப்பிடப்படுவது, அவர்கள் சமூகத்தில் பெற்றிருந்த முக்கியத்து வத்தையும் நெருக்கத்தையும் காட்டுகிறது. வணிகர்களால் பணியில்

அமர்த்தப்பட்ட படைகளின் காரணமாக, பல ஊர்கள் எரிவீரபட்டினம் என்ற அந்தஸ்தை அடைந்தன. இந்தச் சொல் பலவிதமாகப் புரிந்து கொள்ளப்படலாம் என்றபோதிலும்,[74] அண்மையில் கண்டுபிடிக்கப் பட்ட மதுரை சமுத்திரப்பட்டியிலுள்ள 1050ம் ஆண்டுக் கல்வெட்டும் இலங்கையைச் சேர்ந்த கல்வெட்டுகளும் ஐநூற்றுவரின் எதிரிகளை எதிர்த்துப் போர் புரிந்த வீரக் கொடியார் போன்ற வீரர்களின் நினைவாக ஒரு ஊருக்கு எரிவீரபட்டினம் என்ற பெயர் அளிக்கப்பட்டது என்று தெரிவிக்கின்றன.[75]

அந்த ஊர்களுக்கு சில சலுகைகளும் நன்மைகளும் அளிக்கப்பட்டன. எரிவீரபட்டினம் என்ற ஊர்களைக் குறிக்கும் எல்லாக் கல்வெட்டுகளும் 1050க்கும் 1100க்கும் இடைப்பட்டவையாக இருந்தன. இந்த ஆயுத நடவடிக்கைகள் 1200க்குப் பிறகு ஏன் பதிவுசெய்யப்படவில்லை என்பது தெரியவில்லை. பாதுகாப்புக்கு அதன்பின் தேவை இருக்கவில்லையா அல்லது ஐநூற்றுவர் வலுவானவர்களாக மாறியதால் பாதுகாப்புக்காக வீரர்களை நியமிக்கும் தேவை அவர்களுக்கு இல்லையா?

பதின்மூன்றாம் நூற்றாண்டு செல்லச் செல்ல, ஐநூற்றுவரின் கலவை விரிவடைந்துகொண்டே வந்தது. 1300ம் ஆண்டைச் சேர்ந்த பிரபலமானதும், அச்சில் பல பக்கங்கள் பிடிக்கக்கூடியதுமான பிரான்மலைக் கல்வெட்டு 'பதினெட்டு பிரதேசங்கள் அல்லது நானா திசைகளிலுமுள்ள பதினெண் விஷயத்தார்' சபையில் அங்கம் வகிக்கும் குழுக்களின் முழுமையான பட்டியலைத் தருகிறது. இதில் ஐநூற்று வருடைய 'நான்கு பக்கமும் அறியப்பட்ட' பல சபைகளும், பல ஊர்களில் உள்ள கொடும்பாளூர் மணிகிரமத்தைச் சேர்ந்தவர்கள் உட்பட்ட நகரத்தாரும் இருந்தனர்.[76]

இதிலிருந்து கொடும்பாளூர் மணிகிராமம் உள்ளூர் வர்த்தகர்களின் சங்கமாக மாறிப்போனதை அறியலாம். ஐநூற்றுவரின் பல குழுக்கள், ராமநாதபுரத்துக்கு அருகிலுள்ள திருமலையில் காணப்படும் 1233-ம் ஆண்டுக் கல்வெட்டில் குறிப்பிடப்பட்டுள்ளன.[77] ஐநூற்றுவரின் எல்லா முடிவுகளும் ஒரு மனதாக அங்கு கூடியிருந்த உறுப்பினர்களால் எடுக்கப்பட்டதாகக் கூறப்படுகிறது. இப்படியாக இந்தக் குழு, வணிகர்களின் சங்கமாக இருந்து, பல்வேறு இடங்களையும் நகரங்களையும் சேர்ந்த பல்வேறு குழுக்கள் அடங்கிய பெரிய நிறுவனமாக உருவெடுத்தது.[78]

தங்கள் நிறுவனமும் நடவடிக்கைகளும் விரிவடைந்ததை அடுத்து, ஐநூற்றுவர் கோவில்களுடன் தங்களுக்கிருந்த தொடர்பால், தங்களை சுயபரிசோதனை செய்துகொண்டனர். அவர்களின் கல்வெட்டுகளில் காணப்படும் புகழுரைகளில், அவர்களின் நோக்கம் 'அறம் வளரக் கலி மெலிய' என்று குறிப்பிடப்பட்டுள்ளது. அதாவது மதத்தைப் பரப்பவும்,

கலியின் கொடுமைகளைக் குறைக்கவும் அவர்கள் அறத்துக்குட்பட்ட வகையில் தங்கள் நடவடிக்கைகளை மேற்கொண்டனர். கோவிலுக்கு வழங்கப்பட்ட கொடைகளே அந்த நடவடிக்கைகள் ஆகும். பதின்மூன்றாம் நூற்றாண்டில், அவர்களின் பாதுகாப்பில் பல கோவில்கள் வந்தன, அதனால் அந்தக் கோவில்களில் அவர்களுக்கு உரிமையும் இருந்தது.[79]

இந்த வாக்குறுதிகளை நிறைவேற்றவும், அவர்களது கடமைகளைப் பூர்த்தி செய்யவும், ஐநூற்றுவரின் முழுமையான சபை கூட்டப்பட்டு, வர்த்தகம் செய்த அனைத்துப் பொருட்களின் மீதான வரியை கோவில் களுக்கு வழங்கத் தீர்மானித்தனர். தனிப்பட்ட வணிகர்களும், நிர்வாகக் குழுக்களும், ஏன் ஐநூற்றுவரும் சோழர்கள் ஆட்சிக்காலத்தில் தொடர்ந்து நன்கொடை அளித்து வந்தாலும், பன்னிரண்டு, பதின்மூன்றாம் நூற்றாண்டில், சோழப்பேரரசு வீழ்ச்சியடைய ஆரம்பித்தபோது அவை பெரும் மாற்றத்தைச் சந்தித்தன.

குழுக்களின் சபை, பல்வேறு நகரங்களிலிருந்து இறக்குமதி மற்றும் ஏற்றுமதி செய்யப்பட்ட பொருட்களின் மீதும், அந்தப் பகுதிகளின் ஊடே செல்லும் பொருட்களின் மீதும் சுங்கம் மற்றும் வரிகளை விதித்தது. இந்தக் கல்வெட்டுகள் அரசரின் பெயரைக்கூடக் குறிப்பிடாதது இவற்றின் தன்னாட்சியையும் அரசு இயந்திரத்திட மிருந்து எந்த அளவு விலகி இருந்தது என்பதையும் காட்டுகிறது. அரசியலின் தாக்கத்தைத் தவிர, வரிகளின் விவரங்கள், வர்த்தகம் செய்யப்பட்ட பொருட்களின் வீச்சையும் வர்த்தகத்தின் அளவையும் காட்டுகின்றன. இந்த வரிகள் மகமை அல்லது மகன்மை என்ற பெயரில் ஆரம்பகால நூற்றாண்டுகளிலும் பட்டணப் பகடி என்று பின்னர் வந்த ஆண்டுகளிலும் குறிக்கப்பட்டன; பட்டணப் பகடி என்பதற்கு நகரின் பங்களிப்பு என்று பொருள்.[80]

பொருட்கள் தலைச்சுமையாகவும் சிறிய அல்லது பெரிய சாக்குகளில் வண்டிகளில் நிரப்பிக்கொண்டு செல்லப்பட்டும் போக்குவரவு செய்யப்பட்டு, அதற்கேற்ப வரி விதிக்கப்பட்டது. சிறிய மட்டும் பெரிய படகுகளும் அவற்றைக் கொண்டு செல்லப் பயன்படுத்தப் பட்டன. இவ்வாறு, உள்நாட்டு நிலவழிகள் மூலமாகவும், நீர் வழிகள் மூலமாகவும் போக்குவரத்து நடந்தது. நீளமாகவும், முழுமையாகவும் உள்ள பிரான்மலைக் கல்வெட்டு அளிக்கும் வர்த்தகம் செய்யப்பட்ட பொருட்களின் பட்டியல், வண்டிகள், சாக்கு, தலைச்சுமை ஆகியவற்றில் கொண்டுசெல்லப்பட்ட பொருட்களின் எடையைப் பொறுத்து அவற்றுக்கு விதிக்கப்பட்ட வரிவிகிதங்களைத் தருகிறது. இதில் குறிப்பிடப்பட்டுள்ள விவசாய, இதர பொருட்களின் பட்டியல்; அரிசி, நெல், பல்வகைப் பருப்புகள், உப்பு; வணிகப் பயிர்கள்: ஆமணக்கு, பாக்கு, மிளகு, மஞ்சள், சுக்கு, வெங்காயம், கடுகு, சீரகம்,

திரிபலா (கடுக்காய், நெல்லி, தான்றி), பருத்தி மற்றும் எள்; உற்பத்தி செய்யப்பட்ட பொருட்கள்: நூல், சொரசொரப்பான ஆடைகள், மெல்லிய துணிகள், பட்டுத் துணிகள்; வனப்பொருட்களும் வாசனைப் பொருட்களும்: மெழுகு, தேன், சந்தனம், அகில், பன்னீர், கற்பூரம்; விலங்குகள் : ஆடு, குதிரை, யானைகள்; இரும்பு. இவற்றில் பல அத்தியாவசியப் பொருட்களாக, தினசரித் தேவை உள்ளதாக இருப்பதால் உள்ளூர் சந்தைகளிலும் நகரங்களிலும் வர்த்தகம் செய்யப்பட்டன.

ஆனால், உப்பு, மிளகு போன்ற தினசரி பயன்படுத்தும் பொருட்களும் நீண்ட தூர வர்த்தகத்தில் - உப்பு கடற்கரையோரத்திலிருந்து உள்நாட்டுச் சந்தைகளிலும், மிளகு கேரளத்திலிருந்து தமிழகம் கொண்டுவரப்பட்டும் விற்பனை செய்யப்பட்டன. இந்தப் பட்டியலிலிருந்து ஆடைகள் உற்பத்தியின் உள் இணைப்புகளை உணர்ந்து கொள்ளலாம்: பருத்தியிலிருந்து நூலாக (பெரும்பாலும் பெண்களே நூல் நூற்கும் தொழிலைச் செய்தனர்), பின் ஆடையாகக் குறிப்பிட்ட சமூகத்தைச் சேர்ந்த நெசவாளிகளால் நெய்யப்பட்டு வர்த்தகர்களால் ஆடைகள் விற்பனை செய்யப்பட்டன.

அதிக மதிப்புள்ள, ஆடம்பரப் பொருட்களான கஸ்தூரி, சங்கு, தந்தம், ரத்தினங்கள், பவழம், முத்து, தாமிரம் மற்றும் பித்தளை போன்ற உலோகங்கள் ஆகியவையும் வர்த்தகம் செய்யப்பட்டன. ஒட்டு மொத்தமாகப் பார்க்கும்போது, பல நூற்றாண்டுகளாக உள்நாட்டிலும், நாடுகளுக்கிடையேயும், கடல் கடந்தும் பெரும் வளர்ச்சியடைந்த வர்த்தகத்தையே இது சுட்டுகிறது. கடல்கடந்த வர்த்தகம் விரிவடைந்ததற்கான எடுத்துக்காட்டாக, கிழக்குக் கடற்கரைத் துறைமுகங்களில் கண்டெடுக்கப்பட்ட சீன பீங்கான் மண் ஓடுகள் உள்ளன. இது ஒன்பதாம் நூற்றாண்டிலிருந்து சீராக வளர்ந்துவந்த வர்த்தகத்தின் அடையாளமாகும்.[81]

முடிவாக...

இடைக்காலத்தில் கோவில்கள் அளித்த ஒத்திசைவு, வர்த்தகமும் வணிகக் குழுக்களும் வளர்ச்சியடைவதற்கான முக்கியக் காரணியாக இருந்தது. தனி வணிகர்களும் பெரிய குழுக்களும் ஒரு பெரிய நிறுவனமாகவும் பொது உடமையாகவும் கோவிலைக் கண்டனர். அது அவர்களைச் சமூகத்தோடு இணைத்து அவர்களின் வர்த்தக நடவடிக்கைகளுக்கு அங்கீகாரத்தையும் அளித்தது. இது ஒருபுறமிருக்க, வணிகர்களின் நிர்வாக சபைகளான நகரமும் வணிகக் குழுக்களும் ஆற்றிய பங்கு என்ன என்பதைப் பற்றியும் கேள்விகள் எழுகின்றன. தனி வணிகர்கள் கோவிலிலிருந்து கடன் வாங்கும்போதோ நன்கொடை அளிக்க ஒப்புக்கொள்ளும்போதோ வணிகக் குழுக்களின் தலையீடு

தேவைப்பட்ட காரணத்தால், இந்தக் குழுக்கள் உத்தரவாதத்தை அளிப்பவர்களாக மட்டுமின்றி, தகராறுகளைத் தீர்த்துவைக்கும் நடுவர்களாகவும் செயல்பட்டனர் என்பது புரிந்துகொள்ளக்கூடியதே.

நகரம் அல்லது உள்ளூர் சபை உள்ளூர் வணிகர்களுக்கிடையேயான ஒப்பந்த நிபந்தனைகளைப் பார்த்துக்கொள்ளும்போது, வணிகக் குழுக்கள் பல இடங்களுக்குச் சென்று வர்த்தகம் செய்யும் வணிகர்களுக் கிடையேயான தகராறுகளில் தலையிட்டுச் சமரசம் செய்து வந்தது.

சோழர்களின் ஆட்சிக்காலம் வலிமை குன்றிவந்த நிலையில், பதிமூன்றாம் நூற்றாண்டுக்குப் பிறகு வளர்ச்சியடைந்த வர்த்தகம் ஒரு புதிராகத் தோன்றலாம். ஏனெனில் அரசியல் நிலைத்தன்மையும், வலுவான அரசும் பொருளாதார, வர்த்தகச் செழிப்புக்குத் தேவையான முன்நிபந்தனைகள். பொதுவாக, அதிகமாக வரிவிதிப்பதும், வணிகர்களைக் கொடுமைப்படுத்துவதும் அரசியல் நிலைத்தன்மையில்லாத காலங்களில் நடப்பவை; ஆனால், இது நீண்ட கால நோக்கில் தன்னைத் தானே தோற் கடித்துக்கொள்வதற்குச் சமம். எனவே, ஆட்சியாளர்கள், சிற்றரசர்களாக இருந்தாலும் கூட வர்த்தகத்தை வளர்ப்பதில் ஆர்வம் காட்டினர்.

இதைப் பொறுத்தவரையில், குண்டூர் மாவட்டத்தில் உள்ள பபட்லா மோட்டுப்பள்ளியில் 1358ம் ஆண்டு அதன் தலைவர் செய்த அறிவிப்பு முக்கியமானது. அந்த நகரத்தில் வணிகர்களும் நானாதேசிகளும் சுதந்தரமாகப் பயணம் செய்யவும், அவர்கள் விருப்பம்போல் பொருட் களை விற்பனை செய்யவும் அனுமதியளித்தார்; பொன், வெள்ளி, ஏற்றுமதிக்கான சந்தனம் ஆகியவற்றின் வரிகளும் மற்ற சில வரிகளும் குறைக்கப்பட்டன. அந்த நகரம் வர்த்தகத்துக்கான சரணாலயமாக அறிவிக்கப்பட்டது.[82]

வணிகர்களின் சங்கங்களான நகரம், வணிகக் குழுக்கள் போன்ற நிர்வாக அமைப்புகள் வலிமையடைந்தது நாடு வலிமை குன்றியபோது அதனால் ஏற்பட்ட எதிர்விளைவுகளைச் சமாளிக்க ஏதுவாக இருந்தது. மோட்டுப்பள்ளி கல்வெட்டு குறிப்பிடுவது போல், வணிகக் குழுக்கள், உள்ளூர் ஆட்சியாளர்கள் மேல் அழுத்தம் கொடுத்து வணிகர்கள் மீதும் வர்த்தகத்தின் மீதும் தேவையற்ற வரிகளை விதிப்பதைத் தடுக்கும் அதிகாரம் கொண்டதாக இருந்தது. இந்தக் குழுக்கள் கோவில்களை மையமாகக் கொண்டு அதனுடன் தொடர்ந்து வைத்திருந்த தொடர்புகள் அவற்றிற்கு வலுசேர்த்து குழுக்களின் நிலையை ஸ்திரப் படுத்தின. இந்த வலுவான அடிப்படைதான், மாறிவரும் அரசியல் சூழ்நிலைகளிலும் பொருளாதாரம் மற்றும் வர்த்தகத்தின் தொடர்ச்சி யான செயல்பாடு, நம்பகத்தன்மை, நிலைத்தன்மை ஆகியவற்றை உறுதிசெய்தது.

5

காலத்தைக் கடந்து நிற்கும் தமிழக வணிகர்கள் - ஒரு மீள்பார்வை

சங்க காலத்திலிருந்து சோழப் பேரரசின் காலம் முடிவுறும் வரையான ஆயிரம் ஆண்டுக் காலம், தமிழக வணிகர்களின் பொற்காலமாக இருந்தது. இத்தனை ஆண்டுகாலமாக, இங்கும், உலகமெங்கும் ஏற்பட்டுள்ள சமூக, அரசியல் மாற்றங்களையும் கடல் வணிகத்தில் ஏற்பட்டுள்ள வளர்ச்சிகளையும் கடந்து தமிழக வணிகர்களும், வணிக நிறுவனங்களும், வர்த்தகமும் நிலைத்து நிற்பதற்குப் பல காரணங்கள் உள்ளன. பதிவு செய்யப்பட்ட வரலாற்றின் காலத்துக்கு முன்பிருந்தே தமிழகம் வர்த்தகத் தொடர்புகளைக் கொண்டிருந்தது. தமிழகத்தின் உள்நாட்டுப் பொருளாதாரம், வெளிநாட்டுச் சந்தைகளுடன் நெருங்கிய தொடர்புடையது. அதன் வெளிவர்த்தகத்தில் சாதகமான வர்த்தகச் சமநிலையை அனுபவித்து வந்தது.

இந்தச் சாதகமான சூழ்நிலைக்கு வெளிநாடுகளில் அதிகமாகத் தேவை இருந்த, தமிழகத்தில் (இந்தியாவிலும்) தயாரிக்கப்பட்ட ஆடைகளும், மிளகு போன்ற பொருட்களும் காரணமாக அமைந்தன. இதற்கு ஈடாகப் பல்வேறு பொருட்கள் தமிழகத்தால் இறக்குமதி செய்யப்பட்டன. இவற்றில் தகரம், ஈயம், உலோக வேலைகளில் பயன்படுத்தப்படும் தாமிரம், குதிரைகள் போன்றவற்றோடு மதிப்பு மிக்க பொருட்களான

பவழமும், வாசனைத் திரவியங்களும் அடங்கும். பல வகைகளைச் சேர்ந்த இது போன்ற பொருட்கள் இறக்குமதி செய்யப்பட்டிருக்கா விட்டால், உலோகப் பொருட்களை அதிகமாக இறக்குமதி செய்ததால் உண்டான பணவீக்கம் பொருளாதாரத்தை நிலைகுலையச் செய்திருக்கும்.

தவிர, பொருளாதாரமும் அளவுக்கு அதிகமாக வெளிநாட்டு வர்த்தகத்தைச் சார்ந்திருக்கவில்லை. அதற்கு ஈடாக அதிக அளவில் உள்நாட்டு வர்த்தகமும் இருந்தது. இந்தியாவின் மற்ற பகுதிகளுடன், நிலவழி, கடற்கரையோர வர்த்தகமும் இருந்தது. உள்நாட்டிலும் பொருட்களுக்கு வேண்டிய அளவு தேவை தொடர்ந்து இருந்ததால், நீண்ட நாள் பொருளாதார வளர்ச்சிக்குத் தேவையாக இருந்த ஒரு முக்கிய காரணி பூர்த்தி செய்யப்பட்டது.

நகரமயமாக்குதலினாலும் நகரங்கள் வளர்ந்ததாலும் வர்த்தகம் வளர்ச்சியடைந்தது. சங்க காலத்தில் நகரமயமாக்குதல் உள்நாட்டுத் தலைநகர்களிலும், துறைமுகங்களிலும் நிகழ்ந்தன. அவை பொருளாதார நடவடிக்கைகளின் துடிப்பான மையங்களாக, வர்த்தகர்களின் கூட்டங்களுடன், காலையிலும் இரவிலும் செயல்படும் கடைகளும் வீதிகளுமாக இருந்தன. பல்வேறு வகையான வர்த்தக நடவடிக்கைகள் நடைபெற்ற வண்ணம் இருந்தன.

பெரும்பாலான உள்ளூர் வியாபாரிகள் தாங்கள் உற்பத்தி செய்த பொருட்களையே விற்பனை செய்து வந்தனர். சில்லறை வணிகத்தின் உச்சமாக, அதிக மூலதனத்துடன் கூடிய கடைகளும் செயல்பட்டு வந்தன. வர்த்தகம் செய்யப்படுகிற பொருட்களின் மதிப்பு அதிகம் என்பதைத் தவிர, ஒவ்வொரு வணிகரும் ஏற்றுமதியிலும் இறக்குமதியிலும் பெரிய அளவில் ஈடுபடுவதால், வெளிநாட்டு வர்த்தகத்துக்கு அதிக அளவு முதலீடும், மூலதனத்திலிருந்து இருப்பும் தேவையாக இருந்தது. இத்தகைய வணிகர்கள், அந்நாளில் வணிக முதலாளிகள் என்று அழைக்கப்பட்டது பொருத்தமானதே. இடைக் காலத்தில் நகரமயமாதல் அதிகரித்தது, பொருளாதார நடவடிக்கையும், வர்த்தகமும், வர்த்தக நிறுவனங்களும் அதிகரித்ததைத் காட்டுகிறது.

தமிழ்ப் பேரரசுகளின் கீழ் அதிகாரம் குவிந்தது பல வகைகளிலும் ஒரு வித்தியாசமான சூழலை உருவாக்கியது. பண்டைக் காலத்தில், தமிழகம் சிறு பகுதிகளாகப் பிரிந்து, பல குறுநிலத் தலைவர்களாலும், படைத் தலைவர்களாலும் ஆளப்பட்டு வந்தது. இந்தக் காலகட்டத்தில் வர்த்தகம் தடையின்றித் தொடர்ந்தது என்றால், அதற்கு ஓயாத போர்களுக்கும் சண்டைகளுக்கும் இடையே இத்தலைவர்கள் வர்த்தக நடவடிக்கைகளுக்கு யாதொரு முட்டுக்கட்டையும் போடாததுதான் காரணமே தவிர, தமிழகத்தில் அமைதியும் ஒழுங்கும் நிலவியதன்

காரணமாக அல்ல. வெளிநாடு வணிகர்கள் இங்கு வந்து தங்கள் வர்த்தகத்தை அமைதியாக நடத்தி, இங்கு துறைமுகங்களிலும் உள்நாட்டிலும் நீண்டகாலம் தொல்லையில்லாமல் தங்கியிருந்தனர்.

இடைக்காலத்தில், தமிழகத்தில், முதலில் பல்லவர்களும் பாண்டியர்களும் பிறகு சோழர்கள் என்று வலுவான அரசுகள் எழுந்தவுடன் நிலைமை மாற்றமடைந்து அரசியல் சூழ்நிலை நிலைத் தன்மை அடைந்தது. அரசியல் சார்ந்த இரு முக்கிய அமைப்புகளான, கிராமம் மற்றும் நகரங்களின் நிறுவன சபைகளும், விரிவான பங்களிப்பையும் ஜனநாயகச் செயல்பாட்டையும் கொண்ட மண்டல சபைகளும் கோவில்களும் இக்காலத்தில்தான் தோன்றின.

வரலாற்று ஆசிரியர்களின் ஆவலை இந்த இரு சபைகளும் தூண்டின. பரவலாக்கப்பட்ட நிர்வாகத்தின் ஒரு மாதிரியாக விளங்கிய கிராம சபைகள், இன்றைக்கும் உள்ளூர் ஆட்சியமைப்பை நிறுவ விரும்புகிற அரசுகளுக்கு முன்னோடியாக இருக்கின்றன. ஆனால், நகருக்கும் வணிகர்களுக்கும் முக்கியமான நகர சபைகள் வர்த்தகத்தை முன்னெடுத்துச் சென்றன. பெரும்பாலும் விவசாயம் சேர்ந்த பொருளாதாரமாகிய விளங்கிய அக்காலத்தில், நகரம் என்கின்ற நிறுவனமோ, தனிப்பட்ட வணிகர்களோ நில உரிமையிலிருந்தும், மேலாண்மையிலிருந்தும் விலகி நிற்கவில்லை என்பதை நினைவில் நிறுத்திக் கொள்வது அவசியம். எனவே சமூகம் என்பது பிரிவுபட்டு இல்லாமல், ஒன்றிணைந்து செயல்பட்டது.

கோவில்கள், அதிகாரம் செலுத்தக்கூடிய, ஒன்றிணைக்கக்கூடிய நிறுவனமாக இந்தக் காலத்தில் வளர்ந்திருந்தது. பொருளாதாரத்தில் தன்னிச்சையாகத் தாக்கம் ஏற்படுத்தக்கூடிய ஒன்றாக அது விளங்கியது. பொன், பணம், நிலம், கால்நடைகள், வைப்பு நிதிகள் ஆகியவை மூலம் நன்கொடைகளை ஈர்க்கும் களஞ்சியமாகவும் அது உருவெடுத்தது.

நன்கு குறிப்பிடப்பட்டுள்ள நிபந்தனைகளுடன் இதை உள்ளூர்ப் பொருளாதாரத்தில் சுழற்சிக்கு விட்டு, அதன் மூலம் கிடைக்கும் வருவாய் கோவில் பணிகளுக்காக உபயோகப்படுத்தப்பட்டது. இந்த முறையினால், தன் கட்டுப்பாட்டுக்குள் வந்த அபரிமிதமான வருவாயை விநியோகிக்கும் ஊடகமாகவும் கோவில் விளங்கியது. நன்கொடை வழங்குவதிலும், கோவில் நிர்வாகத்திலும் பங்கேற்று வணிகர்களும், நிறுவனமான நகரமும், குழுக்களும் சமூக அங்கீகாரத்தைப் பெற்றன.

நகரங்கள் உள்ளூர் வர்த்தகத்தைக் கவனித்தவேளையில், ஐநூற்றுவர் போன்ற வர்த்தகக் குழுக்கள் பல ஊர்களுக்குச் சென்று மேற்கொள்ளும் வர்த்தகத்தைக் கவனித்தன. அது அக்குழுவின் உறுப்பினர்களுக்கு போதுமான பாதுகாப்பையும் அளித்தது. இடைக்காலத்துக்கு முந்திய

காலகட்டத்திலும், இடைக்காலத்திலும் வர்த்தகம், அதிகமாக அறியப்படாத சந்தைகள் அளிக்கும் அபாயத்தையும், ஊரூராகச் சென்று வர்த்தகம் செய்வதிலுள்ள அபாயத்தையும் பொறுத்தே இருந்தது. இந்த அபாயங்கள், குழுக்களை உருவாக்கி அதன்மூலம் வர்த்தகம் செய்வதன் மூலம் தவிர்க்கப்பட்டது.

அதன் உறுப்பினர்களுக்குப் பாதுகாப்பு அளிக்கும் தன்மையினால், குழுக்கள் சோழப் பேரரசின் வீழ்ச்சிக்குப் பின்னரும் தங்கள் நடவடிக்கைகளைத் தொடர்ந்தது. தென்கிழக்கு ஆசியாவிலும் இலங்கையிலும் இந்தக் குழுக்களின் பயன்கள் தெளிவாகத் தெரிந்தன. ஊர் ஊராகச் சென்று வர்த்தகம் செய்வதால் ஏற்படும் அபாயங்களைத் தவிர்க்க, ஆயுதம் தாங்கிய காவலர்களை இந்தக் குழுக்கள் நியமித்தன. அதே சமயம், தனிப்பட்ட வணிகர்களின் நடவடிக்கைகளில் குழு நிறுவனங்கள் தலையிடவில்லை. குழு உறுப்பினர்கள் கூட்டமாக வர்த்தகம் செய்ததாகச் சான்றுகள் இல்லை. எனவே ஒரு பெரிய அடையாளத்தையும், உள்ளார்ந்த பாதுகாப்பையும் வழங்கியதே குழுக்களின் பெரும் பயனாகும்.

சோழர்கள், தாக்குதலையும் ஆக்கிரமிப்பையும் முன்னிறுத்தக்கூடிய ராணுவக் கொள்கையைப் பின்பற்றினார். இது வர்த்தகர் நலன்களையும் மேம்படுத்தியது. அதன் முக்கிய நோக்கம் நாடுகளை விரிவாக்கம் செய்வது என்றாலும்கூட, விரிந்து வந்த சோழப் பேரரசு வணிகக் குழுக்களுக்குப் பெரும் வாய்ப்புகளை வழங்கி, மற்ற பிரதேசங்களிலும் வெளிநாட்டுச் சந்தைகளிலும் அவர்கள் கால் பதிக்க வழிவகை செய்தது. இந்தப் படையெடுப்புகளின்போது கைப்பற்றப் பட்ட செல்வம் கோவில்களுக்கு வழங்கப்பட்டு பின் உள்ளூர் பொருளாதாரத்தில் சுழற்சிக்கு விடப்பட்டது.

நிறைவாகவும் மிக முக்கியமானதாகவும் நாம் அறிந்துகொள்ள வேண்டியது, வணிகர்கள் தமிழ் சமூகத்தில் நன்கு மதிக்கப்பட்டார்கள். சமூக அங்கீகாரத்தின் அளவு வணிகர்களுக்கு மன ஊக்கம் தந்து அவர்களை வலுவான நிலையில் செயல்பட வைத்தது. கோவில் களுடன் அவர்களுக்கு இருந்த தொடர்புகளால் சமூகத்தின் நன்மதிப்பை அவர்கள் பெற்றனர். நிலச்சுவான்தாரர்களாகவும் வணிகர்களாகவும் சமூகம் பிளவுபடவில்லை என்பதால், இந்தச் சமூக ஒன்றிணைப்பு சாதகமான சூழ்நிலையில் வணிகர்களைச் செயல்பட வைத்தது.

வலுவான அரசுகளின் எழுச்சியும், மையத்தில் அதிகாரம் குவிக்கப் பட்ட அரசும் வர்த்தகத்தை வளர்ச்சியடையச் செய்தாலும், அரசுகளின் வீழ்ச்சி வர்த்தகத்தில் பெரும் பாதிப்புகளை ஏற்படுத்திவிடவில்லை. அரசு வலியதாக இருந்தபோது, வணிகர்களுக்கு முழுமையான

ஆதரவை அளித்து வந்தது. ஆனால், அரசுகள் நிலைத்தன்மை யில்லாமல் போனபோதும், தமிழகத்தில் பதிமூன்றாம் நூற்றாண்டில் நடந்ததுபோல, வர்த்தகம் தொடர்ந்து நடந்தது. இதற்கு ஒரு காரணம் இரண்டாம் கட்டத் தலைவர்கள், வர்த்தகர்கள் பாதிப்படையாமல் பார்த்துக்கொள்வது நீண்ட கால நோக்கில் தங்களுக்கு நன்மை தரும் என்றும், வர்த்தகத்தைத் தகாத கோரிக்கைகளாலும், அழுத்தத்தாலும் கட்டுப்படுத்தாமல் தொடரவிடுவது நன்மை பயக்கும் என்றும் புரிந்துகொண்டதுதான்.

தன்னிச்சையாகத் திறம்படச் செயல்படக்கூடிய நிறுவனங்கள் வளர்ந்து வந்தது அரசின் நிலையைப் பொருட்படுத்தாமல் தடையில்லாத வர்த்தகத்தை வணிகர்கள் மேற்கொள்ள வழிசெய்தது. இந்த ஆராய்ச்சியின் முடிவில், சமூக, அரசியல், நிறுவனச் சூழல்தான் இடைக்காலத்தில் வர்த்தகம் தொடர்ந்து நடைபெற முக்கியக் காரணமாக இருந்ததே தவிர வணிக வியூகங்கள் அல்ல என்பது நமக்குக் கிடைக்கும் தெளிவான பார்வையாகும்.

வணிகர்களின் குறிப்புகள் பல கேள்விகளுக்கு இன்னும் விடையளிக்க வில்லை. கடல் வணிகத்தில் வணிகர்கள் எப்படிப் பங்கேற்றனர்? அவர்கள் சொந்தமாகக் கப்பல்கள் வைத்திருந்தாரா... அடுத்தவர் களுக்குச் சொந்தமான கப்பல்களின் தங்கள் பொருட்களை ஏற்றிச் சென்றனரா? அதுபோலவே, அவர்கள் தங்கள் பொருட்களை கப்பலில் ஏற்றி அனுப்பும்போது, வெளிநாட்டுச் சந்தைகளில் அவற்றை விற்க ஆட்களை நியமித்திருந்தனரா கப்பல் தலைவர் மூலமாக அவை விற்பனை செய்யப்பட்டனவா? இந்தக் கேள்விகளுக்கு நம்மால் பதிலளிக்க இயலாது. அது போலவே மூலதன, கடன் சந்தைகளின் செயல்பாடுகள் பற்றியும் தொடர்புடைய வணிக நடைமுறைகள் பற்றியும் எழும் கேள்விகளுக்கும் நாம் பதிலளிக்க முடியாது.

கல்வெட்டுகள் சிதறலான, தெளிவில்லாத தகவல்களையே தருவதால் அர்த்தமுள்ள ஆராய்ச்சிக்கும் கண்டறிதலுக்கும் அவற்றைக் கவனமாக ஒன்றிணைப்பது அவசியம். கல்வெட்டுகளில் உள்ள தகவல்களுக்கு வலுச் சேர்க்கும் இலக்கிய ஆதாரங்கள் இடைக்காலத்தில் அதிகமில்லை. இக்காலத்திய வணிகர்களின் தனி ஆவணங்களும் கிடைப்பதில்லை. இது போன்ற சிக்கல்கள் இருந்தாலும், ஒரு ஒட்டுமொத்த சித்திரத்தை நம்மால் காணமுடிக்கிறது. அது, எப்படி இதுபோன்ற அதிநவீன பொருளாதார சமூக நிறுவனங்கள் நவீன காலத்துக்கு முன்பு தோன்றின என்றும், வர்த்தக, வணிக நடவடிக்கைகள் நீண்ட நாட்களுக்குத் தொடர்ந்து நடைபெற்றன என்றும் ஆச்சரியப்பட வைக்கிறது.

பிற்சேர்க்கை

தமிழ் ஆதாரங்களைப் பற்றிய குறிப்பு

தமிழக வரலாற்றைப் பற்றி ஆராய, நவீன காலத்துக்கு முந்தைய காலகட்டத்தில், இலக்கிய ஆதாரங்களும் கல்வெட்டுகளும் உதவுகின்றன. சங்க காலம் என்று கூறப்படும் பொ.யு. முதல் நூற்றாண்டிலிருந்து நான்காம் நூற்றாண்டுவரையான பண்டைக்கால வரலாறு சங்க இலக்கியங்கள் மூலமாகவே அறியப்பட்டுத் தொகுக்கப் படுகிறது. இந்த இலக்கியங்களில் புறநானூறும் அகநானூறும் (இரண்டும் தலா 400 பாடல்களைக் கொண்டவை) உள்ள எட்டுத்தொகை அடங்கும். இந்த இரண்டு நூல்களும் அக வாழ்வை மையமாகக்கொண்டு 400ம் புற வாழ்வை மையமாகக்கொண்டு 400மாகத் தொகுக்கப்பட்டவை, முந்தையது காதலை மையமாகக் கொண்டது, பிந்தையது வீரத்தை மையமாகக் கொண்டது. இதில் குறிப்பிட்ட சில பாடல்கள் ஏ.கே.ராமானுஜத்தால் மொழிபெயர்க்கப்பட்டவை. ஆனால், சில பாடல்கள் துறைமுகங்களையும் வர்த்தகத்தையும் பற்றிக் குறித்திருந் தாலும் பொருளாதார வரலாற்றைப் பொறுத்தவரை, இவற்றில் ஆதாரங்கள் மிகக் குறைவு. இதற்கு அடுத்ததாக பத்துப்பாட்டு என்று அழைக்கப்படும் பத்து நூல்களால் ஆன தொகுப்பு உள்ளது.

இந்தப் பாடல்கள் மாறுபட்ட வரிகளின் எண்ணிக்கையை, 103 வரிகளிலிருந்து 782 வரிகள் வரை, கொண்டவை. மிக நீளமான நூல், மதுரையைத் தலைநகராகக் கொண்டு ஆட்சிசெய்த பாண்டிய மன்னனின் புகழ்பாடும் மதுரைக் காஞ்சியாகும். சில விதிவிலக்குகளைத் தவிர, இந்தப் பாடல்கள் வர்த்தகம், துறைமுகங்கள், கப்பல்கள்,

வணிகர்கள், நகரவாழ்வு போன்றவற்றைப் பற்றிய விரிவான சித்திரத்தை அளிக்கின்றன. இது பண்டைய வாழ்வை மீள்உருவாக்கம் செய்யத் துணைபுரிகிறது.

இதனோடு, பொ.யு. ஐந்தாம் நூற்றாண்டைச் சேர்ந்ததாகக் கருதப்படும் சிலப்பதிகாரம், மணிமேகலை ஆகிய புத்த, சமண மதக் கருத்துகள் அடங்கிய, இரு காவியங்களையும் நாம் சேர்த்துக்கொள்ளவேண்டும். திருவள்ளுவர் எழுதிய திருக்குறள் அறநூலாக விளங்கினாலும், அர்த்தசாஸ்திரத்தைப்போல் பொருளாதார வரலாற்றைப் பற்றிக் குறிப்பிடவில்லை. சிலப்பதிகாரமும் மணிமேகலையும் சங்க கால வாழ்க்கையை விவரிப்பதால் சங்க இலக்கியங்களோடு சேர்த்தே பார்க்கப்படுகின்றன. பல தமிழ் அறிஞர்கள் இவை பொ.யு. முதல் அல்லது இரண்டாம் நூற்றாண்டில் எழுதப்பட்டிருக்கலாம் என்று கருதி இவை சங்க காலத்தைச் சேர்ந்தவை என்று கூறுகின்றனர்.

இந்த இலக்கியங்கள் நடுவில் 'தொலைந்து போய்' பின்னர் நவீன காலத்தில் மீட்டெடுக்கப்பட்டதாகக் கருதக்கூடாது. இடைக்கால உரையாசிரியர்களான அடியார்க்கு நல்லாரும் பரிமேலழகரும் முறையே சிலப்பதிகாரத்துக்கும் திருக்குறளுக்கும் பதிமூன்றாம் நூற்றாண்டில் உரை எழுதியுள்ளனர். பத்துப்பாட்டுக்கு உரை எழுதிய நச்சினார்க்கினியார், அதற்குப் பின்வந்தவராவார். சங்க இலக்கியங் களும், காப்பியங்களும், திருக்குறளும் தமிழ் அறிஞர்களுக்கு மட்டுமே தெரிந்து, பனை ஓலைச்சுவடிகளில் இருந்தன.

இந்த நூல்களைப் பொது உலகுக்குக் கொண்டுவந்த பெருமை 'தமிழ்த் தாத்தா' என்று அறியப்பட்ட திரு. உ.வே. சுவாமிநாதய்யர் அவர்களையே சாரும். இந்த நூல்களை மூல உரையோடும் கூடுதல் குறிப்புகளோடும் பதிப்பித்தார். சிலப்பதிகாரத்தின் முதல் பதிப்பு அவரால் *1892*ம் ஆண்டு பதிப்பிக்கப்பட்டு வெளிவந்தது. அதற்கு முன்னால் முதல் காண்டத்தின் பதிப்புகள் மட்டும் *1872*லும் *1880*லும் வந்திருந்தன. இந்த நூல்கள் அதன் பின் பலமுறை பதிப்பிக்கப்பட்டு விட்டன, அவற்றின் மொழிபெயர்ப்புகளும் கிடைக்கின்றன.

ஒரு சாதாரண வாசிப்பாளர், சங்க இலக்கியங்களின் மொழியையும் நடையையும் புரிந்துகொள்வது சிரமம். அதிர்ஷ்டவசமாக, ஒவ்வொரு வார்த்தைக்கும் பொருள் அளிக்கும் மாணவர் பதிப்புகள் இப்போது கிடைக்கின்றன. இவை தேர்ச்சியில்லாத வாசிப்பாளருக்கு உதவக் கூடியவையாக உள்ளன.

இடைக்கால வரலாற்றை அறிந்துகொள்ளக் கோவில் கல்வெட்டுகள் முக்கிய ஆதாரமாக விளங்குகின்றன. அனைத்து உள்ளூர் பரிவர்த்தனைகள் அல்லது நிகழ்வுகளையும் கோவில் சுவர்களில்

பொறித்துவைக்கும் சமூகப் பழக்கம், வரலாற்றாசிரியர்களுக்கு பெரிதும் உதவுகிறது. 'தென்னிந்தியக் கல்வெட்டுகள்' மற்றும் 'எபிக்ராபிகா இண்டியா' போன்ற தொடர்களில் ஆயிரக்கணக்கான கல்வெட்டுகள் தொகுக்கப்பட்டுள்ளன. தவிர, திருப்பதி கோவில் கல்வெட்டுகள் போன்ற சிறப்புத் தொகுதிகளும் உள்ளன. இவற்றைப் பற்றி ஆராய்ச்சி செய்ய விரும்பும் மாணவர்கள், மைசூரில் உள்ள கல்வெட்டியல் அலுவலகத்துக்குச் செல்லலாம். அங்கு இன்னும் அச்சிடப்படாத ஆயிரக்கணக்கான கல்வெட்டுகளைப் பற்றிய தகவல்கள் உள்ளன.

கல்வெட்டுகள் மெய்க்கீர்த்தி, அதாவது அரசரின் வீரச்செயல்களைப் பற்றிய குறிப்புகளுடன் தொடங்குகின்றன. இந்தப் பகுதியிலிருந்தே முக்கிய வரலாற்று நிகழ்வுகளான பெரும் போர்கள், படையெடுப்புகள் ஆகியவற்றின் காலம் கணக்கிடப்படுகிறது.

உதாரணமாக, முதலாம் ராஜராஜரின் வெற்றிகள், முதலாம் ராஜேந்திரரின் கடல்வழிப் படையெடுப்பும் ஸ்ரீவிஜயத்தை வெற்றி கொண்டதும் கல்வெட்டுகளின் மெய்க்கீர்த்தி வழியாகவே அறியப் பட்டன. கல்வெட்டுகள் அரசரின் ஆட்சிக்காலத்தையும் குறிப்பிடு கின்றன. இந்தத் தேதி அறுபது வருடங்களைக் கொண்ட தமிழ் (இந்திய) நாட்காட்டியை அடிப்படையாகக் கொண்டது. வருடமும், மாதமும் நாளும் திதியும் அன்றைய நட்சத்திரமும் மற்ற விவரங்களும் இதில் குறிப்பிடப்படும். இந்த இந்திய நாட்குறிப்புகள், மேற்கத்திய நாட்காட்டியின் சமகாலத் தேதிகளோடு ஒப்பிடப்பட்டு, சரியான காலக்கணக்குக் கண்டறியப்படும்.

பொது வாசகர்களுக்கு தமிழ் நூல்களைப் பற்றிய ஒரு பார்வையைத் தருவதற்காக மணிமேகலையின் ஒரு பகுதி அதன் தமிழ் மூலத்தோடு கீழே கொடுக்கப்பட்டுள்ளது.

தெருக்களைக் கடத்தல் (காஞ்சிபுரம்)

கடைகளின் பாதுகாவலர்கள் வாழும் ஒரு பெரிய தெரு: பல வகை மீன்களை விற்கும் மீன் வியாபாரிகள்; வெள்ளை உப்பு விற்பவர்கள்; கள் விற்கும் பெண்கள்; பலவகை இனிப்புகளையும் உணவுப் பொருட்களையும் விற்கும் வர்த்தகர்கள்; இறைச்சி விற்பவர்கள்; வெற்றிலை விற்பவர்கள்; ஐந்து வகை வாசனைப் பொருட்களை விற்பவர்கள்; குயவர்கள்; உலோகப் பானைகளைச் செய்யும் தாமிர, பித்தளை கொல்லர்கள்; பொன் ஆபரணங்களைச் செய்யும் பொற் கொல்லர்கள்; மர வேலை செய்யும் தச்சர்கள்; கொத்தர்கள்; கடவுள் உருவங்களை வரையும் சித்திரக்காரர்கள்; தோல் தொழிலாளர்கள்;

தையல்காரர்கள்; மலர்மாலைகளைச் செய்பவர்கள்; காலங்கணிப்ப வர்கள்; பலவகைத் திறனுடைய பாணர்கள்; வெள்ளை சங்கிலிருந்து வளையல்கள் செய்யும் சங்கு அறுப்பவர்கள்; மின்னும் நவரத்தினங்களி லிருந்து நகைகள் செய்யும் நகை வியாபாரிகள், பயிற்சி பெற்ற ஆண், பெண் தெருக்கலைஞர்கள் என்று பல தொழில் புரியும் மக்கள் வாழும் வீதிகள்:

மணிமேகலை 28.4 வரிகள் 29-61
காஞ்சி மாநகர் புக்க காதை காஞ்சியின் வீதிகள்

கடை காப்பு அமைந்த காவலாளர்
மிடைகொண்டு இயங்கும் வியன் மலி மறுகும்

பல் மீன் விலைஞர் வெள் உப்புப் பகருநர்
கள் நொடையாட்டியர் காழியர் கூவியர்
மைந் நிண விலைஞர் பாசவர் வாசவர்
என்னுநர் மறுகும் இருங் கோவேட்களும்
செம்பு செய்ஞ்ஞ்அரும் கஞ்சகாரரும்
பைம்பொன் செய்ஞ்ஞ்அரும் பொன் செய் கொல்லரும்
மரம் கொல் தச்சரும் மண்ணீட்டாளரும்
வரம் தர எழுதிய ஓவிய மாக்களும்
தோலின் துன்னரும் துன்ன வினைஞரும்
மாலைக்காரரும் காலக் கணிதரும்

நலம் தரு பண்ணும் திறனும் வாய்ப்ப
நிலம் கலம் கண்டம் நிகழக் காட்டும்
பாணர் என்று இவர் பல் வகை மறுகும்
விலங்கரம் பொரூஉம் வெள் வளை போழ்நரோடு
இலங்கு மணி வினைஞ்அர் இரீஇய மறுகும்
வேத்தியல் பொது இயல் என்று இவ் இரண்டின்
கூத்து இயல்பு அறிந்த கூத்தியர் மறுகும்
பால் வேறு ஆக எண் வகைப் பட்ட
கூலம் குவைஇய கூல மறுகும்
மாகதர் சூதர் வேதாளிகர் மறுகும்

போகம் புரக்கும் பொதுவர் பொலி மறுகும்
கண் நுழைகல்லா நுண் நூல் கைவினை
வண்ண அறுவையர் வளம் திகழ் மறுகும்
பொன் உரை காண்போர் நல் மனை மறுகும்
பல் மணி பகர்வோர் மன்னிய மறுகும்

மறையோர் அருந் தொழில் குறையா மறுகும்
அரைசு இயல் மறுகும் அமைச்சு இயல் மறுகும்
எனைப் பெருந் தொழில் செய் ஏனோர் மறுகும்
மன்றமும் பொதியிலும் சந்தியும் சதுக்கமும்
புதுக் கோள் யானையும் பொன் தார்ப் புரவியும் 060
கதிக்கு உற வடிப்போர் கவின் பெறு வீதியும்

அடுத்து, எட்டு வகைத் தானியங்கள் தனிக்குவியல்களாக குவிக்கப் பட்ட தானிய வணிகர்களின் வீதி; சூதர்கள், மாகதர், வேதாளிகர் ஆகியோரும் நாழிகைக் கணக்கைக் கூறுவோரும் உள்ள வீதி; சிற்றின்பத்தை வழங்கும் விலைமாதர்கள் தங்கும் வீதி; நெசவில் உள்ள நூல் தெரியாதவண்ணம் நெய்யும் திறனுள்ள நெசவாளிகள் வாழும் செழிப்பான பகுதி;

பொன்னை உரைப்போர் வாழும் அழகான வீடுகள் நிறைந்த வீதி; பல ரத்தின வணிகர்கள் வாழும் வீதி; அந்தணர் வாழும் வீதி; பிரதான அரச வீதி; அமைச்சர்களும் முக்கிய அரசு அதிகாரிகளும் வாழும் வீதி; நகர சபைகளின் பொதுப் பகுதி, சதுக்கங்கள், தெருமுனைகள்.

நகருக்குள் இப்போதுதான் கொண்டுவரப்பட்ட யானைகளைப் பயிற்று விப்போரும், பொன் சங்கிலிகளை அணிந்த குதிரைகளைப் பயிற்று விப்போரும் வாழும் வீதி (மணிமேகலை இந்தத் தெருக்கள் அனைத்தையும் பார்த்துக்கொண்டே கடந்தாள்)

குறிப்புகள்

முகவுரை

1. This section draws on standard histories of India, and especially Nilakanta Sastri, A History of South India.
2. Authorities like U.V. Swaminatha Aiyar and many other Tamil scholars, however, believe that the two were written during the Sangam period, and date to the first or second century.

1. நவீன காலத்துக்கு முந்தைய வணிகர்களும் வணிகமும்

1. Curtin, Cross-Cultural Trade, 11, 38.
2. J.C. van Leur in his seminal work, Indonesian Trade and Society, had concluded that pre-modern Asian trade was primarily 'peddling' trade of high value goods, 'splendid but trifling'.
3. Sangam literature refers to the body of poems which were produced by many individual poets till the fourth century of the Common Era. I have particularly drawn on the long poems which are referred to collectively as Pattupattu (The Ten Songs). The Sangam was a literary conclave based in the Pandyan capital of Madurai. The only extant literature of this genre is from the last Sangam. This material is used along with the two Tamil epics Silappadikaram and Manimekalai, which many Tamil scholars believe belong to the first or second century CE. The more accepted school of thought among historians is that the epics belong to the fifth or sixth century CE.

2. பண்டைத் தமிழகத்தில் வர்த்தகமும் வணிகர்களும்

1. Silappadikaram, I.viii.1–4.
2. Earlier historians like Kanakasabhai were not clear about the exact location of Vanji. However, all later historians have definitively identified Vanji with the modern town of Karur.
3. Mahadevan, Early Tamil Epigraphy, 43–46.
4. Nilakanta Sastri, South India, 139.
5. Champakalakshmi calls them 'chiefdoms' and urges that the interpretation of vendar as kings should be reconsidered. ('Urbanisation in Medieval Tamil Nadu', 36–37.)

6. Maduraikkanchi (one of the ten Pattuppattu) is about Neduncheliyan's exploits; Pattinappalai (also of the Pattuppattu) is about Tirumavalavan; Silappadikaram, III is an account of the Chera king; and Perumpanarruppadai (from the Pattuppattu) is about Ilantiraiyan.
7. Raghava Aiyengar, 'Ancient Dravidian Industries', 78–79.
8. Maduraikkanchi, 120–22.
9. Mukund, Trading World, 14–15.
10. Ahananuru and Purananuru 56, quoted by Raghava Aiyengar, 'Ancient Dravidian Industries', 85.
11. The location of many ports has been identified on the basis of the map in Kanakasabhai, Tamils, 23.
12. Sirupanarruppadai, 62.
13. Maduraikkanchi, 78–88.
14. Ibid. 316–26.
15. Mahadevan, Early Tamil Epigraphy, Map 1, 34; 153.
16. Silappadikaram, II.xiv.106–110.
17. The term used in the poem is 'Kalagam', which is also taken to mean Burma. Kadaram, the Tamil name for Kedah in Malaysia, is the preferred reading. The reference to gold also supports this reading, for this region was also known as Suvarnadvipa or island of gold.
18. Pattinappalai, 184–93; 29–31; 172–73.
19. Silappadikaram, I.ii.5–7; I.vi.152–55.
20. Sirupanarruppadai, 152, 155.
21. Perumpanarruppadai, 319–24.
22. Periplus, 46.
23. Schoff, 'Introduction', Periplus, 4–6.
24. Nilakanta Sastri, Foreign Notices, 5–6.
25. Quoted by Kanakasabhai, Tamils, 32.
26. Suresh, Symbols of Trade, 30–31.
27. Ibid. 29–30; Mahadevan, Early Tamil Epigraphy, 43–44.
28. Quoted in Kanakasabhai, Tamils, 32–33; Nilakanta Sastri, Foreign Notices, 52–53.
29. Iron and high-quality steel were exported from India for many centuries, down to the eighteenth century.
30. Suresh, Symbols of Trade, 31–32, Mahadevan, Early Tamil Epigraphy, 44, 153.
31. Nilakanta Sastri, Foreign Notices, 7–8.
32. Periplus, 44–45. The ports have been identified based on Nilakanta Sastri, Foreign Notices, 57.
33. Periplus, 44–45.

34. Schoff, Notes to the Periplus, 227.
35. Quoted by Mahadevan, Early Tamil Epigraphy, 155.
36. Quoted by Champakalakshmi, Trade, Ideology, Urbanization, 121.
37. Purananuru 343, quoted by Kanakasabhai, Tamils, 16.
38. Periplus, 46.
39. Mahadevan, Early Tamil Epigraphy, 155–56.
40. Suresh, Symbols of Trade, 156.
41. Ibid. 33–34.
42. Ibid. 155.
43. Nilakanta Sastri, Foreign Notices, 4–5, 44–45; 10.
44. Rajan Gurukkal, cited in Mukund, Trading World, 19.
45. Mahadevan, Early Tamil Epigraphy, 153.
46. Suresh, Symbols of Trade, 47–51; 52–65.
47. Raghava Aiyengar, 'Ancient Dravidian Industries', 81.
48. Maduraikkanchi, 513; Silappadikaram, II.xiv.205–207.
49. Silappadikaram, I.v.15–16.
50. Maduraikkanchi, 433, 554; Perumpanarruppadai, 469–70; Sirupanarruppadai, 235–36; Porunarruppadai, 82–83; Malaipadukadam, 561.
51. Manimekalai, xix.107–109.
52. Silappadikaram, II.xiv.168–79.
53. Maduraikkanchi, 766–70; 152–58.
54. Perumpanarruppadai, 39–41; 81–82.
55. Ibid. 81.
56. Pattinappalai, 118–25, 133–39.
57. Silappadikaram, I.v.110–17.
58. Silappadikaram, I.vi.144.
59. Curtin, Cross-Cultural Trade, 6, 75.
60. Pattinappalai, 206–25.
61. Maduraikkanchi, 500.
62. Perumpanarruppadai, 66–67.
63. Manimekalai, xxii, 111–14; Silappadikaram, II.xv.163.
64. Perumpanarruppadai, 68–75.
65. Silappadikaram, I.i.23–25; 30–35.
66. Silappadikaram, I.ii.8–9.
67. Mahadevan, Early Tamil Epigraphy, nos. 39, 42, 43, 46, 69 and 70.
68. Silappadikaram, I.v.1–2; 41–42; I.vi.120–122; Maduraikkanchi, 500–502; Pattinappalai, 140–47.
69. Raghava Aiyengar, 'Ancient Dravidian Industries', 97.

70. In fact, the name is derived from the word kir which denotes cutting, as well as the harsh sound made during the process of cutting conchs.
71. Raghava Aiyengar, 'Ancient Dravidian Industries', 90.
72. Silappadikaram, I.ii.5–7.
73. Rajan Gurukkal, cited in Mukund, Trading World, 14.
74. Champakalakshmi and Moti Chandra, cited in Mukund, Trading World, 18.
75. Mahadevan, Early Tamil Epigraphy, 141; nos 3, 6.
76. Ibid. 141.
77. Silappadikaram, II.xiv.180–200. This very long passage has been abridged for easier reading.
78. Ibid. 201–204.
79. Ibid. 205–208.
80. Maduraikkanchi, 366–67; Pattinappalai, 179–83; Perumpanarruppadai, 336–37.
81. Sirupanarruppadai, 54–61.
82. Perumpanarruppadai, 46–65. This translation omits the many poetic metaphors of the original.
83. According to the dictionary, the term umanar referred to salt merchants as well as manufacturers of salt.
84. Perumpanarruppadai, 77–80.
85. Ibid. 39–41, 80–82. See also, note 10, above.
86. Silappadikaram, I.v.38, 50.
87. Silappadikaram, II.xiv.209–210.
88. Silappadikaram, I.v.9–12.
89. Silappadikaram, I.vi.130–31.
90. Silappadikaram, I.v.110–114.
91. Maduraikkanchi, 315–16.
92. Champakalakshmi, Trade, Ideology, Urbanization, 109.
93. Silappadikaram, II.xiv.66–67.
94. Mullaippattu, 65–66.
95. Mullaippattu, 61; Nedunalvadai, 101.
96. Manimekalai, xix.106.
97. Silappadikaram, III.xxx.160. Scholars like U.V. Swaminatha Iyer have dated the epic to the second century CE based on this internal evidence.
98. Karashima, 'Tamil Inscriptions', in Karashima, Ancient and Medieval Commercial Activities in the Indian Ocean, 10.
99. Maloney, 'Archaeology in South India', Essays on South India, 12.
100. Silappadikaram, I.v.13–39.

101. Ibid. 40–55.

102. Ibid. 59–64.

103. Silappadikaram, I.vi.134–51.

104. Silappadikaram, I.v.157; Manimekalai, I.17.

105. Mahadevan, Early Tamil Epigraphy, 125.

106. Silappadikaram, II.xxi.39, 57; III.xxiv.24.

107. Silappadikaram, II.xiv.62–69.

108. Maduraikkanchi, 424–28; 694–99.

109. Maduraikkanchi, 360; 429–30; 536–44.

110. Silappadikaram, I.v.169–73; II.xiv.6–13; Maduraikkanchi, 466–70, 476–80.

111. Champakalakshmi, Trade, Ideology, Urbanization, 94–95.

3. தமிழ்ப் பேரரசுகளின் கீழ் அரசு, அரசியல் மற்றும் வெளிநாட்டு உறவுகள்

1. Nilakanta Sastri called this period 'a long historical night'. South India, 144.

2. Minakshi, Pallavas, 15, f.n.

3. Tirumangai Alvar, Periya Tirumoli, II.3.9 and 10.

4. Ibid. II.9.1 to 9.

5. Ibid. II.6.6.

6. Nilakanta Sastri, Foreign Notices, 116–17.

7. Minakshi, Pallavas, 25; Nilakanta Sastri, South India, 154.

8. The complexity of local administration, especially under the Cholas, has been studied extensively. This section draws on Nilakanta Sastri, Colas, ch. 18; Minakshi, Pallavas, 141–50; Hall, Trade and Statecraft, ch. 2.

9. Interestingly, the Chettiyars, the major trading caste in Tamil Nadu, still refer to themselves as 'nagarattar'. In fact, they claim that all historical references to the nagarattar are about their community. In truth, however, in the pre-modern period, the term is used only in the non-specific, general sense of a member of the nagaram assembly, or a merchant.

10. The location of inscriptions in South Indian Inscriptions (hereafter SII) and other published volumes is given with reference to districts as mentioned in SII, and as they used to be, even though at present the villages or towns might be located in the newly formed districts after the extensive reorganization of district administration in the post-Independence period, when larger districts were split into many smaller districts.

11. SII, 22.1, 77 and 80.

12. This section is based primarily on Shanmugam, Revenue System; Nilakanta Sastri, Colas, ch. 19 and Hall, Trade and Statecraft, ch. 4 have also been referred to.
13. Karashima, History and Society, ch. 1.
14. Shanmugam, Revenue System, 80–88; Nilakanta Sastri, Colas, 528–29.
15. Shanmugam, Revenue System, 237–40 has a full list of inscriptions mentioning revenue surveys.
16. Nilakanta Sastri, Colas, 536–39.
17. Society in south India was divided vertically into two groups referred to as right- and left-hand castes. Each group combined several castes, which acted as a homogeneous, unified interest group because of the overarching identity of the caste grouping. This social phenomenon which disappeared during the nineteenth century has excited much attention among historians. For a brief account and additional references, see Mukund, Trading World, 145–50.
18. SII, 5, 976, dated 1065, Tiruvenkadu in Tanjavur district.
19. SII, 7, 107, 13th century, Tiruvottur in North Arcot district.
20. Hall, Trade and Statecraft, 58.
21. SII, 12, 224, Tiruvalanchuli, Tanjavur.
22. SII, 7, 1000.
23. SII, 8, 303.
24. SII, 22, 360.
25. Shanmugam, Revenue System, 141–43.
26. For a brief history of the South-East Asian kingdoms from the fourth century till the thirteenth century, see Majumdar, History and Culture of the Indian People, Vol. 3, ch. 24; Vol. 4, ch. 14; Vol. 5, ch. 21.
27. Nilakanta Sastri, South India, 203.
28. For an analysis of the inscriptions and the texts, see K.V. Ramesh 'Cultural Intercourse between India and South-east Asia' and 'Texts of Inscriptions' in Karashima, Commercial Activities in the Indian Ocean, 147– 59; 209–26.
29. For the texts and analyses of the inscriptions, see Karashima, 'Tamil Inscriptions', 10–18; Subbarayalu, 'Inscription at Barus', 19–26; both in Karashima, Ancient and Medieval Commercial Activities in the Indian Ocean.
30. Nilakanta Sastri, Foreign Notices, 45.
31. Ibid. 83.
32. Ibid. 116–17.
33. Ibid. 145, fn 25.
34. Majumdar, History and Culture of the Indian People, Vol. 4, 444–46; Nilakanta Sastri, Colas, 219, 316.
35. Hall, Trade and Statecraft, 175.

36. Karashima, 'Tamil Inscriptions', in Karashima, Ancient and Medieval Commercial Activities in the Indian Ocean, 15–16.
37. Majumdar, History and Culture of the Indian People, Vol. 5, 730–32; Nilakanta Sastri, South India, 182, 183– 84.
38. Nilakanta Sastri, Colas, 219.
39. Ibid. 211–21.
40. Ibid. 318–19.
41. Minakshi, Pallavas, 15, 20; Nilakanta Sastri, South India, ch. 8.
42. Nilakanta Sastri, Colas, 121–24.
43. Ibid. 172–73.
44. For a comprehensive account, Ibid. 248–53.
45. Ibid. 316–19.
46. Spencer, 'Temple Money-lending', 291–92.
47. The Tamil inscriptions of the Nanadesi merchant guild in Sri Lanka have been analysed in detail by S. Pathmanathan, 'Lankatilaka Temple Inscriptions', 'Nanadesis in Anuradhapura' and 'Trade and Urbanisation in Medieval Sri Lanka', 36–47; 48–56; 62–71; and, Karashima and Subbarayalu, 'Inscription from Viharehinna' and 'Ainnurruvar', 27–39; 72–88; in Karashima, Ancient and Medieval Commercial Activities in the Indian Ocean.

4. கோவில், நகரம், வணிகர்கள்

1. Nilakanta Sastri, South India, 461–71.
2. Champakalakshmi, 'Urbanisation in Medieval Tamil Nadu', 38–39.
3. SII, 13, 251.
4. SII, 7, 118.
5. The subsequent sections of this chapter are based extensively on inscriptions published in SII. Individual inscriptions are cited only when relevant.
6. SII, 2.2, 24.
7. Appadorai, Economic Conditions, 1, 274–300.
8. Stein, 'A Medieval South Indian Temple', 68–82.
9. SII, 4, 511; also, SII, 24, 167.
10. Nilakanta Sastri, Colas, 580–81; Tirumalai, Land Grants and Agrarian Reactions, 6–7.
11. SII, 17, 326.
12. SII, 7, 785; SII, 22.1, 41.
13. These numbers however varied from 90 to 96 sheep. Sometimes even as few as two cows were donated.
14. It is difficult to convert volumetric units of alakku, ulakku, uri etc. into

measurement units used today. Two ulakkus made one uri, and was probably equivalent to about 500 ml.

15. Spencer, 'Temple Money-lending', 281–82.
16. SII, 3.1, 18; SII, 7, 870, both dating to the early 11th century CE.
17. See SII, 12, which has inscriptions of the Pallava period.
18. SII, 12, 34.
19. SII, 3.3, 105.
20. SII, 17, 235 from Melsevur, South Arcot.
21. Shanmugam, Revenue System, 263.
22. Spencer, 'Temple Money-lending', 277–93.
23. Mukund, Trading World, 32–34.
24. Hall, Trade and Statecraft, 57–58.
25. Champakalakshmi, 'Urbanisation in Medieval Tamil Nadu'.
26. SII, 26, 103.
27. SII, 7, 1005.
28. SII, 12, 34.
29. Hall, Trade and Statecraft, ch. 5.
30. Champakalakshmi, 'Urbanisation in Medieval Tamil Nadu', 46.
31. SII, 2.2, 37.
32. SII, 17, 326.
33. Hall, Trade and Statecraft, 125–26.
34. SII, 4, 223.
35. Hall, Trade and Statecraft, 55–56.
36. SII, 23, 262, dated 924–25.
37. SII, 26, 276, dated 1171.
38. Champakalakshmi, 'Urbanisation in Medieval Tamil Nadu', 49–50.
39. SII, 7, 901; SII, 22.1, 41; SII, 26, 401.
40. SII, 22.2, 442.
41. See, for instance, the list of streets in Tanjavur. SII, 2.3, 94, 95.
42. SII, 3.3, 125.
43. Hall, Trade and Statecraft, 80–81.
44. SII, 13,133; SII, 23, 254.
45. SII, 23, 212.
46. SII, 13, 214.
47. SII, 5, 492.
48. SII, 22.2, 442.
49. SII, 6, 40, 41; SII, 26, 11.
50. SII, 17, 679.

51. SII, 17, 331.
52. SII, 17, 310 and 326.
53. Mukund, Trading World, 33–34.
54. SII, 19, 400.
55. SII, 4, 512; also SII, 24, 168. The amount stated is very large; one can only surmise that land prices in Srirangam were very high.
56. SII, 8, 294; SII, 17, 461.
57. SII, 17, 455.
58. SII, 24, 127; SII, 14, 197.
59. Abraham, Two Merchant Guilds, ch. 1.
60. SII, 4, 147; SII, 14, 235; Avanam 3.15.3, 37.
61. SII, 5, 590, Tillaisthanam, dated 934; SII, 13, 26, Srinivasanallur, dated 1000 CE; SII, 13, 28, Tiruvellarai, dated 1000 CE.
62. 'Texts of Select Inscriptions', Appendix 2 in Karashima, Commercial Activities in the Indian Ocean, 228–29.
63. SII, 14, 9 and 16; Avanam 11.7.6, 21.
64. Karashima, 'South Indian and Sri Lankan Inscriptions' in Karashima, Commercial Activities in the Indian Ocean, 3–9.
65. Champakalakshmi, 'Urbanisation in Medieval Tamil Nadu', 55.
66. Karashima, 'South Indian and Sri Lankan Inscriptions' in Karashima, Commercial Activities in the Indian Ocean, 5–6.
67. Karashima, 'South Indian and Sri Lankan Inscriptions' in Karashima, Commercial Activities in the Indian Ocean, 4.
68. Champakalakshmi, 'Urbanisation in Medieval Tamil Nadu', 36; 'South Indian Guilds' in Trade, Ideology, Urbanization, 312–13. Champakalakshmi, in fact, identifies the Padinen vishayam with the Chitrameli Periyanadu. She is also of the view that the name Anjuvannam is derived from the word Anjuman, which means assembly.
69. Inscriptions dated 1269 at Tittandatanapuram, Ramnad and 1279 at Kistnapatam (Nellore district, AP). Reproduced in Karashima, Commercial Activities in the Indian Ocean, 270, 274.
70. SII, 6, 20; SII, 19, 459.
71. SII, 19, 280; 216; 4 and 170. SII, 23, 143.
72. Karashima, 'South Indian and Sri Lankan Inscriptions' in Karashima, Commercial Activities in the Indian Ocean, 5–6.
73. Karashima and Subbarayalu, 'Ainnurruvar' in Karashima, Commercial Activities in the Indian Ocean, 76–79. This is based on inscriptions in Tamil and Kannada.

74. Hall considered these towns to be higher order trading centres dealing with the nagaram, while Champakalakshmi took them to be protected warehouses of itinerant merchants. Hall, Trade and Statecraft, 173; Champakalakshmi, 'Urbanisation in Medieval Tamil Nadu', 52.

75. Karashima, 'South Indian and Sri Lankan Inscriptions' in Karashima, Commercial Activities in the Indian Ocean, 7–8.

76. SII, 8, 442.

77. Champakalakshmi, 'Urbanisation in Medieval Tamil Nadu', 31; 'South Indian Guilds' in Trade, Ideology, Urbanization, 315–16.

78. Karashima and Subbarayalu, 'Ainnurruvar' in Karashima, Commercial Activities in the Indian Ocean, 87.

79. SII, 8, 405 and 442; inscription of Valikandapuram (Tiruchi) dated 1207, reproduced in Karashima, Commercial Activities in the Indian Ocean, 268.

80. Shanmugam, 'Pattanapagudi' in Karashima, Commercial Activities in the Indian Ocean, 89–100.

81. Karashima and Kanazawa, 'Chinese Ceramic Sherds' in Karashima, Commercial Activities in the Indian Ocean, 109–114.

82. SII, 26, 635.

கிழக்கிந்திய கம்பெனி

தீர்த்தங்கர் ராய்

உலகின் சக்தி வாய்ந்த ஒரு நிறுவனத்தின் கதை இது.
இந்திய வரலாற்றின் மிக முக்கியமான ஒரு
காலகட்டத்தின் கதையும்கூட.

www.ingramcontent.com/pod-product-compliance
Lightning Source LLC
LaVergne TN
LVHW090400051026
849518LV00006B/2194
* 9 7 8 8 1 8 4 9 3 6 5 8 2 *